AF761441

പാശ്ചാത്യ നാടോടിക്കഥകൾ

pachathya nadodi kathakal

•

retold
raseena k k

•

first edition
april 2012

•

typesetting
info needs, kariyam

•

published
chintha publishers, thiruvananthapuram

•

cover
prasoon

വിതരണം

ദേശാഭിമാനി ബുക്ക് ഹൗസ്

H O തിരുവനന്തപുരം-695 035
www.chinthapublishers.com
chinthapublishers@gmail.com

ബ്രാഞ്ചുകൾ

ഹെഡ്ഓഫീസ് കുന്നുകുഴി • ഓവർബ്രിഡ്ജ് തിരുവനന്തപുരം • കെ എസ് ആർ ടി സി ബസ് സ്റ്റേഷൻ ആലപ്പുഴ • കെ എസ് ആർ ടി സി ബസ് സ്റ്റേഷൻ എറണാകുളം • മച്ചിങ്ങൽ ലെയ്ൻ തൃശൂർ • ഐ ജി റോഡ് കോഴിക്കോട് • കെ എസ് ആർ ടി സി ബസ് സ്റ്റേഷൻ കോഴിക്കോട് • എൻ ജി ഒ യൂണിയൻ ബിൽഡിങ് കണ്ണൂർ • സെൻട്രൽ ബസ് ടെർമിനൽ കോംപ്ലക്സ് താവക്കര കണ്ണൂർ

CO - 1741 / 2904

പാശ്ചാത്യ നാടോടിക്കഥകൾ

പുനരാഖ്യാനം:
റസീന കെ കെ

ചിന്ത പബ്ലിഷേഴ്സ്
തിരുവനന്തപുരം-695 035
വില : ` 110

റസീന കെ കെ

മലപ്പുറം ജില്ലയിലെ കൊണ്ടോട്ടിയിൽ 1982 ൽ ജനിച്ചു. പിതാവ് കെ എം കോയാകു. മാതാവ് പുഴയ്ക്കൽ മൈമൂന. കോഴിക്കോട് ഗുരുവായൂരപ്പൻ കോളേജിൽനിന്ന് ഇംഗ്ലീഷ് സാഹിത്യത്തിൽ ബിരുദാനന്തര ബിരുദം. ബി എഡ് പഠനത്തിനുശേഷം പ്ലസ്ടു അധ്യാപികയായി ജോലി നോക്കുന്നു.

ഭർത്താവ് : അൻഷാദ് കൂട്ടുകുന്നം
(മാധ്യമപ്രവർത്തകൻ)

മകൾ : അയാന എ

ഫോൺ : 9961060303

ഉള്ളടക്കം

ഇംഗ്ലണ്ടിലെ സെന്റ് ജോർജിന്റെ കഥ

വനാന്തരങ്ങളിലെ ഒരിരുണ്ട കോണിലായിരുന്നു കാലിബ് മന്ത്രവാദിനിയുടെ താമസം. അതിഭീകരമാണ് അവളുടെ ചെയ്തികൾ. നിഷ്കളങ്കരായ സംജാതശിശുക്കളെ തട്ടിയെടുത്ത് കൊണ്ടുവന്ന് കൊന്നുകളയുക എന്നതാണ് അവളുടെ ഏറ്റവും ആനന്ദകരമായ വിനോദം.

ഇതിനായി കോവെൻട്രി എന്ന സ്ഥലത്തെ പ്രഭുവിന്റെ അമ്മയില്ലാതെപോയ കുഞ്ഞിനെ അവൾ തെരഞ്ഞെടുത്തു. പ്രഭു സ്ഥലത്തില്ലാത്ത നേരംനോക്കി അലസയായ വേലക്കാരിയുടെ കണ്ണുവെട്ടിച്ച് മന്ത്രവാദിനി കുഞ്ഞിനെ കവർന്നെടുത്തു.

ഒരു വീരശൂരപരാക്രമിയായിത്തീരാനുള്ള സകല ലക്ഷണങ്ങളും ഒത്ത കുഞ്ഞ്.... നെഞ്ചത്ത് വ്യാളീരൂപം, ഇടതു കൈത്തണ്ടയിൽ കുരിശടയാളം.... സ്വർണനിറം... അവന്റെ ശരീരഭംഗി മന്ത്രവാദിനിയെ ആകർഷിച്ചു. അതുകൊണ്ട് കൊന്നുകളയാതെ അവൾ അതിനെ വളർത്തി. ദിവസം ചെല്ലുന്തോറും സൗന്ദര്യംവർധിച്ചുവന്ന ആ ബാലൻ 14 വയസു തികഞ്ഞപ്പോൾ ഒരാപ്പിൾപോലെ സുന്ദരനായിത്തീർന്നു. ഒപ്പം തന്നെ സാഹസികതകൾ അന്വേഷിച്ചു പോവാനുള്ള ത്വരയും അവനിൽ വർധിച്ചുവന്നു. പക്ഷേ, ദുർമന്ത്രവാദി അവനെ സ്വന്തമാക്കിവയ്ക്കാനാണ് ആഗ്രഹിച്ചത്.

മന്ത്രവാദിനിയുടെ കുതന്ത്രങ്ങളും ദുഷ്പ്രവർത്തികളും കണ്ടു മടുത്ത സെന്റ്ജോർജ് അവരെ വിട്ടുപോവാൻ തീരുമാനിച്ചുറച്ചു. അതോടെ മന്ത്രവാദിനി അവനെ പ്രീണിപ്പിക്കാനുള്ള ശ്രമങ്ങൾ തുടങ്ങി. ഒരുദിവസം കാലിബ് അവനെയും കൂട്ടി മഞ്ഞനിറത്തിലുള്ള ഒരു കോട്ടയ്ക്കു മുമ്പിലെത്തി. അവിടത്തെ ധൈര്യശാലികളായ യോദ്ധാക്കളെ കാണിച്ചു കൊടുത്തിട്ട് അവർ ഇങ്ങനെ പറഞ്ഞു:

"ക്രിസ്റ്റൺന്റെ ആറ് ധീരന്മാരാണിവർ. ഇംഗ്ലണ്ടിലെ സെന്റ് ജോർജ് എന്ന പേരിൽ നീയായിരിക്കും ഇവരുടെ കൂട്ടത്തിലെ ഏഴാമനായി വാഴുക. നീ എന്റെകൂടെ നിന്നാൽ ഞാൻ അവരോടൊപ്പം നിന്നെ ഉന്നത സ്ഥാനത്ത് അവരോധിക്കാം...."

പക്ഷേ, അവൻ വഴങ്ങിയില്ല.

പിന്നീട് കാലിബ് അവനെ ഗംഭീരമായ ഒരു കുതിരലായത്തിലേക്കു കൂട്ടിക്കൊണ്ടുപോയി. അവിടെ ലോകത്ത് വേറെയെങ്ങും കാണാത്ത ഗാംഭീര്യം തുളുമ്പുന്ന ഏഴ് കുതിരകൾ ഉണ്ടായിരുന്നു. "ഇതിൽ ആറെണ്ണം യോദ്ധാക്കളുടേതാണ്" കാലിബ് പറഞ്ഞു. "ഏഴാമൻ ഈ ഭൂമിയിലെ ഏറ്റവും കരുത്തനും, മിടുക്കനുമായ കുതിരയാണ്. ബയാർഗ് എന്നു പേരുള്ള അവനെ എന്റെകൂടെ നിൽക്കുകയാണെങ്കിൽ ഞാൻ നിനക്കു തരും. ഉറപ്പ്."

പക്ഷേ, അവൻ വഴങ്ങിയില്ല.

പിന്നെ കാലിബ് അവനെ ഒരു ആയുധപ്പുരയിലേക്കാണ് കൂട്ടിക്കൊണ്ടുപോയത്. പടച്ചട്ടയും സ്വർണംകൊണ്ട് കിന്നരിവച്ച തലപ്പാവും മറ്റുമെല്ലാം കാണിച്ചുകൊണ്ട് അവൾ പറഞ്ഞു:

"ആർക്കും നുഴഞ്ഞുകയറാനാവാത്ത ഈ ആയുധപ്പുര, ഇവിടുത്തെ ആയുധങ്ങൾ എല്ലാം നിന്റേതായിരിക്കും. നിനക്ക് എന്റെകൂടെ നിന്നുകൂടെ.'

പക്ഷേ, അവൻ വഴങ്ങിയില്ല.

അവസാനമവൾ തന്റെ മാന്ത്രികദണ്ഡുതന്നെ അവനു നൽകാമെന്നു പ്രലോഭിപ്പിച്ചു. അതുണ്ടെങ്കിൽ അവന് ആ മാന്ത്രികഭൂമിയുടെ മുഴുവനും അവകാശിയായിത്തീരാം. "ഇനി നീ എന്റെ കൂടെ നിൽക്കില്ലേ?"

മന്ത്രവാദിനി പറഞ്ഞതു കൂട്ടാക്കാതെ അവനാ മാന്ത്രികദണ്ഡെടുത്ത് അടുത്തുകിടന്ന ഒരു പാറയിൽ ഇടിച്ചു... അത്ഭുതം! അതു പിളർന്നു. അതിനകത്തെ വലിയ ഗുഹയിൽ ദുഷ്ട മന്ത്രവാദിനി കൊന്നു തള്ളിയ ചോരക്കുഞ്ഞുങ്ങളുടെ ശരീരങ്ങൾ നിരന്നുകിടക്കുന്നു... അതു കണ്ടതും മന്ത്രവടിയുപയോഗിച്ചുതന്നെ ആ ഭയങ്കരിയുടെ ആസ്ഥാനത്തുനിന്നും അവൻ ഓടി രക്ഷപ്പെട്ടു. മന്ത്രവാദിനിയെ പിറകിൽനിന്നും പാറയ്ക്കുള്ളിലേക്കു തള്ളി വലിയ പാറകൊണ്ട് അതിന്റെ ദ്വാരമടച്ചിട്ടാണ് അവൻ ഓടിപ്പോന്നത്.

ക്രിസ്റ്റൺഗൽ നിന്നും ആറുയോദ്ധാക്കളെക്കൂടി ഒപ്പംകൂട്ടി ബയാർഗ് എന്ന പർവതം കടന്ന് സെന്റ് ജോർജ് കൊവെൻട്രി എന്ന നഗരത്തിലേക്കു രക്ഷപ്പെട്ടു.

നീണ്ട ഒൻപതുമാസം അവർ അവിടെ കായികാഭ്യാസങ്ങൾ പരിശീലിപ്പിച്ചു. വസന്തം വന്നതോടെ അവർ സാഹസികത തേടി യാത്ര പുറപ്പെട്ടു.

മുപ്പത് രാവും പകലും യാത്ര ചെയ്ത് അവർ വിശാലമായ ഒരിടത്ത് എത്തിച്ചേർന്നു. ഏഴു വഴികൾ ഒത്തുചേരുന്ന ആ കവലയിൽ ഒരു വലിയ സ്തൂപം ഉണ്ടായിരുന്നു. അവിടെവച്ച് പരസ്പരം യാത്രാമംഗളം നേർന്ന് അവർ ഏഴ് വഴിക്കു പിരിഞ്ഞുപോയി. അതിസാഹസികരായ അവർ സ്വന്തം നിലയ്ക്ക് സാഹസികത തേടി പുറപ്പെടാൻ തീരുമാനിച്ചു കൊണ്ടാണ് പിരിഞ്ഞത്.

സെന്റ്ജോർജ് തെരഞ്ഞെടുത്ത വഴി ഒരു കടൽത്തീരത്താണ് ചെന്നെത്തിയത്. അവിടെനിന്നും ഈജിപ്റ്റിലേക്ക് പുറപ്പെടുന്ന ഒരു കപ്പലിൽ അയാൾ കയറിക്കൂടി. നീണ്ട യാത്രയ്ക്കൊടുവിൽ അർധ രാത്രിയിൽ ഒരു സത്രത്തിനു മുമ്പിൽ അയാൾ യാത്ര അവസാനിപ്പിച്ചു. സത്രമുടമയോട് രാത്രി താമസത്തിന് അനുവാദം ചോദിച്ചപ്പോൾ മറുപടി ഇപ്രകാരമായിരുന്നു.

"ഓ.... ഇംഗ്ലണ്ടിലെ യോദ്ധാവെ..... നിങ്ങളിവിടെ എത്തിച്ചേർന്നിരിക്കുന്നത് ഒരു നശിച്ച സമയത്താണ്. ഇന്നാട്ടിലെ സുന്ദരികളായ എല്ലാ പെൺകിടാങ്ങളെയും ഭീകരനായ ഒരു വ്യാളി കൊല്ലുകയാണ്. അത് രാത്രിയും പകലും നാട്ടിലിറങ്ങും. സുന്ദരികളായ കന്യകമാരെ കിട്ടിയില്ലെങ്കിൽ മരണം വിതയ്ക്കുന്ന പ്ലേഗ് നാട്ടിന് നൽകിക്കളയും എന്നാണ് അവന്റെ ഭീഷണി. 24 വർഷമായി ഇതു തുടരുകയാണ്. ഇനി രാജാവിന്റെ സുന്ദരിയായ മകൾ സാബിയ അല്ലാതെ ഒരു പെൺകുട്ടിയും ഇന്നാട്ടിൽ ശേഷിക്കുന്നില്ല. ധീരനായ ഒരു യോദ്ധാവിനാൽ വ്യാളി കൊല്ലപ്പെടാത്തപക്ഷം, നാളെ, അവളും മരിക്കും. വ്യാളിയെ കൊല്ലുന്നവന് മകളെയും പുറമേ രാജകിരീടവും നൽകുമെന്ന് രാജാവ് പ്രഖ്യാപിച്ചിട്ടുണ്ട്."

"കിരീടം എനിക്കു വേണ്ട, പക്ഷേ സുന്ദരിയായ ഒരു പെൺകിടാവ് മരിച്ചുകൂടാ... ഞാനാ പിശാചിനെ കൊല്ലും." സെന്റ് ജോർജ് ധൈര്യപൂർവം പറഞ്ഞു.

അങ്ങനെ, അടുത്തദിവസം പ്രഭാതത്തിൽ, പരിചയണിഞ്ഞ്, തലപ്പാവുചൂടി, കൈകളിൽ മാന്ത്രികദണ്ഡും ഏന്തി, അയാൾ വ്യാളി ജീവിക്കുന്ന താഴ്വരയിലേക്കു കുതിച്ചു. കുറച്ചു ദൂരം പിന്നിട്ടപ്പോൾ കുറേ പ്രായമായ സ്ത്രീകൾ വിലപിച്ചു കൊണ്ട് നടന്നുപോവുന്നത് അയാൾ കണ്ടു. അവർക്കു നടുവിലായി സുന്ദരിയായ സാബിയയും ഉണ്ട്. ആ കാഴ്ചകണ്ട് സഹതാപാർദ്രനായ ആ യുവാവ് വ്യാളിയെ താൻ കൊല്ലാൻപോവുകയാണ് എന്നുപറഞ്ഞുകൊണ്ട് യുവതിയേയും കൂടെയുള്ളവരെയും കൊട്ടാരത്തിലേക്കു മടക്കി അയച്ചു. കണ്ണുനീരും പുഞ്ചിരിയും ഒരുമിച്ച് തുളുമ്പിയ മുഖത്തോടെ സാബിയ ആ യുവാവിനോട് നന്ദി പറഞ്ഞു. അയാൾ തന്റെ യാത്ര തുടർന്നു.

യുവാവിനെ കണ്ടതും വ്യാളി ഇടിമുഴക്കത്തെക്കാളും ഭീകരമായി അലറി.... തന്റെ അഗ്നിച്ചിറകുകൾ വിടർത്തി ഭീമാകാരരൂപം പൂണ്ടു.

ഏതു കഠിനഹൃദയനും വിറച്ചുപോവുന്ന രൂപമായിരുന്നു ആ വ്യാളിക്ക്. മുതുകുതൊട്ട്, വാലുവരെ 40 അടിയോളം വരും. ശരീരത്തിനു വെള്ളിനിറം, വയറിന് സ്വർണനിറം, കത്തുന്ന ചിറകുകൾക്ക് ചോര ച്ചുവപ്പ്.....

ആദ്യത്തെ ഏറ്റുമുട്ടലിൽ യോദ്ധാവ് നിലംപൊത്തി വീണുപോയി. പക്ഷേ, അയാൾ എഴുന്നേറ്റ് വ്യാളിയെ നൂറു കഷണമാക്കി ചിതറിക്കും വിധത്തിൽ അടിച്ചിട്ടു. വ്യാളിയുടെ തിരിച്ചടിയിൽ കുതിരപ്പുറത്തുനിന്നും സെന്റ് ജോർജ് തെറിച്ചു വീണുപോയി.

ഭാഗ്യംകൊണ്ട് അയാൾ തെറിച്ചുവീണത് പൂത്തുലഞ്ഞുനിൽക്കുന്ന ഒരു ഓറഞ്ച് മരച്ചുവട്ടിലേക്കാണ്. ആ മരത്തിന്റെ അതിരൂക്ഷമായ ഗന്ധം കാരണം വിഷജീവികൾക്ക് അതിനടുത്തേക്കടുക്കാനാവില്ല. അതു കൊണ്ട് സെന്റ് ജോർജിന് സമനില വീണ്ടെടുക്കാൻ ആവശ്യത്തിന് സമയം കിട്ടി. അവസാനം വർധിച്ച കോപത്തോടെ അവിടെനിന്നും എഴു ന്നേറ്റ അയാൾ തന്റെ വാളുകൊണ്ട് വ്യാളിയുടെ വയറ്റത്തുതന്നെ ആഞ്ഞുകുത്തി. ആ കുത്തേറ്റ്, വ്യാളിയുടെ വിഷസഞ്ചി പൊട്ടി, വിഷം പുറത്തേക്കൊഴുകി. ഒരിക്കൽക്കൂടി സെന്റ് ജോർജ് ഓറഞ്ചുമരത്തിനു കീഴെ അഭയംതേടി ക്ഷീണമകറ്റി. അവിടെ ഇരുന്നുകൊണ്ട് തനിക്കു കൂടുതൽ ശക്തി നൽകണമേ എന്നവൻ പ്രാർഥിച്ചു. ധൈര്യവും ശക്തി യും സംഭരിച്ച സെന്റ് ജോർജ് വീണ്ടും വ്യാളിയുടെ അടുത്തേക്കെത്തി. സൂക്ഷ്മതയോടെ അതിന്റെ അഗ്നിച്ചിറകുകൾക്ക് കീഴെയായി തന്റെ വാളുകൊണ്ട് ആഞ്ഞുകുത്തി. ആയുധം വ്യാളിയുടെ ഹൃദയം പിളർന്നു. പുൽത്തകിടിയാകെ മരണവെപ്രാളംകൊള്ളുന്ന വ്യാളിയുടെ ചോരവീണ് ചുവന്നു. ആ ഭീകരജീവിയുടെ തല അറുത്തെടുത്ത് തന്റെ ദണ്ഡിൽ തൂക്കിക്കൊണ്ട് സെന്റ് ജോർജ് ബേയൻഡു വഴി രാജാവിന്റെ കൊട്ടാരം ലക്ഷ്യമാക്കി നടപ്പുതുടങ്ങി.

ടോളമി എന്ന ആ ഭരണാധികാരി ഭീകരൻ വ്യാളി കൊല്ലപ്പെട്ടു എന്ന റിഞ്ഞതും നഗരം മുഴുവനും അലങ്കരിക്കുവാൻ ഉത്തരവിട്ടു. സെന്റ് ജോർജിനെ കൊട്ടാരത്തിലേക്കാനയിക്കാനായി കുഷ്യനിരിപ്പിടങ്ങളോടു കൂടിയ രഥവും, വാഹനത്തെ അനുഗമിക്കാനായി പട്ടുടയാടകളണിഞ്ഞ ആളുകളെയും ഒരുക്കാൻ രാജാവ് കൽപ്പിച്ചു. എല്ലാ ബഹുമാനത്തോടും കൂടി വാദ്യഘോഷങ്ങൾ മുമ്പും പിമ്പും അനുഗമിക്കുവാൻ വേണ്ട തയ്യാറെടുപ്പും നടത്താൻ രാജാവ് കൽപ്പന പുറപ്പെടുവിച്ചു.

സുന്ദരിയായ സാബിയാ രാജകുമാരിതന്നെയാണ് സെന്റ് ജോർജി ന്റെ മുറിവുകൾ മരുന്നുവെച്ച് കെട്ടിയതും കഴുകിയതും എല്ലാം. അതിനു ശേഷം അവൾ അവന് രത്നങ്ങൾ പതിച്ച ഒരു വിവാഹനിശ്ചയമോതിരം സമ്മാനിച്ചു. രാജാവിനോടൊപ്പം വിഭവസമൃദ്ധമായ ഭക്ഷണം കഴിച്ചു. അയാൾ ക്ഷീണമകറ്റാനായി ഉറങ്ങാൻ കിടന്നു..... ഉറക്കം വരുംവരെ

തന്റെ സ്വർണ ഓടക്കുഴലിൽ സുന്ദരിയായ രാജകുമാരി അയാൾക്കായി താരാട്ടുപാടിക്കൊണ്ടിരുന്നു.

എല്ലാം സന്തോഷകരമായി പര്യവസാനിക്കുന്നു എന്ന് തോന്നുമ്പോഴേക്കും അടുത്ത അപകടം പടിവാതിൽക്കലെത്തിക്കഴിഞ്ഞിരുന്നു.

ആൽമിഗ്നർ, എന്ന മൊറോക്കോ രാജാവ് ഏറെക്കാലം സാബിയാ രാജകുമാരിയോട് വിവാഹാഭ്യർഥനയുമായി പിറകേനടന്നതാണ്. പക്ഷേ ഫലമുണ്ടായില്ല. ഇപ്പോൾ സെന്റ് ജോർജിന് സാബിയ തന്റെ ഹൃദയകവാടം തുറന്നു കൊടുത്തിരിക്കുന്നു എന്നറിഞ്ഞ് അസൂയ മൂത്ത ആൽമിഗ്നർ എങ്ങനെയെങ്കിലും അയാളെ തകർക്കാനായി ഇറങ്ങിത്തിരിച്ചിരിക്കുകയാണ്.

അതിനായി ആദ്യമയാൾ സാബിയയുടെ അച്ഛൻ, ടോളമി രാജാവിനെ സമീപിച്ച് സാബിയ സെന്റ് ജോർജിനൊപ്പം ഇംഗ്ലണ്ടിലേക്ക് പോവുകയാണ് എന്നും അവിടെചെന്ന് ക്രിസ്തുമതം സ്വീകരിക്കാനാണ് പരിപാടി എന്നുമെല്ലാം നുണപറഞ്ഞു. അത് ഒരു പരിധിവരെ ശരിയും ആയിരുന്നു. ഇക്കാര്യമറിഞ്ഞ് കോപിഷ്ഠനായ രാജാവ് മകളെ സെന്റ് ജോർജിന് 'വിവാഹം ചെയ്തുകൊടുക്കാം' എന്ന വാഗ്ദാനത്തിൽനിന്നും പിന്മാറാൻ തീരുമാനിച്ചു. മാത്രവുമല്ല പേർഷ്യയിലെ രാജാവിന് നൽകണം എന്നു പറഞ്ഞ് ഒരു കത്ത് നൽകി സെന്റ് ജോർജിനെ അവിടെ നിന്നും ഓടിച്ചു. തന്റെ പ്രിയതമയോട് യാത്രപറയാൻ പോലും അദ്ദേഹത്തെ രാജാവ് അനുവദിച്ചില്ല.

സെന്റ് ജോർജ് ഖേദത്തോടെ അവിടെനിന്നും പുറപ്പെട്ടു. പല അപകടങ്ങളും തരണം ചെയ്ത് അയാൾ പേർഷ്യാ രാജാവിന്റെ സന്നിധിയിൽ എത്തി. പക്ഷേ സെന്റ് ജോർജിന്റെ കൈവശം രഹസ്യമായി ഏൽപ്പിച്ചിരുന്ന സന്ദേശത്തിൽ അയാളെ കൊല്ലണമെന്നുള്ള അപേക്ഷയാണ് ഉണ്ടായിരുന്നത്. ആ ചതി അയാളെ അങ്ങേയറ്റം വിഷമിപ്പിച്ചു. അതിനകം ഇരുട്ടറയ്ക്കുള്ളിൽ അടക്കപ്പെട്ട അയാൾ നിസ്സഹായനായിരുന്നു.... കൈകൾ ചങ്ങലപ്പൂട്ടിട്ട് പൂട്ടിയിരുന്നു. കാവലിനായി അലറുന്ന രണ്ടു സിംഹങ്ങൾ പുറത്തു നിൽപ്പുണ്ട്. എന്നിട്ടും അയാൾ സിംഹത്താന്മാരെ മലർത്തിയടിച്ച് അവിടെ ഉള്ളവരെ വിറപ്പിച്ചു.

ഇതിനിടെ പേർഷ്യൻ രാജാവിന് സെന്റ് ജോർജിനെ കൊല്ലുക അത്ര എളുപ്പമല്ല എന്ന ബോധ്യപ്പെട്ടു. ഇരുട്ടുജയിൽമുറിയുടെ ഇരുമ്പുവാതിലുകളുടെ കമ്പികൾ ഇരട്ടിപ്പിച്ച് അതിനകത്ത് ആ യോദ്ധാവിനെ നീണ്ട ഏഴുവർഷം തടവിലിട്ടു. അക്കാലമത്രയും അയാളുടെ ഹൃദയം നഷ്ടപ്പെട്ട തന്റെ പ്രിയ രാജകുമാരിയെ ഓർത്ത് കേഴുകയായിരുന്നു. എലികളും, ചുണ്ടെലികളും ഇഴജന്തുക്കളുമായിരുന്നു അക്കാലമത്രയും അവന്റെ കൂട്ടുകാർ. ഭക്ഷണം, ചീത്ത വെള്ളവും തവിടും മാത്രം.

അങ്ങനെയിരിക്കെ അവസാനം ഒരുദിവസം തന്റെ ഇരുട്ടറയുടെ ഒരു ഇരുമ്പ് കൊളുത്ത് തുരുമ്പെടുത്തിരിക്കുന്നതായി സെന്റ് ജോർജിന്റെ

ശ്രദ്ധയിൽപ്പെട്ടു. അത് പകുതിയിലേറെ ദ്രവിച്ചിരിക്കുന്നു. ബാക്കി അയാളുടെ കൈക്കരുത്തിനു മുമ്പിൽ പൊട്ടിയടർന്നു. നേരം അർധരാത്രിയായിരുന്നു. എങ്ങും നിശ്ശബ്ദത. അടുത്തുള്ള കുതിരലായത്തിൽനിന്നും കുതിരകളുടെ മുരൾച്ചകേൾക്കാം... അയാൾ പതിയെ പുറത്തിറങ്ങി രാജകൊട്ടാരത്തിന്റെ പൂന്തോട്ടം കടന്ന് കുതിരലായത്തിലെത്തി, കുതിരപ്പുറത്തു കയറി ധൈര്യപൂർവം നഗരകവാടത്തിലേക്ക് കുതിച്ചു. അവിടെ കണ്ട കാവൽക്കാരനോട് സെന്റ് ജോർജിനെ ജയിലിൽനിന്നും കാണാതായിരിക്കുന്നു എന്നയാൾ ധൃതിപ്പെട്ട് അറിയിച്ചു. അതുകേട്ടതും കാവൽക്കാരൻ കവാടം തുറന്നു പുറത്തേക്ക് ഓടി. അങ്ങനെ സെന്റ് ജോർജ് സുരക്ഷിതമായി കൊട്ടാരത്തിന് പുറത്തെത്തി... ആകാശത്തുനിന്നും സൂര്യോദയത്തിന്റെ ചെങ്കിരണങ്ങൾ ഭൂമിയെ തൊടുംമുമ്പേ സെന്റ് ജോർജ് എന്ന യോദ്ധാവ് തന്റെ ഏഴുവർഷം നീണ്ട ജയിൽവാസത്തിൽ നിന്നും രക്ഷപ്പെട്ട് സുരക്ഷിതമായ ഒരു മാർഗത്തിൽ എത്തിച്ചേർന്നു....

വിശപ്പുകൊണ്ട് തളർന്ന അയാൾ അടുത്തുള്ള ഒരു കുന്നിൻനെറുകയിൽ കണ്ട വീട്ടിൽ ഭക്ഷണം ചോദിക്കാൻ തീരുമാനിച്ചു. ആ കെട്ടിടത്തിന് മുമ്പിലെത്തിയപ്പോൾ അയാൾ കണ്ടത് അതിസുന്ദരിയായ ഒരു യുവതിയെ ആണ്. അവൾ ജനലരികിൽ ഇരിക്കുകയായിരുന്നു. താഴെനിന്ന് അയാൾ അവളെ ഉച്ചത്തിൽ വിളിച്ചു:

“ഏയ് സ്ത്രീയെ, നിങ്ങളിത്തിരി കരുണയുള്ളവളാണെന്നു കരുതട്ടെ.... ആണെങ്കിൽ എനിക്കിത്തിരി ഭക്ഷണം തരാമോ? വിശപ്പുകൊണ്ടു തളർന്ന ഒരു ക്രിസ്ത്യൻ യോദ്ധാവാണു ഞാൻ....”അവളുടെ മറുപടി പെട്ടെന്നായിരുന്നു.

“എടോ യോദ്ധാവേ.... ഓടിപ്പൊയ്ക്കൊ..... എന്റെ യജമാനൻ ഭയങ്കരനാണ്. മുഹമ്മദിന്റെ അനുയായി ആയ അദ്ദേഹം ക്രൈസ്തവരെനശിപ്പിക്കുന്ന ആളാണ്. ഓടിപ്പൊയ്ക്കൊള്ളൂ....”

അതുകേട്ടതും സെന്റ് ജോർജ് ഉച്ചത്തിൽ ചിരിച്ചുകൊണ്ട് അലറി:

“എങ്കിൽ പോയി അയാളോട് വരാൻ പറയൂ.... ഒരു ക്രിസ്ത്യൻ യോദ്ധാവ് വീട്ടുമുറ്റത്തുവന്നു നിൽക്കുന്നു എന്നു പറയ്. രണ്ടാലൊന്ന് ഇപ്പത്തന്നെ അറിയാം.....”

വന്യമായ ആ വെല്ലുവിളി കേട്ടതും സർവായുധധാരിയായ വീട്ടുകാരൻ പുറത്തെത്തി. ഭീമാകാരൻ, വലിയതല, രക്തമിറങ്ങിച്ചുവന്ന കണ്ണുകൾ... കടുവയുടേതുപോലത്തെ വായ.... അയാളുടെ ആകാരപുഷ്ടിക്കു മുമ്പിൽ സെന്റ് ജോർജ് ആദ്യമൊന്നു പകച്ചു. ഭയംകൊണ്ടല്ല, മറിച്ച് താനേറെ ക്ഷീണിച്ച അവസ്ഥയിലാണല്ലോ എന്നോർത്ത്. പക്ഷേ പോരാട്ടത്തിന് ഒട്ടും വീര്യം കുറവുണ്ടായിരുന്നില്ല. സെന്റ് ജോർജ് ആ ഭീമാകാരനോട് ഉച്ചവരെ പടവെട്ടി.... ഒടുവിൽ ആയുധം വാരിയെല്ലുകളിലേക്കാഴ്ത്തി ഇറക്കി സെന്റ് ജോർജ് അയാളെ കൊന്നു മലർത്തി.

അതിനുശേഷം ആ കെട്ടിടത്തിനകത്തേക്കു തന്നെ സെന്റ് ജോർജ് ആനയിക്കപ്പെട്ടു. തന്റെ ഭീകരൻ യജമാനനിൽനിന്നും രക്ഷപ്പെട്ട ആ യുവസുന്ദരി സെന്റ് ജോർജിനെ വേണ്ടുവോളം സൽക്കരിച്ചു, ഭക്ഷണവും വിശ്രമവും നൽകി. സെന്റ് ജോർജിന്റെ കുതിരയ്ക്കും ഭക്ഷണവും വിശ്രമവും എല്ലാം ആവോളം ലഭിച്ചു.

ആ സ്ത്രീയോട് യാത്ര പറഞ്ഞിറങ്ങിയ സെന്റ് ജോർജ് ഏറെദൂരം മുമ്പോട്ടു കുതിച്ച് ഒടുവിൽ ഉമാഗ്നിൻ എന്ന മാന്ത്രികന്റെ മാന്ത്രിക പൂന്തോട്ടത്തിൽ എത്തിച്ചേർന്നു. അവിടെ പാറക്കൂട്ടങ്ങൾക്കിടയിൽ ഒരു മാന്ത്രികവാൾ അയാൾ കണ്ടു. അത്ര സുന്ദരമായ ഒന്ന് അയാളതിന് മുമ്പ് കണ്ടിട്ടില്ലായിരുന്നു. ശുദ്ധവെള്ളികൊണ്ടുള്ള അതിന്റെ പിടിയിൽ സ്വർണലിപികളിൽ ഇപ്രകാരം എഴുതിയിരുന്നു.

കിഴക്കുനിന്നുള്ള ആ യോദ്ധാവെത്തി
പാറകൾക്കിടയിൽ നിന്നുമീ വാൾ
കണ്ടെത്തുംവരെ എന്റെ മന്ത്രശക്തി ശേഷിക്കും.
അവൻ വരുന്നതോടെ ഉമാഗ്നിൻ എന്ന ഞാൻ വീഴും.
വിട..... മാന്ത്രികശക്തിയേ.... എല്ലാത്തിനും വിട.....

അതുകണ്ടതും സെന്റ് ജോർജ് ആ വാളെടുക്കാനായി ലാഘവത്തോടെ കൈ എത്തിച്ചു. പെട്ടെന്നെടുക്കാം എന്ന ആ ധാരണ തെറ്റായിരുന്നു. വെറും ഒരു പട്ടുനൂലിൽ കൊരുത്തിട്ട ആ വാൾ ഏറെ പണിപ്പെട്ടിട്ടും അയാൾക്കെടുക്കാനായില്ല. ഉടൻതന്നെ ആ മാന്ത്രികപ്പൂന്തോട്ടത്തിന്റെ എല്ലാ വാതിലുകളും തുറക്കപ്പെട്ടു. ഉമാഗ്നിൻ എന്ന മാന്ത്രികൻ അവിടെ പ്രത്യക്ഷപ്പെട്ടു. കൈകളിൽ ചുംബിച്ച് സ്നേഹം പ്രകടിപ്പിച്ച അയാൾ സെന്റ് ജോർജിനെ അകത്തേക്കാനയിച്ചു. അകത്തൊരു ഗുഹയ്ക്കുള്ളിൽ സ്വർണവിരിപ്പിൽ ഒരു യുവകോമളൻ ഉറങ്ങുന്നുണ്ട്. നാലു സുന്ദരികൾ അയാൾക്കായി താരാട്ടു പാടിക്കൊണ്ടിരിക്കുന്നു.

"നിങ്ങളന്വേഷിക്കുന്ന പടയാളി ഇതാ....."

മാന്ത്രികൻ പറഞ്ഞു. അയാൾ മാറ്റാരുമല്ല. വെയിൽസിൽ നിങ്ങൾക്കൊപ്പം ഉണ്ടായിരുന്ന യോദ്ധാവായ സെന്റ് ഡേവിഡ് ആണ് ഇദ്ദേഹം. ഇവൻ എന്റെ വാളെടുക്കാൻ ശ്രമം നടത്തി. പക്ഷേ തോറ്റുപോയി. നിങ്ങൾ വന്നതോടെ ഇദ്ദേഹത്തിന്റെ നിദ്ര തീരാറായി.

അതു പറഞ്ഞു തീർന്നതും ഒരു ഞൊടിയിടയിൽ ആ പൂന്തോട്ടമടക്കം എല്ലാം അപ്രത്യക്ഷമായി.... വെയിൽസിന്റെ അധിപൻ അദ്ദേഹത്തിന്റെ ഏഴു വർഷം നീണ്ട നിദ്രവിട്ടെഴുന്നേറ്റു. സെന്റ് ജോർജിന് നന്ദി പറഞ്ഞുകൊണ്ടായിരുന്നു ആ എഴുന്നേൽപ്പുതന്നെ.

ആ സംഭവവും കഴിഞ്ഞ് സെന്റ് ജോർജ് യാത്ര തുടർന്നു. പല സാഹസികതകളും പിന്നിട്ട് ഒടുവിലയാൾ തന്റെ പ്രിയപ്പെട്ട സാബിയാ രാജകുമാരിയെ ഉപേക്ഷിച്ചുപോന്ന ഈജിപ്റ്റിൽ എത്തിച്ചേർന്നു. പക്ഷേ

ആ രാജ്യത്തിലേക്കു കാലെടുത്തുവെച്ചതും ഹൃദയഭേദകമായ ആ ദുരന്തസത്യം അയാൾ അറിഞ്ഞു. സാബിയയുടേയും അവളുടെ അച്ഛൻ ടോളമി രാജാവിന്റെയും ഒന്നും എതിർപ്പു വകവയ്ക്കാതെ, മൊറൊക്കോയിലെ ക്രൂരനായ രാജാവ് അവളെ കടത്തിക്കൊണ്ട് പോയിരിക്കുന്നു. അവിടെ തന്റെ പല ഭാര്യമാരിൽ ഒരാളാക്കി സാബിയയെ അയാൾ താമസിപ്പിച്ചിരിക്കുകയാണ്..... ആ വിവരം അറിഞ്ഞതും തന്റെ പ്രിയപ്പെട്ടവളെ ഒന്നു കാണാനായി സെന്റ് ജോർജ് മൊറോക്കൊയുടെ തലസ്ഥാനമായ ട്രിപ്പോളിയിലേക്ക് കുതിച്ചു.

കീറിപ്പറിഞ്ഞ വസ്ത്രവുമായി ഒരു യാചകന്റെ മട്ടിലാണ് സെന്റ് ജോർജ് അവിടെ എത്തിച്ചേർന്നത്. യാചകവേഷത്തിലായതുകൊണ്ട് സ്ത്രീകളുടെ കൊട്ടാരക്കെട്ടിലേക്ക് അയാൾക്കുടനടി പ്രവേശനം ലഭിച്ചു. അവിടെ ദരിദ്രരായ കുറേപ്പേർ മുട്ടിലിരുന്ന് പ്രാർഥിച്ചുകൊണ്ടിരിക്കുകയായിരുന്നു.

എന്തിനാണങ്ങിനെ പ്രാർഥിക്കുന്നത് എന്നന്വേഷിച്ചപ്പോൾ മറുപടി ഇതായിരുന്നു.

“ഇവിടത്തെ നല്ലവളായ രാജ്ഞി സാബിയ, ഞങ്ങളോട് അവളുടെ മാനസപുരുഷൻ സെന്റ് ജോർജിന്റെ നന്മയ്ക്കായി പ്രാർഥിക്കാൻ പറഞ്ഞിരിക്കുകയാണ്.”

അതുകേട്ടതും സെന്റ് ജോർജിന്റെ ഹൃദയം സന്തോഷംകൊണ്ട് തുടിച്ചു. അയാളും ആ യാചകർക്കൊപ്പം മുട്ടിലിരുന്നു. കുറച്ചു നേരത്തിനകം സുന്ദരിയും മ്ലാനവദനയുമായ സാബിയ വാതിൽക്കൽ പ്രത്യക്ഷപ്പെട്ടു. നിരാശയും വേദനയും ആ മുഖത്ത് നിഴലായി പരന്നിരിക്കുന്നു..... വേഷവിതാനങ്ങൾക്കുപോലും ദുഃഖച്ഛവി.

നിശ്ശബ്ദയായി അവൾ ഓരോരുത്തർക്കായി ദാനം നൽകിക്കൊണ്ടിരുന്നു...... പക്ഷേ സെന്റ് ജോർജിന്റെ മുമ്പിലെത്തിയതും അത്ഭുതപ്പെട്ട് അവൾ കൈകൾ നെഞ്ചോട് ചേർത്തു.... എന്നിട്ട് മൃദുലമായിപ്പറഞ്ഞു:

“എഴുന്നേൽക്കൂ..... യാചകാ....നിങ്ങൾ എന്നെ മരണത്തിൽനിന്നു രക്ഷിച്ചു. ഇത്രയും നേരം നിങ്ങൾ പ്രാർഥിച്ചു. എന്റെ പ്രിയതമനെപ്പോലെ തന്നെ ഉണ്ട് കാഴ്ചയ്ക്ക്.”

അതോടെ സെന്റ്ജോർജ് പതിയെ എഴുന്നേറ്റ് തലകുനിച്ചുകൊണ്ട് പറഞ്ഞു: “പ്രിയപ്പെട്ടവളെ ഞാൻ തന്നെയാണ് നിന്റെ പ്രിയൻ.”

അവൻ പണ്ട് അവൾ സമ്മാനിച്ച ആ മുദ്രമോതിരമെടുത്ത് അവളെ കാണിച്ചു.... അവൾ അതിലേക്കൊന്നും നോക്കിയതേയില്ല....സാബിയയുടെ പ്രണയാർദ്രമായ കണ്ണുകൾ അവന്റെ മുഖത്തുതന്നെ ആയിരുന്നു.

ആൽഗ്നിമർ ചെയ്ത ചതിയാണ് തങ്ങളെ തമ്മിൽ പിരിച്ചത് എന്ന കാര്യം കൂടി സെന്റ് ജോർജ് സാബിയയെ അറിയിച്ചു. അതുകൂടി കേട്ടപ്പോൾ അവളുടെ കോപവും സങ്കടവും ഇരട്ടിച്ചു....

"സംസാരിച്ചു സമയം കളയണ്ട.... എനിക്കിനി ഒരുനിമിഷംപോലും ഈ നശിച്ച സ്ഥലത്തുനിൽക്കാൻ വയ്യ. ആൽഗ്നിമർ നായാട്ടിന് പോയിരിക്കുകയാണ്. അയാൾ വരുംമുമ്പ് നമുക്ക് രക്ഷപ്പെടാം."

അവിടെനിന്നും അവരുടെ ബേയാർഡിന്റെ പുറത്തെത്തി. സെന്റ് ജോർജിനു പിന്നിൽ ആ കുതിരപ്പുറത്ത് ഒരു പക്ഷിയെപ്പോലെ പറ്റിച്ചേർന്ന് സാബിയാ രാജകുമാരി ഇരുന്നു. അവർ പർവതങ്ങളും, കുന്നുകളും, കാടും നദിയും പിന്നിട്ട് മുമ്പോട്ടു കുതിച്ചു. ഒടുവിലവർ ഗ്രീസിന്റെ വിശാലമായ മണ്ണിൽ എത്തിച്ചേർന്നു.

ആ രാജ്യം അവിടത്തെ രാജാവിന്റെ വിവാഹം ആഘോഷിക്കുകയായിരുന്നു. എല്ലാ വിനോദങ്ങളും ഗംഭീരമായി നടക്കുന്നു. നേരത്തേ സെന്റ് ജോർജിനെ വിട്ടുപിരിഞ്ഞ യോദ്ധാക്കൾ ആറു പേരും അവിടെ എത്തിച്ചേർന്നിരുന്നു. ഏഴാമൻ സെന്റ് ജോർജ് എത്തിയവിവരം നാടൊട്ടുക്ക് പരന്നു. മറ്റ് ആറുപേരും തങ്ങളുടെ പ്രിയതമകളോടൊപ്പമാണ് എത്തിയിരുന്നത്.

അങ്ങനെ ആ ഏഴു യോദ്ധാക്കളും അവരുടെ പ്രിയപ്പെട്ട സ്ത്രീകൾക്കൊപ്പം ആനന്ദത്തിമിർപ്പിൽ ആറാടി.

ആ സന്തോഷവേളയിലേക്ക് ലോകത്തുള്ള എല്ലാ ക്രിസ്ത്യാനികൾക്കും എതിരായി യുദ്ധമുണ്ടാവാൻ പോവുകയാണ് എന്ന വാർത്ത പരന്നു.

ആ സാഹചര്യത്തിൽ അവർ ഏഴുപേരും തങ്ങളുടെ ഭാര്യമാരെ സ്വന്തം രാജ്യങ്ങളിൽ സുരക്ഷിതരാക്കി തിരിച്ചേൽപ്പിച്ച് സ്വന്തമായി ഓരോരോ ചാവേർപ്പട ഉണ്ടാക്കിയതിനുശേഷം ആറു മാസം കഴിഞ്ഞ് കണ്ടുമുട്ടാമെന്ന് തീരുമാനിച്ചു. ഒത്തൊരുമിച്ച് ഒറ്റശക്തിയായി ക്രൈസ്തവർക്കായി പോരാടാം എന്നവർ ഉറച്ചു.

അങ്ങനെ ആറുമാസങ്ങൾക്കുശേഷം സെന്റ് ജോർജ് മേധാവിയായ ഒരു പടയോട്ടം തന്നെ ട്രിപ്പോളിയിലേക്ക് അവരുടെ നേതൃത്വത്തിൽ നടന്നു.

"ക്രൈസ്തവർക്കുവേണ്ടി പോരാടുക
ക്രൈസ്തവർക്കുവേണ്ടി മരിക്കുക...."

അതായിരുന്നു അവരുടെ മുദ്രാവാക്യം.

ഏറെക്കാലത്തെ യുദ്ധങ്ങൾക്കും ഏറ്റുമുട്ടലുകൾക്കും ശേഷം സെന്റ് ജോർജും കൂട്ടരും വിജയം കണ്ടു. മേധാവി എന്ന നിലയ്ക്ക് കിരീടം സെന്റ് ജോർജിനു തന്നെ നൽകാൻ മറ്റ് യോദ്ധാക്കൾക്കിടയിൽ തീരുമാനമായി. അവർ സെന്റ് ജോർജിനെ ഇംഗ്ലണ്ടിലെ ഭരണാധികാരിയായി പ്രഖ്യാപിച്ചു. മറ്റുള്ളവർ ഓരോരോ സാമ്രാജ്യത്തിന്റെ ഭരണാധികാരികൾ ആയിത്തീർന്നു. ഇംഗ്ലണ്ടിലെ ചക്രവർത്തി സെന്റ് ജോർജ്

മൊറോക്കോയുടെ മേധാവി, ഈജിപ്റ്റിന്റെ രാജാവ് പേർഷ്യയുടെ സുൽത്താൻ എന്നിങ്ങനെ എല്ലാ ഭരണാധികാരികളും നീണാൾവാഴട്ടെ....."

ഇംഗ്ലണ്ടിൽ നീതിയും നിയമവും വേണ്ടവിധം നടപ്പാക്കി. അവിശ്വാസികളായി ചുറ്റിക്കറങ്ങുന്നവരെ ക്രിസ്തുമതവിശ്വാസത്തിലേക്ക് സ്വാഗതംചെയ്തു. സമാധാന അന്തരീക്ഷം വീണ്ടെടുക്കാൻ സെന്റ് ജോർജിന് വളരെ എളുപ്പം സാധിച്ചു. അതിനുശേഷം ഭരണം വിശ്വസ്തരായ കോൺസിൽമാരെ ഏൽപ്പിച്ച് സെന്റ് ജോർജ് ഈജിപ്റ്റിൽ പ്രിയപ്പെട്ടവളുടെ അടുത്തേക്ക് ഓടിയെത്തി. സാബിയാ രാജ്ഞി മൂന്ന് മക്കളെ പ്രസവിച്ചു. അങ്ങനെ ഏഴുയോദ്ധാക്കളിലെ ഏറ്റവും മിടുക്കനും മഹാനും ആയ ഇംഗ്ലണ്ടിന്റെ രാജാവ് സെന്റ് ജോർജിന്റെ ജീവിതം സന്തുഷ്ടമായി അവസാനിച്ചു.

മൂന്നുകരടികളുടെ കഥ

വനത്തിനകത്ത് മൂന്നുകരടികൾ ഒരുമിച്ച് ഒരു വീട്ടിനുള്ളിൽ കഴിഞ്ഞിരുന്നു. ഒന്നൊരു കുഞ്ഞൻകരടി, രണ്ടാമത്തേത് ഇടത്തരം, മൂന്നാമൻ വലിയൊരു കരടി. അവർക്കു മൂന്നുപേർക്കും പായസം കുടിക്കാൻ മൂന്ന് പാത്രങ്ങൾ ഉണ്ട്. കുഞ്ഞൻകരടിക്ക് കൊച്ചുപാത്രം, രണ്ടാമന് ഇടത്തരമൊരു പാത്രം, മൂന്നാമന് വലിയപാത്രം. ഇരിക്കാനവർക്ക് മൂന്ന് കസേരകൾ ഉണ്ട്. അതും ഒന്ന് ചെറുത്, ഒന്ന് വലുത് ഒന്ന് ഇടത്തരം. പിന്നെ ഉറങ്ങാൻ മൂന്നു കിടക്ക. കുഞ്ഞുകരടിക്ക് കുഞ്ഞു കിടക്ക. രണ്ടാമന് സാമാന്യം വലിപ്പമുള്ള കിടക്ക. മൂന്നാമന് വലിയൊരു കിടക്ക.

ഒരുദിവസം അവർ പ്രാതലിന് പായസം ഉണ്ടാക്കി. പായസം ചൂടാറാനായി പാത്രങ്ങളിൽ ഒഴിച്ചുവെച്ചശേഷം അവർ പുറത്തേക്ക്, വനത്തിലേക്കിറങ്ങി. ചൂടുപായസം കുടിച്ചാൽ വാ പൊള്ളിപ്പോവും എന്ന് ആ കരടികൾക്ക് അറിയാം. ആ നേരത്ത് ഗോൾഡിലോക്ക് എന്ന കൊച്ചു പെൺകുട്ടി അവിടെ എത്തി. വനത്തിന്റെ മറുവശത്ത് അമ്മയോടൊപ്പമാണവളുടെ താമസം. കരടികളുടെ വീടിനടുത്തെത്തിയതും ആ വീട്ടിലേക്ക് ജനലുവഴി അവൾ ഒളിഞ്ഞുനോക്കി. ആരും അകത്തില്ലെന്നു കണ്ടപ്പോൾ മെല്ലെ വാതിൽ തുറന്ന് അകത്തെത്തി. കരടികൾ ആർക്കും ഒരു ദ്രോഹവും ചെയ്യാത്ത പാവങ്ങൾ ആയിരുന്നു. അതുകൊണ്ടുതന്നെ തങ്ങളെ ആരും ഉപദ്രവിക്കില്ലെന്ന് അവർ വിശ്വസിച്ചു. പാവം കരടികൾ വാതിലടയ്ക്കാൻപോലും മെനക്കെടാറില്ല. പക്ഷേ സൂത്രക്കാരിയും വികൃതിയുമായ അവൾ അകത്തുകയറിയതും, മേശപ്പുറത്തിരിക്കുന്ന പായസപാത്രത്തിൽ കണ്ണുവച്ചു. കരടികൾ വന്നിട്ട്, അവരോട് ചോദിച്ചിട്ടിത്തിരി പായസം വാങ്ങിക്കുടിക്കാനുള്ള മര്യാദയൊന്നും ഗോൾഡിലോക്കിന് ഉണ്ടായിരുന്നില്ല. നല്ല കരടികൾ അവൾക്കും കുറച്ച് കൊടുക്കാതിരിക്കില്ല.

പക്ഷേ അവൾ ഒട്ടും നല്ല കുട്ടി ആയിരുന്നില്ല. അതുകൊണ്ട് തന്നെ പായസം കട്ടുകുടിക്കാനവൾ തീരുമാനിച്ചു.

ആദ്യമവൾ വലിയ കരടിയുടെ വലിയ പാത്രത്തിലെ പായസം തൊട്ടുനാവിൽവച്ചു. അതു ഭയങ്കര ചൂടായിരുന്നു. പിന്നെ രണ്ടാമത്തെ പാത്രത്തിലെ നുണഞ്ഞുനോക്കി. അതു തണുത്തു പോയിരുന്നു. മൂന്നാമത്തെ, കൊച്ചുപാത്രത്തിലേതു ചൂടും തണുപ്പും എല്ലാം പാകമായിരുന്നു. അവളത് കുടിച്ചു. കുടിച്ചെന്നു പറഞ്ഞാൽ മുഴുവനും ഒരു തരിപോലും ബാക്കി വെക്കാതെ കുടിച്ച് തീർത്തു.

അമ്മ പറഞ്ഞുവിട്ടകാര്യം ചെയ്യാതെ പൂമ്പാറ്റകൾക്കു പിറകേ ഓടിനടന്ന് ഗോൾഡിലോക്ക് ക്ഷീണിച്ചിരുന്നു. പായസം കുടിച്ചശേഷം അവൾ വലിയ കസേരയിൽ ഇരുന്നു. അതവൾക്ക് കട്ടി കൂടുതലായിരുന്നു. പിന്നെയവൾ രണ്ടാമത്തെ കസേരയിൽ ഇരുന്നുനോക്കി; അതും വളരെ കൂടുതൽ മൃദുലമായിരുന്നു. ഒടുവിലവൾ കുഞ്ഞൻകരടിയുടെ കുഞ്ഞു കസേരയിൽ ഇരുന്നു..... അതവൾക്കിഷ്ടപ്പെട്ടു. ആ കസേര തറയിലെടുത്തിട്ട് അതിനകത്തെ പഞ്ഞിയെല്ലാം അവൾ പുറത്തെടുത്തു... അവളൊരു ചീത്തക്കുട്ടിയായിരുന്നു.

പിന്നെ അവൾ പതിയെ മുകൾനിലയിലെ കരടികളുടെ ബെഡ്റൂമിലേക്കു കയറി. വലിയ കിടക്ക—അവൾക്ക് ഒരുപാട് ഉയരം കൂടുതലായിരുന്നു. രണ്ടാമത്തേത് ഒരുപാട് കനം കൂടുതലായിപ്പോയി. മൂന്നാമത്തെ കുഞ്ഞുകിടക്ക അവൾക്ക് പാകമായിരുന്നു. അതിനകത്തുകയറി, അവൾ പുതച്ചുമൂടി കിടന്നു. അങ്ങനെ അവൾ ഉറങ്ങിപ്പോയി.

ഈ സമയത്ത്, പായസം ചൂടാറി കുടിക്കാൻ പാകമായിക്കാണും എന്നു കരുതി മൂന്ന് കരടികളും മടങ്ങി എത്തി. ഒട്ടും ശ്രദ്ധയില്ലാത്ത ഗോൾഡിലാക്ക് വലിയ കരടിയുടെ പായസപാത്രത്തിലെ സ്പൂൺ കളഞ്ഞിരുന്നു.

"അതെ എന്റെ പായസം കുടിച്ചിട്ടുണ്ട്."

വലിയ കരടി അലറി.

രണ്ടാമത്തെ കരടി നോക്കുമ്പോൾ അവന്റെ സ്പൂൺ പായസപ്പാത്രത്തിൽ വീണു കിടക്കുന്നു.

"എന്റെ പായസം, ഇതും കുടിച്ചിട്ടുണ്ട്." അവനും മുരണ്ടു.

കുഞ്ഞുകരടി കണ്ട കാഴ്ചയോ സ്പൂൺ പാത്രത്തിൽ തന്നെയുണ്ട്. പക്ഷേ ഒരുതുള്ളി പായസംപോലും പാത്രത്തിലില്ല.

"അതെ, എന്റെ പായസവും കുടിച്ചിട്ടുണ്ട്. മുഴുവനും കുടിച്ചിട്ടുണ്ട്..."

കുഞ്ഞുകരടി തന്റെ ചെറിയ ശബ്ദത്തിൽ കരഞ്ഞു.

അതോടെ ആരോ വീടിനകത്തു കയറിയിട്ടുണ്ടെന്ന് അവർക്ക് ബോധ്യമായി. അവർ എല്ലായിടവും പരിശോധിച്ചു. ഗോൾഡിലോക്ക് കസേരകളെല്ലാം സ്ഥാനംമാറ്റി, വിരിപ്പുകളെല്ലാം വാരിവലിച്ചിട്ടിരുന്നു.

"എന്റെ കസേരയിൽ അതെ ഇരുന്നിട്ടുണ്ട്." വലിയ കരടി അലറി.

രണ്ടാമത്തെ കരടി നോക്കുമ്പോൾ തന്റെ കസേരയുടെ വിരിപ്പ് താഴെ കിടക്കുന്നു.

"എന്റെ കസേരയിലും ഇരുന്നിട്ടുണ്ട്." രണ്ടാമത്തെ കരടി മുരണ്ടു.

കുഞ്ഞൻകരടി നോക്കുമ്പോൾ കസേര കീറിപ്പറിഞ്ഞു കിടക്കുന്നു.

"എന്റെ കസേരയിലും ഇരുന്നിട്ടുണ്ട്. അതിന്റെ അടിവശം നശിപ്പിച്ചു..."

കുഞ്ഞുകരടി തന്റെ ചെറിയ ശബ്ദത്തിൽ കരഞ്ഞു.

വല്ല കൊള്ളക്കാരും ആയിരിക്കുമോ എന്ന് കരടികൾക്കു സംശയം തോന്നി. അങ്ങനെ മുകൾനിലയിലുംകൂടി പരിശോധിക്കാനായി അവർ കയറിച്ചെന്നു. ഗോൾഡിലോക്ക് വലിയ കരടിയുടെ തലയിണ തള്ളി താഴെ ഇട്ടിരുന്നു.

"എന്റെ കിടക്കയിലാരോ കിടന്നിട്ടുണ്ട്." വലിയ കരടി അലറി.

രണ്ടാമത്തെ കിടക്കയുടെ വിരിപ്പ് ഗോൾഡിലോക്ക് താഴെയിട്ടിരുന്നു.

"എന്റെ കിടക്കയിലാരോ കിടന്നിട്ടുണ്ട്." രണ്ടാമത്തെ കരടി മുരണ്ടു.

കുഞ്ഞൻ കരടി നോക്കുമ്പോൾ വിരിപ്പും തലയിണയും യഥാസ്ഥാനത്തുണ്ട് പക്ഷേ കിടക്കയിൽ.....?

തലയിണയിൽ തലയും വച്ച് അവൾ.....

"എന്റെ കിടക്കയിലാരോ കിടന്നിട്ടുണ്ട്... ഇപ്പോഴും കിടക്കുന്നുണ്ട്."

ചെറിയ കരടി കുഞ്ഞു ശബ്ദത്തിൽ കരഞ്ഞു.

ഗോൾഡിലോക്ക് വലിയ കരടിയുടെ അലർച്ച കേട്ടിരുന്നു. പക്ഷേ ഇടിവെട്ടുകയാവും എന്നേ അവൾ കരുതിയുള്ളൂ. രണ്ടാമത്തെ കരടിയുടെ മുരൾച്ച കേട്ടപ്പോൾ ഉറക്കത്തിൽ സ്വപ്നത്തിലാരോ സംസാരിക്കയാണ് എന്നവൾ കരുതി. പക്ഷേ കുഞ്ഞൻ കരടിയുടെ തുളച്ചു കയറുന്ന ഒച്ച കേട്ടതും അവൾ ചാടി എഴുന്നേറ്റു. തന്റെ ചുറ്റും മൂന്നു കരടികൾ നിൽക്കുന്നതു കണ്ട് അവൾ ഓടി ജനലരികിൽ എത്തി. കരടികൾ നല്ലവരായതുകൊണ്ട് എപ്പോഴും ജനൽ തുറന്നിടും... ഗേൾഡിലോക്ക് അതുവഴി എടുത്തുചാടി... ഒരുപക്ഷേ അവളുടെ കൈയോ കാലോ ഒടിഞ്ഞിരിക്കാം, അല്ലെങ്കിൽ വനത്തിലവൾ ഒളിച്ചിരിക്കാം, അല്ലെങ്കിൽ വനത്തിലൂടെ രക്ഷപ്പെട്ടിരിക്കാം. ആ വികൃതിപ്പെണ്ണ് എന്തുചെയ്തു എന്നറിയില്ല. പാവം കരടികൾ പിന്നീടവളെ കണ്ടിട്ടില്ല.

ടോം ടിറ്റ് ടോട്ട്

ഒരിടത്ത് ഒരമ്മ അഞ്ച് കേക്കുകൾ ഉണ്ടാക്കി. പക്ഷേ അവ അടുപ്പിൽനിന്നും എടുത്തപ്പോഴേക്കും കഴിക്കാൻ പറ്റാത്തത്ര കട്ടിയായിപ്പോയി. അതുകൊണ്ട്, അവർ മകളോട് ഇങ്ങനെ പറഞ്ഞു:

"മോളെ, ഈ കേക്കുകൾ കൊണ്ടുപോയി അലമാരയിൽ വച്ചേക്കൂ. കുറച്ച് കഴിയുമ്പൊ അതുവീണ്ടും ശരിയായി വന്നുകൊള്ളും."

കുറച്ചുകഴിയുമ്പോൾ അതു താനെ മൃദുവായിക്കൊള്ളും എന്നാണ് അമ്മ ഉദ്ദേശിച്ചത്. പക്ഷേ മകൾക്കതു പിടികിട്ടിയില്ല. അവൾ സ്വയം പലതും ചിന്തിച്ചു. അമ്മ പറയുന്നു കേക്കുകൾ വീണ്ടും വരും എന്ന്... എന്താ അതിപ്പോൾത്തന്നെ അങ്ങു കഴിച്ചാൽ പോരെ?" നല്ല ബലമുള്ള പല്ലുകളുള്ള അവൾ കഷ്ടപ്പെട്ട് തന്നെ അതോരോന്നായി തിന്നുതീർത്തു.

അത്താഴത്തിന്റെ സമയത്ത് അമ്മ മകളോട് "പോയി ആ കേക്ക് എടുത്തുകൊണ്ടു വരൂ. ഇപ്പോൾ അതു നന്നായി വന്നിട്ടുണ്ടാവും ഉറപ്പാണ്" എന്നു പറഞ്ഞു.

മകൾ പോയി അലമാരയിൽ നോക്കി. പക്ഷേ അവിടെ ഒഴിഞ്ഞ പാത്രങ്ങൾ മാത്രമേ ഉണ്ടായിരുന്നുള്ളൂ.

"ഇല്ല അമ്മേ... അവ ഒന്നും വന്നിട്ടില്ല" അവൾ മടങ്ങിവന്നിട്ട് പറഞ്ഞു.

"ഒന്നുപോലും?" അമ്മ ചോദിച്ചു.

"ഒന്നും ഇല്ല" മകൾ തറപ്പിച്ചു പറഞ്ഞു.

"ശരി. എന്നാലും എനിക്കിപ്പൊ ഒന്ന് കഴിക്കാൻ കിട്ടിയേ പറ്റൂ. ഒന്നിങ്ങോട്ടെടുക്ക്." അമ്മ പറഞ്ഞു.

"പക്ഷേ എങ്ങനെ? അവ വന്നിട്ടില്ലെങ്കിൽ പിന്നെന്തു ചെയ്യും?"

"എനിക്കു കഴിക്കാനാവും. നീയിങ്ങെടുക്ക് കുട്ടീ. എന്റെ പല്ലിനു നല്ല ബലമുണ്ട്." അമ്മ ദേഷ്യപ്പെട്ടു.

"അമ്മ വന്നുനോക്കൂ. ഞാനതൊക്കെ നേരത്തേതന്നെ തിന്നില്ലെ. പിന്നെങ്ങനെ അവ വരും?"

അമ്മ എഴുന്നേറ്റു ചെന്നുനോക്കുമ്പോൾ കാലിപ്പാത്രങ്ങൾ മാത്രം ഇരിക്കുന്നത് കണ്ടു.

അങ്ങനെ അത്താഴത്തിനൊന്നും കഴിക്കാൻ കിട്ടാതെ ആ അമ്മ വീട്ടുവാതിൽപ്പടിയിലിരുന്ന് തന്റെ തുന്നൽ യന്ത്രമെടുത്ത് തുന്നാനാരംഭിച്ചു. തുന്നുന്നതിനൊപ്പം അവൾ പാട്ടു പാടി.

"എന്റെ മോളിന്നഞ്ചു കേക്കുതിന്നൂ......
എന്റെ മോളിന്നഞ്ചു കേക്കുതിന്നൂ..........

ആ സമയത്ത് അന്നാട്ടിലെ രാജാവ് അതുവഴിവരാനും ആ പാട്ടു കേൾക്കാനും ഇടയായി. പക്ഷേ രാജാവിന് വരികൾ ശരിക്ക് മനസിലായില്ല. അതുകൊണ്ട് കുതിരയെ നിർത്തി രാജാവ് ആ സ്ത്രീയോട് കാര്യം അന്വേഷിച്ചു.

"നിങ്ങളെന്താണീ പാടുന്നത്? പറയൂ."

മകളുടെ വിശപ്പിനെക്കുറിച്ച് രാജാവറിയുന്നത് ഭയന്ന് അവൾ പാട്ടിങ്ങനെ മാറ്റിപാടി.....

"എന്റെ മോളിന്ന് അഞ്ചു കോട്ടു തുന്നി.....
എന്റെ മോളിന്ന് അഞ്ചു കോട്ടു തുന്നി...."

"അഞ്ചു കോട്ടു തുന്നി!" രാജാവ് അത്ഭുതപ്പെട്ടു.

"എന്ത് അതിശയം?" ഇങ്ങനെ തുന്നുന്ന ഒരുവളെ കുറിച്ച് ഞാനിതുവരെ കേട്ടിട്ടില്ല.... ഞാനെന്റെ ഭാര്യയാക്കാൻ ഒരു പെൺകുട്ടിയെ തിരഞ്ഞ് നടക്കുകയാണ്. നിങ്ങളുടെ മകൾ ഒറ്റദിവസംകൊണ്ട് അഞ്ചു കോട്ടു തുന്നിയെങ്കിൽ അവൾ മതി എനിക്കു ഭാര്യയായിട്ട്. ഒരു കാര്യം ഓർക്കണം 11 മാസം അവൾ രാജ്ഞിയായി ഇരുന്നാൽ മതി. അവൾക്ക് കഴിക്കാനിഷ്ടമുള്ളതെന്തും ഞാൻ കൊടുക്കും, ആഗ്രഹമുള്ളതെന്തും അവൾക്കു ലഭിക്കും. ഇഷ്ടമുള്ള കൂട്ടുകാരുണ്ടാവും, പക്ഷേ പന്ത്രണ്ടാമത്തെ മാസം ഓരോ ദിവസവും അവൾ എനിക്കു അഞ്ചുകോട്ടുവീതം തുന്നിത്തരണം. അതിനു കഴിഞ്ഞില്ലെങ്കിൽ.... അവൾക്ക് ഞാൻ മരണം വിധിക്കും! പറയ്, വല്ല വിലപേശലും ഉണ്ടോ?"

അമ്മ പെട്ടെന്നു സമ്മതിച്ചു. തന്റെ മകൾക്ക് എത്ര നല്ല ഭാഗ്യമാണ് വരാൻ പോവുന്നത് എന്നോർത്ത് അവർ സന്തോഷിച്ചു. പിന്നെ അഞ്ച് കോട്ടുകളുടെ കാര്യം? അതിനെക്കുറിച്ച് ചിന്തിക്കാൻ ഒരുവർഷം കാലാവധിയുണ്ട്. ചുണ്ടിനും കപ്പിനും ഇടയിൽ ഈ അവസരം നഷ്ടപ്പെടുത്തികൂടാ. കുറച്ച് കഴിയുമ്പോൾ രാജാവ് തന്നെ അതു മറന്നുകൊള്ളും. അങ്ങനെ അവർ മകളുടെ വിവാഹം നടത്തി. എന്തായാലും പതിനൊന്നു മാസം മകൾ രാജ്ഞിയായിരിക്കുമല്ലോ. വിവാഹവും അതിനുശേഷമുള്ള

പതിനൊന്നു മാസവും ആഘോഷമായിത്തന്നെ കഴിഞ്ഞുപോയി. അവൾക്കാഗ്രഹമുള്ളതെല്ലാം കിട്ടി. ഭക്ഷണം, വസ്ത്രം, കൂട്ടുകാർ... കൊതിക്കുന്നതെല്ലാം. ദയാലുക്കളിൽ ദയാലുവായിരുന്നു ആ രാജാവ്. പത്താം മാസമായപ്പോൾ അവൾ അഞ്ചു കോട്ടു തുന്നുന്ന കാര്യം ഓർത്തു. പതിനൊന്നാം മാസം മുതൽ രാജാവ് അക്കാര്യം ചോദിക്കുമോ എന്നവൾ ഭയന്നു. പക്ഷേ അദ്ദേഹം ഒന്നുംതന്നെ ചോദിച്ചില്ല. അദ്ദേഹമതു മറന്നു എന്നു തന്നെ അവർ നിശ്ചയിച്ചു.

പക്ഷേ പതിനൊന്നാം മാസത്തിലെ അവസാനത്തെ ദിവസം രാജാവ് ഭാര്യയെ ഒരു മുറിയിലേക്കു കൂട്ടിക്കൊണ്ട് പോയി. ആ മുറി അതിനു മുമ്പവൾ കണ്ടിട്ടേ ഇല്ലായിരുന്നു. ഒരു ജനൽ മാത്രമുള്ള ആ മുറിയിൽ ഒരു സ്റ്റൂളും തുന്നാനുള്ള സാമഗ്രികളും മാത്രമേ ഉണ്ടായിരുന്നുള്ളൂ. "നോക്കൂ പ്രിയേ...." രാജാവ് പറഞ്ഞു തുടങ്ങി "നാളെ രാവിലെ മുതൽ നിന്നെ ഈ മുറിയിലാണ് അടച്ചിടുക. വൈകുന്നേരത്തിനകം നീ അഞ്ചു കോട്ടുകൾ തുന്നിത്തീർന്നിട്ടില്ല എങ്കിൽ നിന്റെ തല കാണില്ല, ഉറപ്പാണ് കാര്യം."

തുന്നാൻപോലും പഠിച്ചിട്ടില്ലാത്ത ഒരു പൊട്ടിപ്പെണ്ണാണവൾ. അവൾ ഭയന്നുവിറച്ചു. അവൾക്ക് എന്തുചെയ്യണം എന്നൊരു പിടിയും കിട്ടിയില്ല. അവളെ സഹായിക്കാൻ ആരുമില്ലായിരുന്നു. അവൾ ഇന്നൊരു രാജ്ഞിയാണ്, അമ്മ കൂടെയില്ല... ഉപദേശം തേടാൻ ആരുമില്ല. അങ്ങനെ സ്വന്തം മുറിക്കകത്തു കയറി വാതിലടച്ചിരുന്നവൾ കരയാൻ തുടങ്ങി. കരഞ്ഞു കരഞ്ഞ് മനോഹരമായ അവളുടെ കണ്ണുകൾ ചുവന്നുകലങ്ങി.

കരച്ചിലിനും ഞരങ്ങലിനും ഇടയ്ക്ക് വാതിലിനടിയിൽനിന്നും ഒരു ചെറിയ ശബ്ദം അവൾ കേട്ടു. ആദ്യം ഒരു ചുണ്ടെലിയാണത് എന്നാണവൾക്കു തോന്നിയത്... പിന്നെ വാതിലിലാരോ മുട്ടുകയാണെന്നു കരുതി.

പക്ഷേ എഴുന്നേറ്റ് വാതിൽ തുറന്നപ്പോൾ അവൾ കണ്ടതോ? കറുത്ത നിറത്തിലുള്ള ഒരു കുഞ്ഞുജീവി. കുഞ്ഞുവാലാട്ടിക്കൊണ്ടത് മുറിയിൽ ഓടി നടന്നു.

"നീ എന്തിനാ കരയുന്നത്?" തന്റെ വാലാട്ടിക്കൊണ്ട്-അതുകൊണ്ടാണതിനെ കാണാൻ പറ്റുന്നതുതന്നെ-അതു ചോദിച്ചു.

"നീ എന്തിനാ കരയുന്നത്? നീ എന്റെ വാലു നോക്ക്... കാണാൻ നല്ല ഭംഗിയുണ്ടല്ലെ.... നീ പറയ് എന്നോടു പറയ്, എന്തിനാ കരയുന്നത്?" അതു നിർബന്ധിച്ചു.

അവൾ കണ്ണുതുടച്ചുകൊണ്ട് ആദ്യം മുതൽ എല്ലാം പറഞ്ഞു. എല്ലാ കഥകളും കേക്ക്, അമ്മയുടെ പാട്ട്, വിവാഹം, തുന്നുന്നകാര്യം കള്ളം പറഞ്ഞത്.... എല്ലാം.

കേട്ടുകഴിഞ്ഞപ്പോൾ ആ കുഞ്ഞുജീവി പൊട്ടിച്ചിരിച്ചു. "അതെല്ലാം കളഞ്ഞേക്ക്..." അതു പറഞ്ഞു. "ഞാൻ എല്ലാ ദിവസവും രാവിലെ വന്ന് തുന്നാനുള്ളതെല്ലാം എടുത്തുകൊണ്ട് പോവാം, രാത്രി അഞ്ചു കോട്ടു

തുന്നി കൊണ്ടുതന്നേക്കാം.... പോരേ? എന്താ വില പറയണം എന്നുണ്ടോ?"

ഒട്ടും ചിന്തിക്കാനറിഞ്ഞുകൂടാത്ത ആ പൊട്ടിപ്പെണ്ണ് ഇങ്ങനെ ചോദിച്ചു. എന്തെങ്കിലും പറഞ്ഞാൽ അതു പിന്നീട് വിനയാവും എന്നവൾ ചിന്തിച്ചില്ല... അവളുടെ അമ്മയെപോലെതന്നെ.

"നിങ്ങൾ എന്തു പറയുന്നു?"

"എല്ലാദിവസവും രാത്രി ഞാൻ നിനക്ക് മൂന്ന് സൂചനകൾ തരും അതുവെച്ച് നീ എന്റെ പേര് ഊഹിച്ചെടുക്കണം. ഒരുമാസം തീരും മുമ്പ് കണ്ടുപിടിച്ചാൽ മതി. പക്ഷേ നിനക്കത് കണ്ടുപിടിക്കാനായില്ലെങ്കിൽ.... നീ എന്റേതാവും.. എന്റെ സ്വന്തം. സമ്മതിച്ചോ?"

ഒരുമാസം തീരുവോളം എല്ലാ രാത്രിയും മൂന്ന് സൂചനകൾ വീതം! അത് ഏറെയാണന്നവൾക്കു തോന്നി. ഇനി ഒന്നും ആലോചിക്കാനില്ല. അവൾ സമ്മതം മൂളി. "ശരി സമ്മതം."

അടുത്തദിവസം അവളുടെ ഭർത്താവ് അവളെ ആ മുറിക്കകത്ത് ഇട്ട് അടച്ചു. ഒരുദിവസത്തേക്കുള്ള ഭക്ഷണവും തുന്നാനുള്ള സാമഗ്രികളും അതിനകത്ത് ഒരുക്കിയിരുന്നു.

"ഇതാ പ്രിയപ്പെട്ടവളെ, ഇരുന്ന് തുന്നിത്തുടങ്ങിക്കോളൂ." അവളുടെ ഭർത്താവ് ആകാവുന്നത്ര ദയാവായ്പ്പോടെ തുടർന്നു.... "നിനക്ക് അഞ്ചു കോട്ടുകൾ തുന്നിതീർക്കാനായില്ലെങ്കിൽ..., ചിലപ്പോൾ, നിന്റെ തല തന്നെ കഴുത്തിനുമീതെ കാണില്ല. അക്കാര്യം ഓർത്തോളൂ."

അതോടെയവൾ കുഴഞ്ഞു. വാതിലുകളെല്ലാം അടച്ച് രാജാവ് പുറത്തേക്കു പോയി. അവൾക്ക് കരച്ചിൽവന്നു തുടങ്ങുമ്പോഴേക്കും, ആ കുഞ്ഞുജീവി സ്ഥലത്തെത്തി. ജനൽപ്പടിയിൽ ഇരുന്ന് മനോഹരമായി വാലാട്ടിക്കൊണ്ട് അതു പറഞ്ഞു:

"ഗുഡ് മോണിംഗ്! എല്ലാം ഇങ്ങ് തന്നേക്ക്...."

അവൾ എല്ലാം എടുത്ത് കൊടുത്ത ഉടനെതന്നെ അതുപോയി. അവൾക്കു നല്ല വിശപ്പുതോന്നി. രാജാവാണെങ്കിൽ വിഭവസമൃദ്ധമായ ഭക്ഷണമാണ് അവൾക്കുവേണ്ടി എത്തിച്ചിരിക്കുന്നത്. അവൾ വയറു നിറയെ കഴിച്ചു. നേരം വൈകിത്തുടങ്ങിയതോടെ വീണ്ടും അവൾക്കു പരിഭ്രമം തുടങ്ങി. ഹൃദയം പടപടാന്ന് ഇടിച്ചു. ഏറെ വൈകുംമുമ്പ് ജനലിൽ മുട്ടുന്ന ശബ്ദം കേട്ടു. അവളുടൻ എഴുന്നേറ്റ് ജനവാതിൽ തുറന്നു. കയ്യിൽ അഞ്ച് കോട്ടുകളുമായി കുഞ്ഞൻജീവി നിൽക്കുന്നു.

വിജയഭാവത്തിൽ അവ കൈമാറിയശേഷം അവൻ ചോദിച്ചു:

"ഇനി പറയ്... എന്താണാപേര്?"

വളരെ നിസ്സാരം എന്ന മട്ടിൽ അവൾ പറഞ്ഞു:

"ബിൽ.."

"അല്ല", വാലാട്ടിക്കൊണ്ട് അതു പറഞ്ഞു.

"എങ്കിൽ, നെഡ്". അവൾ പറഞ്ഞു.

“അല്ല.” കുറച്ചുകൂടി വേഗത്തിൽ വാലാട്ടിക്കൊണ്ട് വീണ്ടും പറഞ്ഞു.

“ശരി.” അവൾ കുറച്ച് ആലോചനയോടെ പറഞ്ഞു: “ഉം... എങ്കിൽ മാർക്ക്!”

“അതും അല്ല.” അത്രയും പറഞ്ഞ് അവൻ ചിരിക്കാൻ തുടങ്ങി... പിന്നെ അതു പറന്നുപോയി.

കുറച്ചിടകഴിഞ്ഞപ്പോൾ അവളുടെ ഭർത്താവ് മുറിക്കകത്തെത്തി അഞ്ച് കോട്ടുകൾ കണ്ട് അയാൾ സന്തുഷ്ടനായി. അയാൾ തന്റെ ഭാര്യയോട് കൂടുതൽ സ്നേഹം കാണിച്ചു.

“ഞാൻ നിന്റെ തലവെട്ടാനൊന്നും പോവുന്നില്ല പ്രിയേ.... ബാക്കി ദിവസങ്ങളും ഇങ്ങനെ സന്തോഷമായിട്ട് കഴിഞ്ഞുപോവും.” ശുഭരാത്രി നേർന്നുകൊണ്ട് അയാൾ വാതിൽ പൂട്ടി മുറിവിട്ടുപോയി.

അടുത്തദിവസം രാവിലെ വീണ്ടും തുന്നാനുള്ള സാമഗ്രികളും കൂടുതൽ വിഭവസമൃദ്ധമായ ഭക്ഷണവും മുറിയിലെത്തി. കുറച്ചുകഴിഞ്ഞപ്പോൾ ആ ജീവി ജനലരികിൽ വന്നു. വൈകിട്ടായപ്പോഴേക്ക് അഞ്ചു കോട്ടുകളുമായി അതു തിരിച്ചെത്തുകയും ചെയ്തു.

അന്നും അവൾ പേരുകൾ പറഞ്ഞു നോക്കി. പക്ഷേ മൂന്ന് ഊഹവും തെറ്റിപ്പോയി. അവൻ ഒരു ചിരിയോടെ മുറിവിട്ടുപോയി.

പതിയെ അതെല്ലാം ഒരു പതിവായി മാറി. കുഞ്ഞൻജീവി എന്നും രാവിലെവരും. വൈകുന്നേരമാവുമ്പോഴേക്ക് അഞ്ചു കോട്ടുകൾ തിരിച്ചെത്തിക്കും. അവൾ എന്നും പേരുകൾ പറയും. എന്നും ഊഹം പിഴച്ചു പോവും. ദിവസങ്ങൾ കഴിയുംതോറും അവൾ ഭക്ഷണംപോലും കഴിക്കാതെ അവന്റെ പേര് ചിന്തിച്ചുകൊണ്ടിരിപ്പായി. പക്ഷേ ശരിയായ പേര് ഊഹിക്കാൻ കഴിഞ്ഞതേ ഇല്ല.

അങ്ങനെ ആ മാസത്തിലെ അവസാനത്തിനു തൊട്ടുമുമ്പുള്ള ദിവസം വന്നെത്തി....

വന്നതും അവൻ ചോദിച്ചു.

“നീ എന്റെ പേര് കണ്ടുപിടിച്ചോ?”

ബൈബിൾ വായിച്ചുകൊണ്ടിരിക്കുകയായിരുന്ന അവൾ ചോദിച്ചു:

“നിക്കോഗോമസ് എന്നല്ലേ?”

“അല്ല.”

“സാമുവൽ.”

“ഉം... ഉം...”

“എങ്കിൽ.... മെതുസ്ലെഹ്? കരച്ചിൽപോലെ ആയി അവളുടെ ശബ്ദമിപ്പോൾ.

“അതുമല്ല. ഇനി ഒറ്റരാത്രിയേ ബാക്കിയുള്ളൂ... മൂന്ന് അവസരംകൂടി... അതുകഴിഞ്ഞാൽ നീ എന്റേതാവും.”

അവൾക്ക് അതിയായ ദുഃഖവും പരിഭ്രമവും ഉണ്ടായി. കരയാൻ പോലുമായില്ല ആ പാവത്തിന്. ആ സമയത്ത് പതിവുപോലെ അവളുടെ ഭർത്താവ് അങ്ങോട്ട് വന്നു. അദ്ദേഹത്തെ കണ്ടതും അവൾ പണിപ്പെട്ട് സന്തോഷം നടിക്കാൻ ശ്രമിച്ചു.

"എനിക്കു സന്തോഷമായി പ്രിയേ.... വീണ്ടും അഞ്ചു കോട്ടുകൾ. എനിക്കു നിന്റെ തലവെട്ടാനുള്ള കൽപ്പന പുറപ്പെടുവിക്കേണ്ടി വരില്ല. ഇപ്പൊ എനിക്കുറപ്പായി, നമുക്ക് സന്തോഷത്തോടെ ഏറെക്കാലം കഴിയാം." അങ്ങനെ പറഞ്ഞുകൊണ്ട് രാജാവ് വേലക്കാരോട് ഭക്ഷണം എത്തിക്കാൻ പറഞ്ഞു. ഭൃത്യർ ഭക്ഷണവും രാജാവിനിരിക്കാൻ പീഠവും കൊണ്ടുവന്നു. അവർ അടുത്തടുത്തായി ഇരുന്ന് അത്താഴം കഴിക്കാനാരംഭിച്ചു.

പാവം രാജ്ഞിക്ക് ഒന്നും തന്നെ കഴിക്കാനായില്ല. അവൾക്ക് ചെറിയ കറുത്ത ആ കുഞ്ഞൻ ജന്തുവിനെ മറക്കാൻ കഴിഞ്ഞില്ല. നാളെ എന്തും സംഭവിക്കാം.... രാജാവ് രണ്ട് മൂന്ന് വായ കഴിച്ചതും എന്തോ ഓർത്ത് പൊട്ടിച്ചിരിക്കാൻ തുടങ്ങി. ഉറക്കെ, ഉറക്കെ ചിരിക്കുന്ന രാജാവിനെ നോക്കി അതിശയത്തോടെ രാജ്ഞി ചോദിച്ചു:

"എന്താ നിങ്ങൾ ചിരിക്കുന്നത്?"

"ഞാനിന്നൊരു കാഴ്ച കണ്ടു പ്രിയേ, അതോർത്ത് ചിരിച്ചുപോയതാണ്." രാജാവ് പറഞ്ഞു. "ഞാൻ നായാട്ടിനായി പോയതായിരുന്നു. അങ്ങനെ ഞാൻ മുമ്പൊരിക്കലും കണ്ടിട്ടില്ലാത്ത ഒരു കൊട്ടാരത്തിനകത്ത് ചെന്നുപെട്ടു. അതിനകത്തുനിന്നും പലതരത്തിലുള്ള ശബ്ദങ്ങൾ കേട്ടുകൊണ്ടിരുന്നു. അകത്തേക്കു ചെന്നുനോക്കിയപ്പോൾ ഞാനെന്താ കണ്ടതെന്നറിയാമോ, ഒരു കറുത്ത കുഞ്ഞൻ ജീവിയിരുന്ന് തുന്നുന്നു. അതിന്റെ വാലിളകുന്നതിനെക്കാൾ വേഗത്തിൽ..... ഹൊ.... അതുപോലെയൊരു കാഴ്ച നീ കണ്ടുകാണില്ല. ആരും കണ്ടു കാണില്ല. വേഗത്തിൽ തുന്നിക്കൊണ്ടിരിക്കുന്നതിനിടെ അതു സന്തോഷത്തോടെ ഇങ്ങനെ പറയുന്നുമുണ്ട്:

"പേരു പറയ്, പേരുപറയാനാവില്ല
ആരൂഹിക്കും ടോം ടിറ്റ് ടോട്ടെന്നൊരു പേര്.....
പേരുപറയ്, പേരുപറയാനാവില്ല
ആരൂഹിക്കും, ടോം ടിറ്റ് ടോട്ടെന്നൊരു പേര്...."

രാജാവ് പറഞ്ഞുനിർത്തി. അത്രയും കേട്ടതും രാജ്ഞിക്ക് തുള്ളിച്ചാടാനാണ് തോന്നിയത്. പക്ഷേ, അവർ ഒന്നും സംഭവിക്കാത്തതുപോലെ ഭക്ഷണം കഴിക്കുന്നത് തുടർന്നു.

അടുത്തദിവസം രാവിലെതന്നെ കുഞ്ഞുജീവി എത്തി. തുന്നാനുള്ള സാധനങ്ങൾ എടുത്തുകൊടുക്കുമ്പോഴും, അവന്റെ മുഖത്തെ ഗൂഢമായ ആനന്ദം കണ്ടിട്ടും അവൾ ഒന്നും പറഞ്ഞില്ല. നേരം ഇരുട്ടിത്തുടങ്ങിയപ്പോൾ ജനലിൽ മുട്ടു കേട്ടു. മുഖത്ത് പരിഭ്രമം വരുത്തികൂട്ടി അവൾ ജനൽ തുറന്നു. അവൻ സന്തോഷത്തോടെ സംസാരിക്കാനാരംഭിച്ചു.

“ശരി സുന്ദരി പെണ്ണേ.... ഇതാ അഞ്ചു കോട്ടുകൾ.... ഇനി എന്റെ പേരുപറയ്...”

അവൾ ചുണ്ടുകടിച്ച് പേടി അഭിനയിച്ചുകൊണ്ടു പറഞ്ഞു:

“അത്.... ആ.... സോളമൻ?”

“അല്ല” വർധിച്ച സന്തോഷത്തോടെ അവൻ പറഞ്ഞു.

ഭയംകൊണ്ട് സംസാരിക്കാൻപോലും ആവാത്തതുപോലെ അവൾ വീണ്ടും പറഞ്ഞു.

“സിബ്ബീസീ എന്നല്ലേ?”

“അല്ല.....” അവന്റെ ആഹ്ലാദം വ്യക്തമാണ്. അസാമാന്യ വേഗത്തിൽ അതിന്റെ വാൽ ആടിക്കൊണ്ടിരുന്നു.

“സമയമെടുത്ത് ആലോചിച്ച് പറഞ്ഞോളൂ...... ഓർത്തുനോക്കൂ.... അടുത്ത ഒരു വാക്കോടെ നീ എന്റെ സ്വന്തം..... സ്വന്തം.”

അവൾ അതിന്റെ അടുത്തുനിന്നും ഒരടി പിറകോട്ട് മാറി..... പിന്നെ അതിന്റെ നേരെ കൈചൂണ്ടി ചിരിച്ചുകൊണ്ട് പറഞ്ഞു:

“നിങ്ങളുടെ പേര് ടോം ടിറ്റ് ടോട്ട്.”

അത്ര ദയനീയമായ ഒരു രോദനം ആരും കേട്ടുകാണില്ല..... കുഞ്ഞൻ ജീവി താഴോട്ടു വീണുപോയി... പിന്നെ അത് ഇരുട്ടിലേക്കു പറന്നകന്നു. പിന്നീടാരും അതിനെ കണ്ടിട്ടേ ഇല്ല.

രാജ്ഞിയാണെങ്കിലോ? രാജാവിനൊപ്പം ഏറെനാൾ സുഖമായി ജീവിച്ചു.

സ്വർണപ്പെട്ടി

ഒരിക്കൽ ദൂരെ ഒരു സ്ഥലത്ത് ഒരു അമ്മയും അച്ഛനും താമസിച്ചിരുന്നു. അവർക്ക് ഒറ്റ മകനാണുണ്ടായിരുന്നത് - ജാക്ക്. അവൻ വലിയ പുസ്തകപ്രേമിയായിരുന്നു. സദാസമയവും പുസ്തകം വായനതന്നെ ജോലി. അവൻ അവന്റെ അമ്മയേയും അച്ഛനേയും അല്ലാതെ മറ്റാരേയും കണ്ടിട്ടുകൂടി ഇല്ല.

അങ്ങിനെ ഇരിക്കെ ഒരുദിവസം തന്റെ ഭാഗ്യം തേടി നാടുവിട്ടു പോവാൻ ജാക്ക് തീരുമാനിച്ചു. അവൻ ആ കാര്യം അമ്മയോടു പറഞ്ഞു. വെറുതെ വീട്ടിൽ ഇരിക്കുന്നതിലും നല്ലതാണല്ലോ അതെന്നോർത്ത് അമ്മയും സമ്മതിച്ചു. തന്റെ അനുഗ്രഹാശിസുകളോടുകൂടിയ ഒരു കുഞ്ഞു കേക്കും ശാപവചസുകളോടുകൂടിയ വലിയ കേക്കും തയാറാക്കിയശേഷം ഏതുവേണം നിനക്ക് എന്ന് അമ്മ ജാക്കിനോട് ആരാഞ്ഞു. തീറ്റക്കൊതിയനായ ജാക്ക്, വലുത് തന്നെ തെരഞ്ഞെടുത്തു.

വലിയ കേക്കുമായി മകൻ പടി ഇറങ്ങിപോവുന്നതും നോക്കി അമ്മ വീടിനുമുകളിൽനിന്ന് ശാപവചസുകൾ ചൊരിഞ്ഞുകൊണ്ടിരുന്നു. മകൻ പോയി മറഞ്ഞതും അവർ ഇരുന്ന് കരയാൻ തുടങ്ങി.

ഏറെ ദൂരംപോവും മുമ്പ് ജാക്ക് ഒരു വയലിലെത്തി. അവിടെ അവന്റെ അച്ഛൻ ഉഴുതുമറിക്കുകയായിരുന്നു. തന്റെ മകൻ വീടുവിട്ട് പോവുകയാണെന്ന് അറിഞ്ഞപ്പോൾ അയാൾക്ക് അതിയായ വിഷമം തോന്നി. അതും അവന്റെ അമ്മയുടെ ശാപവുംകൂടി ഏറ്റുവാങ്ങിക്കൊണ്ടാണെന്നറിഞ്ഞപ്പോൾ അയാളുടെ വിഷമം ഇരട്ടിച്ചു. എല്ലാം ശരിയാക്കാനായി അയാൾ അവസാനം പോക്കറ്റിൽനിന്ന് ചെറിയ സ്വർണപ്പെട്ടി പുറത്തെടുത്തു. അത് മകനുകൊടുത്തുകൊണ്ട് പറഞ്ഞു:

"നിനക്കെന്നെങ്കിലും പെട്ടെന്നുള്ള മരണം അഭിമുഖീകരിക്കേണ്ടി വരികയാണെങ്കിൽ, അങ്ങനെ വരുമ്പോൾ മാത്രമേ ഇതു തുറക്കാവൂ. വർഷങ്ങളായി നമ്മുടെ കുടുംബത്തിന്റെ കൈവശം ഇതുണ്ടായിരുന്നു.... പക്ഷേ തലമുറകളായി ഈ വനത്തിലായിട്ടും ആർക്കും ഈ പെട്ടിയുടെ സഹായം തേടേണ്ടിവന്നിട്ടില്ല - ഒരുപക്ഷേ നിനക്കാവശ്യം വന്നേക്കും."

ആ പെട്ടിയും വാങ്ങി പോക്കറ്റിലിട്ടുകൊണ്ട് ജാക്ക് നടപ്പു തുടർന്നു.

കുറേദൂരം നടന്നപ്പോൾ ജാക്ക് ക്ഷീണിച്ചു. അവന് നല്ല വിശപ്പു തോന്നി. പൊതിയഴിച്ച് അമ്മ കൊടുത്ത വലിയ കേക്കെടുത്ത് അവൻ വയറുനിറച്ചു കഴിച്ചു. ഇരുട്ടു പരന്നപ്പോൾ ജാക്കിന് നടക്കാൻ വഴി കാണാതെയായി.

അവസാനം അവിടെ കണ്ട ഒരു വലിയ വീടിന്റെ പുറകുവശത്തെത്തി ജാക്ക് താമസിക്കാനൊരിടം നൽകണേ എന്നു യാചിച്ചു. കാണാൻ സുമുഖനായിരുന്നു അവൻ. അതുകൊണ്ടുതന്നെ ആ വീട്ടിലെ വേലക്കാരി അവനെ അടുക്കളയിലേക്കു വിളിച്ച് ധാരാളം ബ്രഡും വീഞ്ഞും നൽകി സൽക്കരിച്ചു. അവൻ ഭക്ഷണം കഴിച്ചുകൊണ്ടിരിക്കെ ആ വീട്ടുടമസ്ഥന്റെ യുവതിയായ മകൾ അവിടേക്കുവരികയും, അവനെ കാണാനിടയാവുകയും ചെയ്തു. ഉടനെതന്നെ അവൾ ആ വിവരം അച്ഛനെ അറിയിക്കുകയും അവനെന്തെങ്കിലും ജോലി കൊടുക്കണം എന്നപേക്ഷിക്കുകയും ചെയ്തു. തന്റെ മകളോട് വലിയ സ്നേഹമുണ്ടായിരുന്നു ആ മുതലാളിക്ക്. അതുകൊണ്ടുതന്നെ അവളെ വിഷമിപ്പിക്കാൻ അയാൾ ഇഷ്ടപ്പെട്ടില്ല. അദ്ദേഹം ഉടനെതന്നെ അടുക്കളയിലെത്തി അവനെന്തു ജോലിചെയ്യാനാണ് താൽപ്പര്യം എന്നന്വേഷിച്ചു.

"എന്തും ചെയ്യാം" എന്നായിരുന്നു ജാക്കിന്റെ മറുപടി. വീട്ടിനകത്തെ വല്ല ചെറുജോലികൾ എന്നേ അവൻ ആ മറുപടികൊണ്ടുദ്ദേശിച്ചിരുന്നുള്ളൂ.

പക്ഷേ ആ മുതലാളി തന്റെ മകളെ വിഷമിപ്പിക്കാതെതന്നെ അവന് ജോലി നൽകുന്ന ബുദ്ധിമുട്ട് ഒഴിക്കാനുള്ള ഒരു നല്ല അവസരമായിട്ടാണ് അതു കണ്ടത്. "ഹൊ, നീയങ്ങനെ എന്തുംചെയ്യുമെങ്കിൽ ഒരുകാര്യം ചെയ്യ്" - അയാൾ ചിരിച്ചുകൊണ്ട് പറഞ്ഞു തുടങ്ങി. "നാളെ രാവിലെ എട്ടു മണി ആവുമ്പോഴേക്ക് നീ എന്റെ ബംഗ്ലാവിനു മുമ്പിൽ നാല് മൈൽ വിസ്താരമുള്ള ഒരു കുളം കുഴിക്കണം. കുളത്തിൽ ധാരാളം ബോട്ടുകൾ ഓടിക്കളിക്കണം. അവയിൽനിന്നും എന്റെ ബംഗ്ലാവിനു മുമ്പിൽ വെടി ഉതിരണം. അതിലെ അവസാന വെടി എന്റെ മകൾ ഉറങ്ങുന്ന കട്ടിലിന്റെ കാലുകൾ തകർക്കണം. കാരണം അവളെന്നും വൈകിയാണുണരാറ്."

"എന്ത്?" ജാക്ക് ഞെട്ടിപ്പോയി.

"എനിക്കതു ചെയ്യാൻകഴിഞ്ഞില്ലെങ്കിൽ...?"

"നിന്റെ കാര്യം പോക്കായിരിക്കും." അയാൾ ശാന്തനായി പറഞ്ഞു.

അതിനുശേഷം വേലക്കാർ അവനെ ഒരു മുറിക്കകത്തിട്ട് പൂട്ടി.

മുറിക്കകത്ത് പലതും ചിന്തിച്ച് ഉത്തരംകിട്ടാതെ ജാക്ക് ഉറങ്ങിപ്പോയി. അതെ അവൻ ഉറങ്ങി. ഉണർന്നത് എട്ട് മണി ആവാറായ നേരത്ത്.... ഓടി ജനലരികിൽ പോയി പുറത്തേക്ക് നോക്കിയപ്പോഴോ. ആ വലിയ ഘടികാരത്തിൽ എട്ട് മണി ആകാൻ പോകുന്നു. വിശാലമായ മുറ്റത്ത് റോസാപൂക്കളും സൂര്യകാന്തിയും ചിരിച്ച് വിശാലമായി കിടക്കുന്നു. പെട്ടെന്നവൻ ആ കൊച്ചു സ്വർണപ്പെട്ടിയെക്കുറിച്ചോർത്തു.

“ഞാനിപ്പോൾ മരണത്തിനടുത്തുതന്നെയാണ്,” സ്വയം പറഞ്ഞു കൊണ്ടവൻ ആ പെട്ടി തുറന്നു. തുറന്ന ഉടൻ മൂന്ന് ചുവന്ന കുഞ്ഞു മനുഷ്യർ അതിനകത്ത് ഉറക്കച്ചടവോടെ കിടക്കുന്നത് അവൻ കണ്ടു. ദീർഘകാലമായി അവർ അതിനകത്ത് ഉറങ്ങിക്കിടക്കുകയായിരുന്നല്ലോ. അവർ കണ്ണു തിരുമ്മി, കോട്ടുവായിട്ടുകൊണ്ടു ചോദിച്ചു:

“യജമാനനേ, ഞങ്ങൾ അങ്ങേക്കുവേണ്ടി എന്താണ് ചെയ്യേണ്ടത്? സമയം ഒട്ടുമില്ലെന്നു കണ്ട ജാക്ക് ഉടൻ ആജ്ഞകൾ പുറപ്പെടുവിച്ചു. ഘടികാരം മുഴങ്ങാൻ തുടങ്ങിയതും കുഞ്ഞുമനുഷ്യർ ജനാലവഴി പുറത്തേക്കു കുതിച്ചതും, വെടിയൊച്ചകൾ മുഴങ്ങിയതും എല്ലാം ഒരുമിച്ചായിരുന്നു.

“പ്ഠോ......ഠോ.......പ്ഠോ....”

അവസാനത്തെ വെടി മുതലാളിയുടെ മകളുടെ കട്ടിൽ കാലുകൾ തകർത്തു. ചാടി എഴുന്നേറ്റുനേക്കിയ അവൾ കണ്ടതോ? മുറ്റത്ത് വിശാലമായ ഒരു തടാകം... ബോട്ടുകൾ ഒഴുകിനടക്കുന്നു....

ആ കാഴ്ച ജാക്കിനെയും അമ്പരപ്പിച്ചു. അത്തരമൊരു കാഴ്ച അവൻ ജീവിതത്തിൽ കണ്ടിട്ടേയില്ലായിരുന്നു. ആ കുഞ്ഞുമനുഷ്യർ അതുപോലെതന്നെ പെട്ടിക്കകത്തുകയറി ഉറക്കമായി. അതിനുമുമ്പായി അവരിത്രയും പറഞ്ഞു:

“വീണ്ടും ഞങ്ങളെ വിളിക്കുംമുമ്പ് ഇത്തിരി വിശ്രമം തരണേ യജമാനനേ...” പെട്ടിക്കകത്തുനിന്നും അവർ കോട്ടുവായിടുന്ന ശബ്ദം ജാക്ക് കേട്ടു.

നിങ്ങൾ ഊഹിക്കുംപോലെതന്നെ ആ മുതലാളി ജാക്കിന് തന്റെ മകളെ വിവാഹം ചെയ്തുകൊടുക്കും എന്ന് പ്രഖ്യാപിച്ചു. അയാളെ അങ്ങനെയല്ലാതെ പിന്നെങ്ങനെ ആദരിക്കാനാണ്? ആദ്യകാഴ്ചയിൽ തന്നെ ജാക്ക് അവളുമായി പ്രണയബദ്ധരായിക്കഴിഞ്ഞിരുന്നു എന്നത് മറ്റൊരു സത്യമാണ്.

എങ്കിലും ആ അച്ഛൻ കൂടുതൽ കരുതൽ എടുക്കുന്ന ആളായിരുന്നു. “അവൻ മിടുക്കനാണ്. ശരിതന്നെ. പക്ഷേ വല്ല പിശകും ഉണ്ടോഎന്നറിയണമെല്ലോ... നമുക്ക് ഒരു പരീക്ഷണംകൂടി നടത്താം.” അയാൾ മകളോട് പറഞ്ഞു.

പിന്നെ അദ്ദേഹം ജാക്കിനെ കണ്ടു സംസാരിച്ചു: “എന്റെ മകൾക്കു ജീവിക്കാൻ ഒരു വീടുവേണം. അതുകൊണ്ട് നാളെ രാവിലെ 8 മണിക്കു മുമ്പായി തടാകത്തിനു നടുക്ക് 12 സ്വർണത്തൂണുകൾക്കു മുകളിലായി

ഒരു മനോഹരമായ ബംഗ്ലാവ് പടുത്തുയർത്തണം. അതിനടുത്തായി ഒരു പള്ളിയും വേണം. എല്ലാം വധുവിനായി അലങ്കരിച്ചിരിക്കണം. 8 മണിക്ക് വിവാഹത്തിനായുള്ള കൂട്ടമണി പള്ളിയിൽനിന്നും മുഴങ്ങിയിരിക്കണം... ഇല്ലെങ്കിൽ നിന്റെ കാര്യം കുഴപ്പത്തിലാവും."

ഇത്തവണ കുഞ്ഞുമനുഷ്യർക്ക് കൂടുതൽ നേരം നൽകണം എന്ന് ജാക്ക് നിശ്ചയിച്ചു. പക്ഷേ പകലുമുഴുവൻ ആനന്ദനൃത്തവും തീറ്റയും കുടിയുമായിക്കഴിഞ്ഞ അവൻ അറിയാതെ ഉറങ്ങിപ്പോയി. ഉണർന്നപ്പോൾ 8 മണി ആവാറായിരുന്നു. ഉടനെ കുഞ്ഞുമനുഷ്യരെ വിളിക്കാൻ നോക്കിയപ്പോഴാവട്ടെ ആ പെട്ടി എവിടെയാണ് വച്ചതെന്നയാൾ മറന്നുപോയി. ഒടുവിൽ തലയണയ്ക്കടിയിൽനിന്നും അതുകണ്ടെത്തുമ്പോഴേക്കും ഘടികാരം മുഴങ്ങിത്തുടങ്ങിയിരുന്നു. പക്ഷേ, കുഞ്ഞുമനുഷ്യർ ഉറക്കംവിട്ടെഴുന്നേൽക്കലും, ജാക്ക് ആജ്ഞ പുറപ്പെടുവിക്കലും എല്ലാം നിമിഷാർധം കൊണ്ട് കഴിഞ്ഞു. പള്ളിയിൽനിന്നും വിവാഹമണി മുഴങ്ങി. മനോഹരമായ കെട്ടിടം, അലംകൃതമായ പള്ളി..... മുന്തിയ വേഷങ്ങളണിഞ്ഞ അനവധി ഭൃത്യസംഘങ്ങൾ.... എല്ലാം തയ്യാർ!

ജാക്ക് അത്തരമൊരു ദൃശ്യം മുമ്പെങ്ങും കണ്ടിട്ടില്ല. ആരും തന്നെ കണ്ടുകാണില്ല. കുഞ്ഞുമനുഷ്യർ മൂന്നുപേരും തിരിച്ച് പെട്ടിക്കുള്ളിൽ കയറി കൂർക്കംവലി തുടങ്ങി.

അങ്ങനെ ആ യുവതിയെ ജാക്ക് വിവാഹം ചെയ്തു. ദിവസങ്ങൾ സന്തോഷകരമായി കഴിഞ്ഞുപോയി. കഴിക്കാൻ നല്ല ഭക്ഷണം, കാത്തിരിക്കാൻ നല്ല ജോലിക്കാർ... ഇഷ്ടപ്പെട്ട തോഴൻമാർ.

ജാക്ക് എല്ലാംകൊണ്ടും ഭാഗ്യവാനായിരുന്നു. പക്ഷേ തന്റെ അമ്മയുടെ ശാപവാക്കുകൾ തന്റെമേൽ എന്നെങ്കിലും പതിക്കാതിരിക്കില്ല എന്നതും അവനുറപ്പായിരുന്നു.

അങ്ങനെ ഇരിക്കെ അനേകം ഭൃത്യന്മാരോടൊപ്പം നായാട്ടിനുപോയ ഒരു ദിവസം അതു സംഭവിച്ചു. ജാക്കിന് ആ സ്വർണപ്പെട്ടി നഷ്ടപ്പെട്ടു. എന്തെങ്കിലും അപകടമുണ്ടായാലോ എന്നുകരുതി അവനത് എപ്പോഴും കൂടെ കൊണ്ടുനടക്കാറാണ് പതിവ്. ധരിച്ചിരുന്ന ഷർട്ടിൽനിന്നും നായാട്ടിനുപയോഗിക്കുന്ന കോട്ടിന്റെ പോക്കറ്റിലേക്ക് ആ പെട്ടി മാറ്റാൻ ജാക്ക് മറന്നുപോയി. ഉടുപ്പ് മടക്കിവയ്ക്കുന്നതിനിടയ്ക്ക് വേലക്കാരന്റെ കൈയിൽനിന്നും പെട്ടി താഴെവീണു. വീഴ്ചയിൽ അതു തുറന്നുപോയി. കോട്ടുവായിട്ടുകൊണ്ട് മൂന്ന് കുഞ്ഞുമനുഷ്യരും എഴുന്നേറ്റു.

ഒരാവശ്യവും ഇല്ലാതെയാണ് തങ്ങളെ ഉറക്കത്തിൽനിന്നും വിളിച്ചുണർത്തിയിരിക്കുന്നത് എന്നു മനസിലാക്കിയ അവർ ദേഷ്യംകൊണ്ടു വിറച്ചു. കെട്ടിടവും സ്വർണത്തൂണുകളും എല്ലാം തങ്ങൾ എടുത്തുകൊണ്ടു പോവുകയാണെന്നവർ പറഞ്ഞു.

അതുകേട്ടതും വേലക്കാരന് സന്തോഷമായി. "നിങ്ങളതു ചെയ്യുമോ?" സൂത്രക്കാരനായ വേലക്കാരൻ ചോദിച്ചു.

"ചെയ്യും." അവർ ഉറക്കെ ചിരിച്ചുകൊണ്ട് പറഞ്ഞു, "ഞങ്ങൾക്ക് എന്തും ചെയ്യാൻ കഴിയും."

"എങ്കിലീ കെട്ടിടവും ഞങ്ങളെയും ഒക്കെ കടലിന് മുകളിൽ കൊണ്ടുപോയി സ്ഥാപിക്കാമോ? എന്നാൽ യജമാനൻ ഞങ്ങളെ ശല്യം ചെയ്യില്ല."

അവർക്ക് ആ വേലക്കാരനെ അനുസരിക്കേണ്ട കാര്യമൊന്നുമില്ല. പക്ഷേ അവർക്ക് ജാക്കിനോട് വലിയ ദേഷ്യം ഉണ്ടായിരുന്നുതാനും. ഏതായാലും നായാട്ടു കഴിഞ്ഞ് ജാക്കും സംഘവും സ്ഥലത്തെത്തിയപ്പോൾ ബംഗ്ലാവും ഇല്ല പള്ളിയുമില്ല, സ്വർണത്തൂണുകളും ഇല്ല.

ഇതെല്ലാം കണ്ടതോടെ ജാക്ക് തന്റെ മകളെ പറ്റിക്കുകയായിരുന്നു എന്ന് മുതലാളിക്ക് തോന്നി. കെട്ടിടവും മറ്റും അതേ സ്ഥാനത്തുതന്നെ പുനർനിർമ്മിക്കണം എന്ന് അയാൾ ആവശ്യപ്പെട്ടു. അതിനായി പന്ത്രണ്ട് മാസവും ഒരു ദിവസവും അയാൾ ജാക്കിന് സമയം അനുവദിച്ച് കൊടുത്തു.

അങ്ങനെ പോക്കറ്റിൽ കുറച്ചു പണവുമായി ഒരു കുതിരപ്പുറത്ത് ജാക്ക് യാത്ര തുടങ്ങി.

അവൻ പല നാടുകൾ അലഞ്ഞു. പലയിടങ്ങളിലേക്ക് വേഗത്തിൽ കുതിരയെ പായിച്ചു. കിഴക്കും, വടക്കും തെക്കും, പടിഞ്ഞാറും ദിക്കുകൾ താണ്ടി. കുന്നും മലയും, താഴ്വാരങ്ങളും പർവ്വതങ്ങളും വനാന്തരങ്ങളും ചുറ്റിക്കറങ്ങി.... എവിടെയും നഷ്ടപ്പെട്ട ബംഗ്ലാവും പള്ളിയും ഒന്നും കണ്ടെത്താനായില്ല. ഒടുവിൽ അവൻ ചുണ്ടെലികളുടെ രാജകൊട്ടാരത്തിൽ ചെന്നെത്തി. ലോകത്തുള്ള എല്ലാ ചുണ്ടെലികളുടെയും ആസ്ഥാനം. തന്റെ കഥകളെല്ലാം കാവൽക്കാരോടു വിവരിച്ച് അവൻ അകത്തേക്ക് പ്രവേശനം വാങ്ങി. ചുണ്ടെലികളുടെ ഉപചാരങ്ങൾക്കു നടുവിൽ ചുണ്ടെലി മഹാരാജാവ് ഇരിക്കുന്നു.

ചുണ്ടെലി മഹാരാജാവ് ജാക്കിനെ വേണ്ടവിധം സ്വീകരിച്ചു. പക്ഷേ അദ്ദേഹത്തിനു കാണാതായ ബംഗ്ലാവിനെക്കുറിച്ച് ഒന്നും അറിയില്ലായിരുന്നു. എന്നാലും ലോകത്തുള്ള ചുണ്ടെലികളുടെയെല്ലാം അധിപനായതുകൊണ്ട് അവർക്കാർക്കെങ്കിലും അതിനെക്കുറിച്ച് അറിയാമോ എന്ന് അന്വേഷിക്കുന്ന കാര്യം രാജാവ് ഏറ്റു. അടുത്ത ദിവസം രാവിലെതന്നെ എലികളുടെ ഒരു സമ്മേളനം വിളിച്ചുചേർക്കാൻ രാജാവ് കൽപ്പിച്ചു. രാജകൊട്ടാരത്തിൽ അന്നേദിവസം ജാക്കിന് വലിയ ആതിഥേയത്വമാണ് ലഭിച്ചത്.

പക്ഷേ, അടുത്തദിവസം രാവിലെ കറുത്തതും വെളുത്തതും, നരച്ചതും ചെറുതും വലുതുമായ ലോകത്തിന്റെ പലഭാഗത്തുനിന്നുമുള്ള ചുണ്ടെലികൾ അവിടെ എത്തിയിരുന്നു എങ്കിലും, എല്ലാവരും ഏകസ്വരത്തിൽ ഒറ്റ മറുപടിയാണ് പറഞ്ഞത്.

"ഇല്ല മഹാരാജൻ. ഞങ്ങൾ കളഞ്ഞുപോയ ബംഗ്ലാവ് കണ്ടിട്ടില്ല."

"നിങ്ങൾ എന്റെ സഹോദരൻ തവളരാജാവിനോട് ഒന്ന് അന്വേഷിച്ചു

നോക്കൂ. നിങ്ങളുടെ കുതിരയെ ഇവിടെവിട്ട് എന്റെ കുതിരകളിലൊന്നിനെ എടുത്തുകൊള്ളൂ. അത് നിങ്ങളെ സുരക്ഷിതമായി കൊട്ടാരത്തിൽ എത്തിക്കും." ജാക്കിനെ സമാധാനിപ്പിച്ചുകൊണ്ട് ചുണ്ടെലി മഹാരാജാവ് പറഞ്ഞു.

കുതിരപ്പുറത്ത് യാത്രപുറപ്പെട്ട ജാക്കിന്റെകൂടെ അവിടെനിന്നും ഒരു ചുണ്ടെലിയും കയറിപ്പറ്റി.

തവളകളുടെ കൊട്ടാരത്തിലെത്തിച്ചേർന്ന ജാക്കിനെ അകത്തു കടക്കാൻ കൂടെകൂടിയ ചണ്ടെലി സഹായിച്ചു. തങ്ങൾ ചുണ്ടെലിരാജാവ് പറഞ്ഞുവിട്ടിട്ട് വരികയാണെന്നും കാണേണ്ടത് അത്യാവശ്യമാണെന്നുമെല്ലാം അവർ കാവൽക്കാരെ ധരിപ്പിച്ചു. അകത്ത് ധാരാളം തവളകൾക്കു നടുവിൽ തവളരാജാവ് ഇരിക്കുന്നു. പക്ഷേ... അവരാരുംതന്നെ ആ കെട്ടിടത്തെയോ സ്വർണത്തൂണുകളെയോ കണ്ടിട്ടുണ്ടായിരുന്നില്ല. എന്നിട്ടും അദ്ദേഹം അടുത്തദിവസമാവുമ്പോഴേക്കും ലോകതവളകളെയെല്ലാം വിളിച്ചുകൂട്ടി. തവളകൾ എല്ലാംകൂടി ഒരേ ശബ്ദത്തിൽ പറഞ്ഞു:

"ക്രോ......ക്രോ..... ക്രോം.....ക്രോം...."

അഥവാ "ഇല്ല....ഇല്ല.... ഇല്ല..."

"പക്ഷേ ഒന്നുണ്ട് ജാക്ക്. നീ എന്റെ മൂത്തസഹോദരൻ പക്ഷി രാജാവിനോട് ഒന്നു പോയി ചോദിക്ക്. അവർക്കാവുമ്പോൾ പല സ്ഥലങ്ങളിൽ പറന്നുപോയി പല അറിവും കാണും. നിന്റെ കുതിരയെ ഇവിടെ വിട്ടേക്ക്. എന്റെ കുതിരകളിൽ ഒന്നിനെ എടുത്തോളൂ. അതിനാവുമ്പോൾ വഴിയറിയാം. അതു നിന്നെ കൃത്യമായ സ്ഥലത്ത് സുരക്ഷിതമായി എത്തിക്കും."

പോകാൻ പുറപ്പെട്ട ജാക്കിനൊപ്പം അവിടെനിന്നും ഒരു തവളയും കൂടി. എന്നെക്കൊണ്ട് എന്തെങ്കിലും ഉപകാരമുണ്ടാവും എന്നും പറഞ്ഞ് അത് ജാക്കിന്റെ രണ്ടാമത്തെ പോക്കറ്റിൽ കയറിക്കൂടി. കുതിരയാണെങ്കിൽ വെളിച്ചത്തോടൊപ്പം വേഗത്തിൽ സഞ്ചരിച്ചു പക്ഷികളുടെ കൊട്ടാരത്തിൽ അവരെ എത്തിച്ചു.

കൊട്ടാരകവാടത്തിൽ ഒരു കുരുവിയും കാക്കയും കാവലുണ്ട്. ചുണ്ടെലിയും തവളയും തങ്ങൾ അത്യാവശ്യകാര്യത്തിനായി രാജാക്കൻമാർ പറഞ്ഞുവിട്ടിട്ട് വന്നതാണ് എന്നറിയിച്ചതോടെ അവരെ വേഗം കടത്തിവിട്ടു.

അകത്ത് കുരുവികൾ, പ്രാവ്, തത്ത, മൈന, അരയന്നം തുടങ്ങി പലജാതി പക്ഷികൾക്കു നടുവിൽ പക്ഷിരാജാവ് ഇരിക്കുന്നു. പക്ഷേ അവരാരുംതന്നെ കളഞ്ഞുപോയ ബംഗ്ലാവും തൂണുകളും കണ്ടിട്ടില്ല. എങ്കിലും ലോകത്തുള്ള എല്ലാ പക്ഷികളുടെയും ഒരു സമ്മേളനം അടുത്ത പ്രഭാതമാവുമ്പോഴേക്കും വിളിച്ചുചേർക്കണം എന്ന് രാജാവ് ഉത്തരവിട്ടു. പക്ഷേ അവർക്കാർക്കും ഒരുത്തരവും നൽകാനായില്ല.

ആകെ നിരാശനായ ജാക്കിന് രാജാവിന്റെ സംസാരം ഉണർവു നൽകി.

"പരുന്തെവിടെ? എന്റെ പരുന്തിനെ ഇക്കൂട്ടത്തിൽ കണ്ടില്ലല്ലോ..." രാജാവ് അന്വേഷിച്ചു.

"അവൻ വൈകിപ്പോയതാവും മഹാരാജൻ."

ഒരു പക്ഷി മുന്നോട്ട് വന്ന് ശിരസുകുനിച്ച് അഭിവാദ്യം ചെയ്തുകൊണ്ട് പറഞ്ഞു:

"വൈകിയെന്നോ? ഉടനെ അവനെ ഇവിടെ ഹാജരാക്ക്." രാജാവ് അരിശപ്പെട്ടു.

പരുന്ത് എത്തിയതും രാജാവ് അന്വേഷിച്ചു - "നീ കളഞ്ഞുപോയ ബംഗ്ലാവും 12 സ്വർണത്തൂണുകളും എവിടെ എങ്കിലും കണ്ടിട്ടുണ്ടോ..."

"ഉണ്ട് മഹാരാജൻ... ഞാൻ അവിടെയായിരുന്നു ഇതുവരെ!"

പരുന്തിന്റെ വാക്കുകൾ എല്ലാവരേയും ആഹ്ലാദിപ്പിച്ചു. രാജാവിന്റെ ഉത്തരവുപ്രകാരം പരുന്ത് ജാക്കിനെയും കൂട്ടുകാരുമായി അങ്ങോട്ട് പറക്കാൻ തയാറായി. അതിനായി ഒരു പശുക്കിടാവിനെ മുഴുവനും ആ ഭീമൻ പരുന്ത് അകത്താക്കി. വലിയ ചിറകുകൾ വിടർത്തി അതിന്മേൽ കയറാൻ ജാക്കിനോട് ആവശ്യപ്പെട്ടു. ചുണ്ടെലിയും തവളയും ജാക്കിന്റെ പോക്കറ്റിൽത്തന്നെയുണ്ട്. ആവുന്നത്ര വേഗത്തിൽ അവരെ ബംഗ്ലാവിനടുത്തെത്തിക്കാനാണ് പക്ഷി രാജൻ കൽപ്പിച്ചത്.

അവർ കരയും കടലും കടന്നു പറന്നു... അവസാനം അങ്ങുദൂരെയായി ആ ബംഗ്ലാവും 12 തൂണുകളും കാണായി. പക്ഷേ എല്ലാ വാതിലുകളും ജനലുകളും അടച്ചുപൂട്ടിയിരിക്കുകയാണ്. നായാട്ടിനുപോയ ദിവസം അതു കടത്തികൊണ്ടുപോയ വേലക്കാരൻ, താനില്ലാത്തപ്പോൾ ആരെങ്കിലും ബംഗ്ലാവു മോഷ്ടിച്ചെങ്കിലോ എന്നു കരുതി അതു സദാസമയവും അടച്ചുപൂട്ടിയാണ് സൂക്ഷിക്കാറ്. ഇതു കണ്ട ജാക്ക് വീണ്ടും വിഷമത്തിലായി. എങ്ങനെ അതിനകത്തുനിന്നും സ്വർണപ്പെട്ടി എടുക്കും? പെട്ടി എടുത്ത് കുഞ്ഞുമനുഷ്യരുടെ സഹായമില്ലാതെ പിന്നെങ്ങനെയാണ് ഈ ബംഗ്ലാവ് യഥാസ്ഥാനത്തേക്ക് തിരിച്ചെത്തിക്കുക? ആ സമയത്ത് ചുണ്ടെലി ജാക്കിന്റെ രക്ഷയ്ക്ക് എത്തി.

"വിഷമിക്കേണ്ട. അതു ഞാനെടുത്തുകൊണ്ടുവരാം. ഏതു ബംഗ്ലാവും എത്ര അടച്ചുപൂട്ടിയാലും ഒരെലിക്കു കടക്കാനുള്ള ദ്വാരം ബാക്കികാണും. ഞാൻ പോയിട്ട് വരാം."

ഇത്രയും പറഞ്ഞുകൊണ്ട് ചുണ്ടെലി ബംഗ്ലാവിനടുത്തേക്കുപോയി. ചുണ്ടെലി തിരിച്ചെത്തുംവരെ ജാക്ക് അസ്വസ്ഥതയോടെ കാത്തിരുന്നു.

"കിട്ടിയോ...." ചുണ്ടെലിയെ കണ്ടപാടെ ജാക്ക് വിളിച്ചു ചോദിച്ചു."

"ഉവ്വ്, കിട്ടി."

അതിയായ ആഹ്ലാദത്തോടെ അവർ പക്ഷികളുടെ കൊട്ടാരത്തിലേക്കു പറക്കാൻ തുടങ്ങി. അവിടെയാണല്ലോ ജാക്ക് കുതിരയെ നിർത്തിയിരുന്നത്. ഇനി സമാധാനമായി, എപ്പോൾ വേണമെങ്കിലും കുഞ്ഞുമനുഷ്യരോട് ബംഗ്ലാവ് തിരിച്ചെത്തിക്കാനായി ആവശ്യപ്പെടാം. ആ സമാധാന

ത്തിൽ ജാക്ക് പരുന്തിന്റെ ചിറകിനു പുറത്ത് ഉറക്കമായി. അതിനിടെ ആരാണ് ജാക്കിനെ പെട്ടി തിരിച്ചെടുക്കാൻ സഹായിച്ചത് എന്ന കാര്യത്തിൽ ചുണ്ടെലിയും തവളയും തമ്മിൽ തർക്കമായി. തർക്കത്തിനൊടുവിൽ അവർ ജാക്കിന്റെ പോക്കറ്റിൽനിന്നും സ്വർണപ്പെട്ടി പുറത്തെടുത്തു. അതുംവെച്ച് പിടിവലിനടത്തുന്നതിനിടെ ജാക്ക് എഴുന്നേറ്റു. ഉണക്കമുണർന്ന അവന്റെ കാൽതട്ടി സ്വർണപ്പെട്ടി ബ്ളും.... കടലിനടിയിലേക്ക് അത് ആഴ്ന്നാഴ്ന്നു പോയി.

"ആ .... അതു ഞാനെടുത്തോളാം...." തവള ചാടിക്കയറി പറഞ്ഞു കൊണ്ട് പെട്ടിക്കു പിറകെ കടലിലേക്കെടുത്തുചാടി.

അവരുടെ കാത്തിരിപ്പ് ഇത്തവണ കുറച്ച് നീണ്ടു-മൂന്നു രാത്രിയും മൂന്നു പകലും കടന്നുപോയി. ഒടുവിൽ തവളയുടെ മൂക്ക് ജലത്തിനു മീതെ കണ്ടു.....

"കിട്ടിയോ...." അവർ അലറി.....

"ഇല്ല." തവള ക്ഷീണത്തോടെ പറഞ്ഞു.

"പിന്നെ നീ എന്തിനു വന്നു..." അവർ അരിശപ്പെട്ടു.

"ഒന്ന് ശ്വാസമെടുക്കാൻ." അത്രയും പറഞ്ഞ് തവളച്ചാർ വീണ്ടും അപ്രത്യക്ഷനായി.

വീണ്ടും കാത്തിരിപ്പ് രണ്ട് പകലുകളും രണ്ട് രാത്രിയും.... ഒടുവിൽ വായിൽ സ്വർണപ്പെട്ടിയും കടിച്ചുപിടിച്ചുകൊണ്ട് തവള തിരിച്ചെത്തി.

അവർ വീണ്ടും ആഹ്ലാദത്തിലായി. പരുന്ത് ആകാവുന്നത്ര വേഗത്തിൽ പക്ഷികളുടെ കൊട്ടാരത്തിലേക്ക് പറന്നു.

പക്ഷേ, ജാക്കിന്റെ ദുർവിധി തീർന്നിട്ടുണ്ടായിരുന്നില്ല... അമ്മയുടെ ശാപം വീണ്ടും അവന് നിർഭാഗ്യങ്ങൾ കൊണ്ടുവന്നു. ജാക്കിനെ കണ്ടതും പക്ഷി രാജാവ് കലിതുള്ളി. ബംഗ്ലാവ് കൂടെ കൊണ്ടുവരാത്തത് അദ്ദേഹത്തിനു പിടിച്ചില്ല. ജാക്ക് തന്നെ പറ്റിക്കുകയാണ്. അയാൾ അലറി.... "നാളെ രാവിലെ എട്ടുമണിക്കുമുമ്പ് കൊട്ടാരമുറ്റത്ത് ബംഗ്ലാവെത്തിയില്ലെങ്കിൽ ജാക്കിന്റെ തലവെട്ടും." അദ്ദേഹം പ്രഖ്യാപിച്ചു.

മരണം മുന്നിൽകണ്ട ജാക്ക് പെട്ടിതുറന്നു. കുഞ്ഞുമനുഷ്യർക്ക് തങ്ങളുടെ നല്ല യജമാനനെ തിരിച്ചുകിട്ടിയതും സന്തോഷമായി. വേലക്കാരൻ യജമാനൻ ആവശ്യമില്ലാതെ അവരെ ശല്യം ചെയ്യുക പതിവായിരുന്നു. ഏതായാലും അടുത്തദിവസം എട്ടുമണി മുഴങ്ങും മുമ്പെ ബംഗ്ലാവും പന്ത്രണ്ട് സ്വർണത്തൂണുകളും പക്ഷികളുടെ കൊട്ടാരത്തിനു മുമ്പിലെത്തി. അവിടെനിന്നും തന്റെ കുതിരയുമായി തവളകളുടെ കൊട്ടാരത്തിലേക്ക് ജാക്ക് കുതിച്ചു. പക്ഷേ കഥ പഴയതുതന്നെയാവർത്തിച്ചു. തവളകളുടെ കൊട്ടാരത്തിനു മുമ്പിലും ജാക്കിന് കുഞ്ഞുമനുഷ്യരുടെ സഹായത്തോടെ ബംഗ്ലാവ് എത്തിക്കേണ്ടതായി വന്നു. അതോടെ കുഞ്ഞുമനുഷ്യർ ക്ഷീണിച്ചിരുന്നു. എല്ലാറ്റിനും ഒടുവിൽ തന്റെ സ്വന്തം കുതിരയുമായി ജാക്ക് മുതലാളിയുടെ വീട്ടിലേക്കു തിരിച്ചു.

അവന് അനുവദിച്ചിരുന്ന ഒരുവർഷവും ഒരു ദിവസവും ഏകദേശം തികയാറായിരുന്നു. അവന്റെ പ്രിയപ്പെട്ട ഭാര്യ കരച്ചിലോടെ കാത്തിരിക്കുന്നു. ജാക്ക് തിരിച്ചെത്തിയതു കണ്ട് അവൾ ആനന്ദിച്ചെങ്കിലും ബംഗ്ലാവ് കൂടെയില്ലാത്തതിനാൽ അവൾ വീണ്ടും വിഷമിച്ചു. അടുത്ത പ്രഭാതമാവുമ്പോഴേക്കും ജാക്കിന്റെ തലവെട്ടുന്ന വാക്കിൽ അവളുടെ അച്ഛൻ ഉറച്ചുനിന്നു.

ഇത്തവണയും ജാക്ക് സ്വർണപ്പെട്ടി തുറന്നു..... പക്ഷേ കുഞ്ഞു മനുഷ്യർ ആകെപ്പാടെ ക്ഷീണിച്ചിരുന്നു.

“ഇത്തവണകൂടി മാത്രം!” എന്നും മരണം മുമ്പിൽ കാണുന്ന ഒരു യജമാനനെ ഞങ്ങൾക്കുവേണ്ട! അവർ തീർത്തു പറഞ്ഞു. അതോടെ അവർ അപ്രത്യക്ഷരായി.

പിന്നീടവർ മടങ്ങി വന്നതുമില്ല.

പക്ഷേ കൃത്യം എട്ടു മണിയായപ്പോൾ ബംഗ്ലാവും സ്വർണത്തൂണുകളും തടാകത്തിനു നടുവിൽ പ്രത്യക്ഷപ്പെട്ടു.

പിന്നെയും ഏറെക്കാലം ജാക്ക് സുഖമായി ജീവിച്ചു.

പിച്ചക്കാരിയായ പെൺകുട്ടി

കടൽത്തീരത്തുള്ള വലിയ ഒരു കൊട്ടാരത്തിൽ ഒരു വയസൻ പ്രഭു താമസിച്ചിരുന്നു. അദ്ദേഹത്തിന് കുഞ്ഞുങ്ങളോ ഭാര്യയോ ഒന്നും തന്നെ ഇല്ലായിരുന്നു. ആകെ ഉണ്ടായിരുന്നത് ഒരു പേരക്കിടാവാണ്. പക്ഷേ അതിന്റെ മുഖംപോലും പ്രഭു കണ്ടിട്ടുണ്ടായിരുന്നില്ല. കാരണം, മനോഹരിയായ ആ പെൺകുട്ടിയുടെ അമ്മ-പഭുവിന്റെ മകൾ-പ്രസവ ത്തോടെ മരണപ്പെട്ടു. തന്റെ പ്രിയപ്പെട്ട മകളുടെ മരണകാരിണിയായ കുഞ്ഞ് എങ്ങനെ വേണമെങ്കിലും വളർന്നോട്ടെ, അല്ലെങ്കിൽ മരിച്ചോട്ടേ, ഏതായാലും തനിക്കതിന്റെ മുഖംപോലും കാണണ്ട. പ്രഭു തീർപ്പു കൽപ്പിച്ചു.

അങ്ങനെ ദുഃഖാർദ്രനായ ആ പ്രഭു ജനലിനരികിൽ കടലിനഭിമുഖ മായി ഇരുന്ന് നിർത്താതെ കരഞ്ഞുകൊണ്ടിരുന്നു. ഇരുന്നിരുന്ന് പ്രഭു വിന്റെ താടിയും മുടിയും വളർന്ന് കസേരയെ പൊതിഞ്ഞ് തറയിൽമുട്ടി. കണ്ണുനീർ ഒഴുകിയൊഴുകി കല്ലുകൾക്കിടയിലൂടെ ഒരു കൊച്ചരുവിയായി കടലിലേക്കൊഴുകി. അതേസമയം വയസായ ഒരു വേലക്കാരിയുടെ സംര ക്ഷണത്തിൽ ആ പെൺകുഞ്ഞ് വളർന്നു. നല്ല ഉടുപ്പുകളോ നല്ല ഭക്ഷ ണമോ ശ്രദ്ധയോ ലാളനയോ ഒന്നും കിട്ടാതെ, കീറിപ്പറിഞ്ഞ ഉടുപ്പുകളു മായി.... കൊട്ടാരത്തിലെ മറ്റുവേലക്കാരികൾ അവളെ 'പിച്ചക്കാരി' എന്നു വിളിച്ച് കളിയാക്കി. ചെരിപ്പില്ലാത്ത കാലും കീറിയ പെറ്റിക്കോട്ടും എല്ലാ മായി ആ പാവം പരിഹാസം സഹിക്കാനാവാതെവരുമ്പോൾ കുറ്റിക്കാ ടുകളിൽ പോയി ഒളിച്ചിരിക്കും.

ആരും കൂട്ടില്ലാതെ, കൊട്ടാരത്തിനു പുറത്ത് അലഞ്ഞുനടന്ന് അവൾ വളർന്നു. ഒരുകൂട്ടം വാത്തുകളെ മേയ്ക്കുന്ന ഒരു മുടന്തൻപയ്യൻ ആയി രുന്നു അവളുടെ ഏക കൂട്ടുകാരൻ. വാത്തുകളുടെ തലവൻ അവളെ

ആശ്വസിപ്പിച്ചു. അവൾക്ക് വിശക്കുകയോ, തണുക്കുകയോ ക്ഷീണം തോന്നുകയോ ഒക്കെ ചെയ്യുമ്പോൾ അവൻ അവൾക്കുവേണ്ടി പുല്ലാങ്കുഴൽ വായിച്ചു. അതുകേട്ടാൽ അവൾ എല്ലാ വിഷമവും മറന്ന് നൃത്തം ചെയ്യും. കൂട്ടിന് വാത്തുകളും കൂടും.

അങ്ങനെയിരിക്കെ അവിടത്തെ രാജാവ് ഒരു വലിയ ആഘോഷം നടത്താനും, അതിലേക്ക് ആ രാജ്യത്തെ പ്രഭുക്കന്മാരെ എല്ലാം ക്ഷണിക്കാനും തീരുമാനിച്ചു. രാജകുമാരന് പറ്റിയ വധുവിനെ കണ്ടെത്താനായിരുന്നു ആ സൽക്കാരം. കടൽത്തീരത്തെ പ്രഭുവിന്റെ കൊട്ടാരത്തിലും രാജാവിന്റെ ക്ഷണമെത്തി. വേലക്കാർ പ്രഭുവിനെ ഈ ക്ഷണത്തെക്കുറിച്ചും, സൽക്കാരത്തെക്കുറിച്ചും അറിയിച്ചു. അതുകേട്ടതും വർഷങ്ങൾക്കുശേഷം പ്രഭു തന്റെ കണ്ണുനീർ തുടച്ചു. അദ്ദേഹത്തിനെ ചുറ്റി വരിഞ്ഞ താടിയും മുടിയും വെട്ടി വൃത്തിയാക്കാൻ അദ്ദേഹം ഭൃത്യനോട് ആവശ്യപ്പെട്ടു. അതിനുശേഷം കുളിച്ചൊരുങ്ങി, പട്ടുകുപ്പായങ്ങളും മേലങ്കിയും ആടയാഭരണങ്ങളും ധരിച്ച് അദ്ദേഹം രാജകൊട്ടാരത്തിലേക്കു പുറപ്പെട്ടു. തനിക്ക് കൂടെ കൂട്ടാൻ പാകത്തിൽ ഒരു പേരക്കിടാവുണ്ട് എന്നതുതന്നെ അദ്ദേഹം മറന്നിരുന്നു.

ആ സമയത്ത് ആ പെൺകിടാവ് അടുക്കളവാതിൽക്കലിരുന്ന് കരയുകയായിരുന്നു. അവൾക്കും ആ ആഘോഷങ്ങളൊക്കെ കാണാൻ പോകാൻ കൊതിയുണ്ട്. അവളുടെ കാര്യങ്ങൾ നോക്കുന്ന വേലക്കാരി മുത്തശ്ശിക്ക് കരച്ചിൽ കണ്ടപ്പോൾ വിഷമമായി. മുത്തശ്ശി പ്രഭുവിന്റെ അടുത്ത് എത്തി അവളെക്കൂടി കൊണ്ടുപോകണമെന്ന് അപേക്ഷിച്ചു.

പക്ഷേ പ്രഭു അരിശപ്പെട്ട് അവരോട് വായടച്ചുവയ്ക്കാൻ ആജ്ഞാപിച്ചു. അവിടെ കൂടിയ മറ്റു വേലക്കാരികളാണെങ്കിൽ 'അവൾ ആ മുടന്തനോടൊപ്പം നൃത്തം ചെയ്യട്ടെ. വാത്തുകളും കൂട്ടിനുണ്ടാവും. അവൾക്കതു മതി എന്നെല്ലാം പരിഹസിച്ചു. വേലക്കാരി മുത്തശ്ശി രണ്ടാമതും മൂന്നാമതും പ്രഭുവിനോട് കെഞ്ചി നോക്കി. പക്ഷേ ഒരു രക്ഷയും ഉണ്ടായില്ല. ഒടുവിൽ മറ്റു വേലക്കാരികളുടെ പരിഹാസവും കുത്തുവാക്കും കേട്ടുകൊണ്ട് അവർ മടങ്ങി.

അവളുടെ ദുർവിധി ഓർത്തു കരഞ്ഞുകൊണ്ട് മുത്തശി അവൾക്കടുത്തേക്കുപോയി. പക്ഷേ അവൾ അവിടെ ഉണ്ടായിരുന്നില്ല. സങ്കടങ്ങൾ പങ്കുവയ്ക്കാനായി അവൾ അവളുടെ കൂട്ടുകാരന്റെ അടുത്തേക്ക് പോയിരുന്നു. തനിക്ക് ആഘോഷത്തിൽ പങ്കെടുക്കാൻ രാജകൊട്ടാരത്തിലേക്കു പോകാനാവാത്തതിന്റെ സങ്കടമെല്ലാം ആ പെൺകുട്ടി മുടന്തനായ ഇടയനുമായി പങ്കിട്ടു.

അവളുടെ കഥയെല്ലാം കേട്ടശേഷം നമുക്കെല്ലാവർക്കുംകൂടി നഗരത്തിലേക്കു പോവാം എന്ന് ആ പയ്യൻ അവളെ ആശ്വസിപ്പിച്ചു. ആദ്യം വിഷമിച്ചെങ്കിലും അവന്റെ പുല്ലാങ്കുഴൽവിളിയിൽ എല്ലാം മറന്ന് അവരെല്ലാവരും കൂടി നൃത്തം ചെയ്തുകൊണ്ട് നഗരത്തിലേക്ക് തിരിച്ചു. വാത്തുകളും പെൺകുട്ടിയും നൃത്തം ചെയ്തപ്പോൾ മുടന്തൻ പയ്യനും ചില ചുവടുകൾ വച്ചുകൊണ്ട് നീങ്ങി.

കുറച്ചുദൂരം ചെന്നപ്പോൾ കുതിരപ്പുറത്തു വന്ന നല്ല വസ്ത്രങ്ങൾ ധരിച്ച സുമുഖനായ പയ്യൻ അവരോട് രാജകൊട്ടാരത്തിലേക്കുള്ള വഴി ചോദിച്ചു. അവർ കൊട്ടാരത്തിലേക്കാണെന്നറിഞ്ഞതും അവൻ കുതിരയെ അവിടെ നിർത്തി അവരോടൊപ്പം നടക്കാനാരംഭിച്ചു.

"നിങ്ങൾ ആൾക്കാർ കൊള്ളാമല്ലോ? എനിക്ക് നിങ്ങൾ നല്ല കൂട്ടാവും എന്നാ തോന്നുന്നത്?" അയാൾ പറഞ്ഞു.

"നല്ല കമ്പനി ആയേക്കാം" മുടന്തുള്ള പയ്യനും പറഞ്ഞു. അവൻ ഒരു പുതിയ ഈണം വായിച്ചു. അത് നൃത്തത്തിനുള്ള ഈണമായിരുന്നില്ല.

ആ ഈണം ആസ്വദിക്കവെ യുവാവിന്റെ കണ്ണുകൾ സുന്ദരിയായ പെൺകിടാവിന്റെ മുഖത്തുതന്നെയായിരുന്നു. നോക്കി നോക്കി ഇരിക്കെ അവൻ അവളുടെ സുന്ദരമുഖമല്ലാതെ മറ്റൊന്നും കാണുന്നില്ല എന്നായി.

"നീ ലോകത്തിലെ ഏറ്റവും സുന്ദരിയാണ്. ഞാൻ നിന്നെ വിവാഹം കഴിച്ചോട്ടേ?" അവൻ ചോദിച്ചു.

പയ്യൻ ഇതുകേട്ട് സ്വയം ചിരിച്ചു. അവൻ കൂടുതൽ മധുരമായി പുല്ലാങ്കുഴൽ ഊതി.

പക്ഷേ അവൾ പറഞ്ഞു:

"നിങ്ങൾക്കുതന്നെയാണ് പിന്നീട് നാണക്കേടുണ്ടാവുക. ഒരു വാത്തുനോട്ടക്കാരിപ്പെണ്ണ് നിങ്ങളുടെ വധുവാകുക? രാജാവിന്റെ സൽക്കാരത്തിൽ പല ഉന്നതകുലജാതരായ സ്ത്രീകളും കാണും. അവരെയാരെയെങ്കിലും അന്വേഷിക്ക്.... ഈ പാവത്തെ വിട്ടേക്ക്."

എത്രത്തോളം അവൾ എതിർത്തുവോ, അത്രത്തോളം അയാൾ പ്രണയപരവശനായി. അവസാനം അവൻ അവളോട് അതേ കീറിപ്പറിഞ്ഞവേഷത്തിൽ തന്നെ രാത്രി 12 മണിക്ക് രാജാവിന്റെ നൃത്തശാലയിൽ എത്താനാവശ്യപ്പെട്ടു. അവിടെവച്ച് അവൻ അവൾക്കൊപ്പം നൃത്തം ചവിട്ടാമെന്നും, രാജാവിനും പ്രഭുക്കന്മാർക്കും മുമ്പിൽവച്ച് അവളെ തന്റെ ഭാര്യയായി പ്രഖ്യാപിക്കാമെന്നും എല്ലാം അയാൾ പറഞ്ഞു.

ആദ്യം അവൾ അത് എതിർത്തെങ്കിലും, ഇടയൻ പയ്യൻ അവളെ പ്രോത്സാഹിപ്പിച്ചു "ഭാഗ്യം വരുമ്പോൾ തട്ടിക്കളയാതെ കുട്ടീ..." അവൻ പ്രോത്സാഹിപ്പിച്ചു.

അങ്ങനെ, രാത്രി രാജസദസിൽ സ്ത്രീപുരുഷന്മാർ ആനന്ദനൃത്തം ചവിട്ടുന്നതിനിടയിലേക്ക് കീറിപ്പറിഞ്ഞവേഷത്തിൽ വാത്തുകളോടൊപ്പം അവൾ പ്രത്യക്ഷപ്പെട്ടു. സദസ്യർ അമ്പരന്നു. പ്രഭുക്കന്മാർ ചിരിച്ചു. മഹിളാമണികൾ ചിരി അടക്കിപ്പിടിച്ചു. രാജാവ് അത്ഭുതപ്പെട്ടു!

പക്ഷേ, രാജാവിന്റെ സമീപത്തായി ഇരുന്നിരുന്ന ആ സുമുഖനായ യുവാവ് എഴുന്നേറ്റു. സ്നേഹലോലുപനായ ആ കാമുകൻ തന്റെ പ്രിയപ്പെട്ടവളുടെ അടുത്തെത്തി. അവളുടെ കരം കവർന്ന് എല്ലാവരും കാൺകെ മൂന്നുതവണ ചുംബിച്ചു. എന്നിട്ട് രാജാവിനുനേരെ തിരിഞ്ഞു പറഞ്ഞു:

"അച്ഛാ! ഞാൻ എന്റെ ഇണയെ തെരഞ്ഞെടുത്തിരിക്കുന്നു. ഇതാ എന്റെ വധു! ഏറ്റവും സ്നേഹനിധിയും സൗമ്യയുമായവൾ!"

രാജകുമാരൻ പറഞ്ഞുതീരും മുൻപേ ഇടയൻ പുല്ലാങ്കുഴലൂതിത്തുടങ്ങി. അവന്റെ പാട്ട് വിദൂരതയിലിരുന്ന് ഏതോ കിളി പാടുംപോലെ തോന്നിച്ചു.... ആ പാട്ടിനൊപ്പം അവളുടെ കീറിയ ഉടുപ്പുകൾ പട്ടുകുപ്പായങ്ങളും രത്നാഭരണങ്ങളുമായി മാറി. പിറകിൽ നിരന്ന വാത്തുകൾ അവളുടെ ഉത്തരീയം ഉയർത്തിപ്പിടിച്ചു ദാസിമാരായി മാറി.....

രാജാവ് അവളെ അഭിവാദ്യം ചെയ്യാനായി എഴുന്നേറ്റപ്പോൾ വാദ്യമേളങ്ങൾ താളത്തിൽ മുഴങ്ങി... നഗരത്തിൽ ആളുകൾ അടക്കം പറഞ്ഞു:

" ആ... രാജകുമാരൻ നല്ല യോജിച്ച വധുവിനെത്തന്നെയാണ് തെരഞ്ഞെടുത്തത്."

ആ വാത്തുകളുടെ ഇടയനെ പക്ഷേ പിന്നീടവിടെ എങ്ങും കണ്ടിട്ടേ ഇല്ല. അവനെവിടെപ്പോയി എന്ന് ആർക്കും അറിയില്ല. വയസൻ പ്രഭു തന്റെ കടൽത്തീരത്തെ കൊട്ടാരത്തിലേക്ക് തന്നെ മടങ്ങി, കാരണം അയാൾക്ക് തന്റെ പേരക്കിടാവിന്റെ മുഖം കാണാൻ ഇഷ്ടമല്ല.

അങ്ങനെ ആ വൃദ്ധൻ കരച്ചിൽ തുടർന്നു. അയാളുടെ വെളുത്ത മുടി വീണ്ടും ജടപിടിച്ച് വളർന്നു. കണ്ണുനീർ വീണ്ടും കടലിലേക്ക് ചാലിട്ടൊഴുകി.

മൂന്ന് തൂവലുകൾ

ഒരിക്കൽ ഒരു പെൺകുട്ടിയെ അപരിചിതനായ ആൾ, അതുവരെ കണ്ടിട്ടില്ലാത്ത ഒരാൾ വിവാഹം കഴിക്കാനിടയായി. വിവാഹശേഷം നേരം ഇരുട്ടിയിട്ടേ അയാൾ വീട്ടിൽ വരാറുള്ളൂ. നേരം പുലരുംമുമ്പേ പോവുകയും ചെയ്യും ഇതൊരു പതിവായി.

എങ്കിലും അയാൾ സ്നേഹസമ്പന്നനായിരുന്നു. അവൾ ആഗ്രഹിക്കുന്നതെല്ലാം അയാൾ സാധിച്ചുകൊടുത്തു. അങ്ങനെ ആ പെൺകുട്ടിയും സന്തോഷവതിയായി കഴിഞ്ഞുപോന്നു. പക്ഷേ അവളുടെ സന്തോഷത്തിൽ അസൂയമൂത്ത അവളുടെ ചില സുഹൃത്തുക്കൾ ഒരിക്കലും മുഖം കാണാൻ അവസരം നൽകാതിരിക്കുമ്പോൾ അയാൾക്ക് എന്തെങ്കിലും കുറവുണ്ടാവും എന്ന് അടക്കം പറയാൻ തുടങ്ങി.

എല്ലാവരും ചെയ്യുമ്പോലെ പകൽനേരത്ത് വന്ന് പെണ്ണുചോദിക്കാതിരുന്നപ്പോൾ മുതൽ ആ പെൺകുട്ടിക്ക് തന്റെ ഭർത്താവിന്റെ കാര്യത്തിൽ അത്ഭുതംതോന്നിയിരുന്നു. തുടക്കത്തിലൊന്നും സുഹൃത്തുക്കളുടെ കുത്തുവാക്കുകൾ അവൾ ശ്രദ്ധിച്ചില്ല. പോകെ, പോകെ അവർ പറയുന്നതിലും കാര്യമുണ്ടല്ലോ എന്നവൾക്കും തോന്നിത്തുടങ്ങി. ഒരിക്കൽപ്പോലും കണ്ണുകൊണ്ട് കാണാൻ സാധിച്ചിട്ടില്ലാത്ത ഒരു ഭർത്താവ്! എങ്ങനെ എങ്കിലും അദ്ദേഹത്തെ ഒന്നു കാണണം എന്ന് അവൾ തീരുമാനിച്ചു. അങ്ങനെ ഒരുദിവസം അയാൾ മുറിയിലെത്തിയതും ഒരു മുന്നറിയിപ്പും കൂടാതെ പെട്ടന്നവൾ ഒരു മെഴുകുതിരികത്തിച്ചു.

ഹാ..... സുന്ദരന്മാരിൽ സുന്ദരൻ! ഏതു യുവതിക്കും ഒറ്റനോട്ടത്തിൽ പ്രേമം തോന്നുന്നത്ര സുന്ദരവദനൻ! പക്ഷേ പൊടുന്നനെ അയാൾ ഒരു നരച്ചനിറത്തിലുള്ള ഒരു വലിയ പക്ഷിയായി മാറി..... കണ്ണുകളിൽ ദേഷ്യവും കുറ്റപ്പെടുത്തലും ആയി ആ പക്ഷി അവൾക്കു നേരെ തിരിഞ്ഞു.

"നിന്റെ വിശ്വാസക്കുറവുമൂലമാണ് എനിക്കിതു സംഭവിച്ചത്..." ആ പക്ഷിഭർത്താവ് അരിശപ്പെട്ടു. "ഇനി നീണ്ട 7 കൊല്ലവും ഒരു ദിവസവും നീ എനിക്കുവേണ്ടി വിശ്വസ്തതയോടെ ജോലിചെയ്താലല്ലാതെ നിന ക്കെന്നെ കാണാനാവില്ല."

അവൾ തേങ്ങിക്കരഞ്ഞു. "നിങ്ങളെ തിരിച്ചുകിട്ടാനായി 7 അല്ല 70 കൊല്ലംവേണമെങ്കിലും ഞാൻ ജോലിചെയ്യും..." അവൾ കണ്ണുനീരോടെ പറഞ്ഞു.

"ജോലിചെയ്യേണ്ട സ്ഥലത്ത് നിന്നെ ഞാനെത്തിക്കാം. അവിടെ ഇരുന്ന് നീ 7 വർഷവും ഒരുദിവസവും പണി എടുക്കണം. നിന്നെ കെണി യിലാക്കാൻ പലരുംവരും. അവരുടെ വലയിൽപ്പെട്ട് ജോലി മതിയാക്കി യാൽ പിന്നീടൊരിക്കലും നിനക്കെന്നെ കാണാനാവില്ല." അവൻ പറഞ്ഞു.

പെൺകുട്ടി അതെല്ലാം സമ്മതിച്ചു. അങ്ങനെ ആ പക്ഷി അവളെ തന്റെ ഭീമൻ ചിറകുകളിൽ ഇരുത്തി ഒരു വലിയ കെട്ടിടത്തിനടുത്ത് എത്തിച്ചു.

"ഇവിടെ ഒരു അലക്കുകാരിയെ ആവശ്യമുണ്ട്" അവളുടെ പക്ഷി ഭർത്താവ് പറഞ്ഞു. അകത്തുചെന്ന് യജമാനത്തിയോട് ജോലിചെയ്യാൻ തയാറാണെന്ന് പറയൂ. അവർ ജോലി തരും. 7 വർഷവും ഒരുദിവസവും നീ ഇവിടെ അലക്കും തേപ്പും ആയിട്ടു കഴിയണം. ഓർത്തോ."

"അയ്യോ.... എനിക്ക് 7 ദിവസംപോലും അതൊന്നും ചെയ്യാൻ കഴി യില്ല." പെൺകുട്ടി പറഞ്ഞു. "എനിക്ക് അലക്കാനും തേയ്ക്കാനും ഒന്നും അറിയില്ല."

"അതൊന്നും കുഴപ്പമില്ല." പക്ഷി പറഞ്ഞു. "നീ എന്റെ ഹൃദയ ത്തിനു കീഴ്ഭാഗത്തു നിന്നായി, ഇതാ ഇവിടന്ന് മൂന്നു തൂവലുകൾ പറി ച്ചെടുക്കുക. നിനക്ക് എന്ത് ജോലി ചെയ്യണമെങ്കിലും ഈ തൂവലുകൾ കയ്യിലെടുത്തുപിടിച്ച് ഇങ്ങനെപറഞ്ഞാൽ മതി-'എന്റെ പ്രിയപ്പെട്ട വനോടുള്ള വിശ്വാസ്യതയുടെ പേരിൽ മൂന്നു തൂവലുകൾ ഇതുചെയ്തു തരേണ്ടതാണ്.' ഈ തൂവലുകൾ ആ ജോലി തീർത്തുതരും."

അങ്ങനെ അവൾ പക്ഷിയുടെ ഹൃദയത്തിന്റെ കീഴ്ഭാഗത്തുനിന്നും മൂന്ന് തൂവലുകൾ പറിച്ചെടുത്തു. അതിനുശേഷം യാത്ര പറഞ്ഞുകൊണ്ട് ആ പക്ഷി പറന്നുപോയി.

പക്ഷി പറഞ്ഞപ്രകാരം അവൾ ആ വീട്ടിലെ യജമാനത്തിയോട് ജോലി ചോദിച്ചു. ഉടൻതന്നെ അവിടത്തെ അലക്കുകാരിയായി അവളെ നിയമിച്ചു. അങ്ങനത്തെ ഒരലക്കുകാരിയെ ആരും കണ്ടിട്ടുണ്ടാവുകയില്ല. അവൾ അലക്കുപുരയിലേക്ക് കടന്നയുടൻ വാതിലും ജനലും എല്ലാം അടയുകയായി. പിന്നെ കുറച്ച് നേരത്തേക്ക് അവൾ എന്താണതിന കത്തുചെയ്യുന്നത് എന്ന് ആർക്കും കാണാനാവില്ല. അവൾ തൂവലുകൾ എടുത്തുപിടിച്ച് ഇപ്രകാരം പറയും: "എന്റെ പ്രിയപ്പെട്ടവന് എന്നോടുള്ള വിശ്വാസ്യതയുടെ പേരിൽ ഈ വസ്ത്രങ്ങൾ കുതിർക്കൂ, കഴുകൂ,

പിഴിയൂ, ഉണക്കൂ, ഇസ്തിരിയിടൂ, മടക്കൂ....'' അത്ഭുതം! അലക്കാനുള്ള കുമ്പാരം മുഴുവൻ വൃത്തിയായി, വെളുത്ത്, നിവർന്നു, മടങ്ങി വടിവൊത്ത് മേശപ്പുറത്ത് നിരന്നുകഴിഞ്ഞിരിക്കും. അത്രനല്ല ഒരു ജോലിക്കാരിയെ മുമ്പൊരിക്കലും കിട്ടിയിട്ടേ ഇല്ല എന്ന് യജമാനത്തി പലരോടും പറഞ്ഞു. അവൾ മൂലം അവർക്ക് നല്ല ലാഭം കിട്ടി. അങ്ങനെ നാലു വർഷങ്ങൾ കഴിഞ്ഞുപോയി. കാലംചെല്ലുംതോറും മറ്റു ജോലിക്കാരികൾക്ക് അവളോട് അസൂയമൂത്തു. കാണാൻ അതിസുന്ദരിയായതുകൊണ്ട് ചെറുപ്പക്കാരായ ജോലിക്കാരിൽ പലർക്കും അവളോട് അഭിനിവേശം തോന്നി.

പക്ഷേ അവൾ അവരെയൊന്നും ഗൗനിച്ചതേ ഇല്ല. കാരണം, അവളുടെ ഹൃദയംമുഴുവനും തന്റെ പക്ഷിഭർത്താവിനെ മനുഷ്യരൂപത്തിൽ തിരിച്ചുകിട്ടാനായുള്ള പ്രാർഥന മാത്രമായിരുന്നു. അതിനിടയിൽ ഒരുദിവസം അവളോട് കൊതിമൂത്ത് നടക്കുന്നവരിൽ ഒരാൾ അവൾ അലക്കുമുറിയിൽ കയറിയശേഷം അതുവഴി വരാനിടയായി. അപ്പോൾ അകത്തുനിന്നും ഇപ്രകാരം പറയുന്നത് അയാൾകേട്ടു. ''എന്റെ പ്രിയപ്പെട്ടവനോടുള്ള വിശ്വാസ്യതയുടെ പേരിൽ, ഈ വസ്ത്രങ്ങൾ കുതിർക്കൂ, കഴുകൂ, പിഴിയൂ, ഉണക്കൂ, ഇസ്തിരിയിടൂ, മടക്കൂ...''

വിചിത്രമായ ഈ വാക്കുകൾ കേട്ട അയാൾ കാര്യം എന്തെന്നറിയാനായി താക്കോൽദ്വാരത്തിലൂടെ അകത്തേക്ക് ഒളിഞ്ഞു നോക്കി. അവിടെ അവൾ അലസയായി കസേരയിൽ ഇരിക്കുന്നു. വസ്ത്രങ്ങൾ എല്ലാം തയാറായി മേശപ്പുറത്തേക്ക് പറന്നുവരുന്നു.... !

അന്നുരാത്രി അയാൾ അവൾക്കരികിലെത്തി, തന്റെ വിവാഹാഭ്യർഥന സ്വീകരിച്ചില്ലെങ്കിൽ എല്ലാ കാര്യങ്ങളും താൻ യജമാനത്തിയോട് പറയുമെന്നും അവൾ ഒരു മന്ത്രവാദിനിയാണെന്ന് പറഞ്ഞുകൊടുക്കുമെന്നും അതോടെ അവളെ അവർ ജോലിയിൽനിന്ന് പിരിച്ച് വിടും എന്നുംഎല്ലാം ഭീഷണിപ്പെടുത്തി.

അവൾ ആകെ വിഷമസന്ധിയിലായി. ഇയാളെ പിണക്കിയാൽ ഇവിടത്തെ ജോലിതെറിക്കും, 7 വർഷം ഇവിടെ തുടരാനായില്ലെങ്കിൽ തന്റെ ഭർത്താവിന് ഒരിക്കലും മടങ്ങിവരാനാവില്ല... അയാളെ എങ്ങനെ ഒഴിവാക്കാം എന്ന് ചിന്തിച്ചുകൊണ്ട് അവൾ ഇങ്ങനെ പറഞ്ഞു: "നിങ്ങൾ പറയുന്നതൊക്കെ ഞാൻ സമ്മതിക്കാം. പക്ഷേ, എനിക്ക് നല്ല തുക വേണം..."

"പണമോ? എത്ര പണം വേണം? എനിക്ക് യജമാനത്തിയുടെ അടുത്തുനിന്നും 70പൗണ്ട് കിട്ടാനുണ്ട്. അതുമതിയാവുമോ? അയാൾ കൊതിയോടെ ചോദിച്ചു.

"മതിയാവും."

അടുത്തദിവസം രാത്രി അയാൾ 70പൗണ്ടിന്റെ സ്വർണനാണയങ്ങളുമായാണ് വന്നത്. അവൾ ചിലത് കണക്കുകൂട്ടിയിരുന്നു. പണം വാങ്ങി മേലങ്കിയും എടുത്തണിഞ്ഞ് അവൾ അയാളെ മുകൾനിലയിലേക്കു കൂട്ടിക്കൊണ്ടുപോവാൻ ഒരുങ്ങി. അതിനിടയ്ക്ക് അവൾ പറഞ്ഞു:

“നോക്കൂ, ഒരു നിമിഷം..... ഞാൻ അലക്കുപുരയുടെ ഷട്ടറുകൾ അടയ്ക്കാൻ മറന്നുപോയി. അതൊന്ന് പോയി അടച്ചിട്ടുവരട്ടെ. അല്ലെങ്കിൽ അവ സദാസമയവും ഇളകി ശബ്ദമുണ്ടാക്കി നമുക്ക് ശല്യമാവും.”

“നിൽക്കൂ.... എന്റെ സുന്ദരീ.... അതൊക്കെ ഞാൻ അടച്ചേക്കാം. ഞാൻ പോയി അടയ്ക്കാമെന്നേ....”

അയാൾ ആ മുറിക്കകത്തേക്ക് പോയതും, അവൾ മൂന്നുതൂവലുകളും പുറത്തെടുത്ത് നീട്ടിപ്പിടിച്ചുകൊണ്ട് ഇങ്ങനെ പറഞ്ഞു:

“എന്റെ പ്രിയപ്പെട്ട ഭർത്താവിനോടുള്ള വിശ്വാസ്യതയുടെ പേരിൽ, അയാൾക്ക് ആ ഷട്ടറുകൾ ഇന്നു രാത്രി മുഴുവനും അടയ്ക്കാൻ കഴിയാതെ ആയിപ്പോകട്ടെ.”

അങ്ങനെ തന്നെ സംഭവിച്ചു.

അയാൾ ഷട്ടർ പിടിച്ചു വലിച്ചു... ബ് ർ.... ബർർർ......ബ് ർ ർ ർ...... തൂങ്ങിയാടി വീണ്ടും തുറന്നുവരും. വീണ്ടും അടച്ചു, ഇത്തവണ അയാളുടെ മുഖത്ത് ഇടിച്ചുകൊണ്ടവ തുറന്നുവന്നു. വീണ്ടും അടച്ചു. അതേ വേഗത്തിൽ തുറന്നു... ആ രാത്രി മുഴുവനും അതു തുടർന്നു. നേരം പുലരാറായപ്പോഴേക്കും അയാൾ ക്ഷീണിച്ച് ദേഷ്യം വന്ന് അവശനായി തന്റെ കിടക്കയിലേക്ക് ചുരുണ്ടുകൂടി.

പിന്നെ കുറെ ദിവസങ്ങൾ കുഴപ്പമില്ലാതെ കഴിഞ്ഞുപോയി. കുറച്ചു നാളുകൾക്കുശേഷം അലക്കുപുരയിലെ മധ്യവയസ്കനായ ഒരു കുതിരക്കാരൻ തന്റെ കുതിരയ്ക്ക് വെള്ളമെടുക്കാൻ പോകുന്നവഴി ആ പെൺകുട്ടി തന്റെ തൂവലുകളോട് കൽപ്പന പുറപ്പെടുവിക്കുന്നതു കേൾക്കാൻ ഇടയായി. അയാളും താക്കോൽദ്വാരത്തിലൂടെ ഒളിഞ്ഞു നോക്കി. അതിശയകരമായ ആ കാഴ്ച കണ്ടു.

കുതിരക്കാരൻ രാത്രി അവളുടെ അടുത്തെത്തി. “എന്റെ സുന്ദരീ... നീ എന്നെ തടയണ്ട... എന്റെ വിവാഹാഭ്യർഥന നിരസിച്ചാൽ നീ ഒരു മന്ത്രവാദിനിയാണെന്ന കാര്യം ഞാൻ യജമാനത്തിയെ അറിയിക്കും.”

“പണമില്ലാത്ത ആരേയും ഞാൻ സ്വീകരിക്കാറില്ല.” അവൾ ശാന്തയായി പറഞ്ഞു:

“അതു കുഴപ്പമില്ല.” കുതിരക്കാരൻ പറഞ്ഞു. “എനിക്ക് യജമാനത്തി 40 പൗണ്ട് തരുന്നുണ്ട്. നാളെ രാത്രി ഞാൻ അതുമായി വരാം..?”

രാത്രി അയാൾ പണവുമായി വന്നതും അവൾ വാങ്ങിവെച്ചു. പിന്നെ അയാളെയുംകൂട്ടി മുകൾനിലയിലേക്കു പോവുംമുമ്പ് ഇപ്രകാരം പറഞ്ഞു.

“ഒരുനിമിഷം... ഞാനെന്റെ തുണികൾ അയയിൽനിന്നെടുക്കാൻ മറന്നുപോയി. ഞാനതൊന്ന് എടുത്തുവെച്ചോട്ടേ.....”

സ്വതവെ ദയാലുവായ അയാൾ പറഞ്ഞു: “ഞാൻ പോവാം..... നല്ല തണുപ്പുണ്ട് പുറത്ത്, ഈ കാറ്റത്ത് പുറത്തിറങ്ങിയാൽ നീ പനിപിടിച്ച് മരിച്ചുപോയാലോ....”

അയാൾ പോയതും അവൾ തൂവലുകൾ എടുത്ത് നീട്ടിപ്പിടിച്ചു കൊണ്ട് പറഞ്ഞു:

"എന്റെ പ്രിയപ്പെട്ട ഭർത്താവിനോടുള്ള വിശ്വാസ്യതയുടെ പേരിൽ, ആ വസ്ത്രങ്ങൾ പുലരുംവരെ അയാൾക്ക് പെറുക്കി ഒതുക്കാൻ കഴിയാതെയായി പോവട്ടെ..."

അത്രയും പറഞ്ഞ് അവൾ സ്വസ്ഥമായി കിടന്നുറങ്ങി. എന്താണ് സംഭവിക്കാൻ പോവുന്നത് എന്നവൾക്ക് നന്നായി അറിയാം. അതു പോലെ ഒരു രാത്രി കുതിരക്കാരൻ മുമ്പ് കണ്ടിട്ടില്ല... ആ രാത്രി മുഴുവൻ അയാൾ നനഞ്ഞ തുണികളുമായി മല്ലിട്ടു.... അവ വഴുതി, കീറി, നിലത്തു വീണു, കാറ്റിൽ പാറി, തട്ടിത്തടഞ്ഞ്, രാത്രി കഴിഞ്ഞു പോയി, അങ്ങനെ ക്ഷീണിച്ചവശനായ അയാൾക്ക് പ്രഭാതമായപ്പോൾ ഒന്നുറങ്ങാൻ പോലും നേരം കിട്ടിയില്ല. അയാൾക്ക് കുതിരയ്ക്ക് ഭക്ഷണവും വെള്ളവും ഒക്കെ കൊടുക്കേണ്ടതുണ്ടായിരുന്നു.

പക്ഷേ അടുത്തതവണ അവളുടെ രഹസ്യം മനസിലാക്കിയത് ജയിംസ് എന്ന വളരെ സത്യസന്ധനായ ഒരാളാണ്. ആ ഒരു രാത്രി അയാളെ തടയാൻ അവൾക്കായെങ്കിലും അടുത്തദിവസം യജമാനനോട് കൂറുള്ള ആ പണിക്കാരൻ എല്ലാ വിവരവും യജമാനനെ അറിയിക്കുക തന്നെ ചെയ്തു.

മുതാലാളി ഓടി ഭാര്യയുടെ അടുത്തെത്തി. "നിന്റെ ആ നാശംപിടിച്ച ജോലിക്കാരിയെ പിരിച്ചു വിട്. എന്റെ ജോലിക്കാർക്കൊക്കെ എന്തോ സംഭവിക്കുന്നു. അവളെ കല്യാണം കഴിക്കാൻ വേണ്ടി അവരെല്ലാവരും സമ്പാദ്യമെല്ലാം തുലയ്ക്കുന്നു..... എല്ലാറ്റിനും കാരണം അവളാണ്. അവളെ പറഞ്ഞുവിട്."

പക്ഷേ യജമാനത്തി അത് സമ്മതിച്ചുകൊടുത്തില്ല. നിങ്ങൾ ആണുങ്ങളെ നിലയ്ക്കുനിർത്തണം എന്ന് അവർ വാദിച്ചു. തന്റെ നല്ലവളായ ജോലിക്കാരിയെ പുറത്താക്കാൻ അവർ ഒരുക്കമായിരുന്നില്ല. അങ്ങനെ ഭാര്യയും ഭർത്താവും വഴക്കായി. വഴക്കിനൊടുവിൽ യജമാനത്തി പെൺകുട്ടിയെ വിളിച്ച് സ്വയം സൂക്ഷിക്കാൻ ആവശ്യപ്പെട്ടു.

അങ്ങനെ കുറേനാൾ കൂടുതൽ കുഴപ്പങ്ങൾ ഒന്നുമില്ലാതെ കഴിഞ്ഞുപോയി. പിന്നീടൊരുദിവസം അവളെ വലയിൽ വീഴ്ത്താൻ നോക്കിയ മൂന്നുപേരുംകൂടി നിൽക്കുന്ന ഒരവസരത്തിൽ അവൾ അവർക്കു മുമ്പിൽ ചെന്നുപെട്ടു.

"അവളൊരു പിശാചാണ്.... എന്റെ പണം മുഴുവൻ അവൾ കവർന്നെടുത്തു...." ഒരുവൻ പറഞ്ഞു. "എന്റേതും," കുതിരക്കാരൻകൂടിപ്പറഞ്ഞു. അങ്ങനെ അവർ മൂന്നുപേരും പരസ്പരം കഥകൾ പങ്കിട്ടു. അവർ മൂന്നുപേരുംകൂടി ഒരുമിച്ച് യജമാനൻ വരുമ്പോൾ കാര്യങ്ങൾ എല്ലാം ഒരിക്കൽക്കൂടി പറഞ്ഞുനോക്കാൻ തീരുമാനിച്ചു. പക്ഷേ അതീവശ്രദ്ധാലുവായ ആ പെൺകുട്ടി ഇതെല്ലാം ഒളിഞ്ഞുനിന്ന് ശ്രദ്ധിക്കുന്നുണ്ടായിരുന്നു. അവൾ തൂവലുകൾ നീട്ടിപ്പിടിച്ച് ഇപ്രകാരം പറഞ്ഞു:

"എന്റെ പ്രിയഭർത്താവിനോടുള്ള വിശ്വാസ്യതയുടെ പേരിൽ ഇവർ മൂന്നുപേരും നേരംപുലരുംവരെ തമ്മിൽതത്തല്ലാനിടയാവട്ടെ."

അവൾ അതു പറഞ്ഞുതീർന്നതും, പലതും പറഞ്ഞ് ആശയക്കുഴപ്പത്തിലായ അവർ തമ്മിൽ വഴക്കടിച്ചുതുടങ്ങി. അടിയും ഇടിയും ചവിട്ടും പിടിവലിയും-ആകെ ബഹളമായി. യജമാനൻ വന്നപ്പോൾ അവൾ അവിടെ നിൽക്കുന്നതുകണ്ട് കാര്യമെന്തെന്ന് തിരക്കി.

"അവർക്ക് മൂന്നുപേർക്കും എന്നെ വിവാഹം കഴിക്കണം. അതിനായി അവർ എനിക്കെതിരെ അപവാദകഥകൾ മെനയുകയാണ്. ഓരോരുത്തരും തന്റെ നുണക്കഥയാണ് നല്ലത് എന്നും പറഞ്ഞു വാദിച്ച് ഒടുവിൽ തല്ലായിപ്പോയതാണ്...."

യജമാനൻ ഭാര്യയുടെ അടുത്തുചെന്നു പറഞ്ഞു "നീ പറഞ്ഞതു ശരിയാ.... നിന്റെ അലക്കുകാരിപ്പെണ്ണ് നല്ല ബുദ്ധിമതിയാണ്."

അങ്ങനെ ആ മൂന്ന് ആണുങ്ങൾക്കും തങ്ങളുടെ വാ മൂടിക്കെട്ടേണ്ടതായിട്ട് വന്നു. ആ പെൺകുട്ടി കുഴപ്പങ്ങളൊന്നും കൂടാതെ തന്റെ ജോലി ചെയ്തുപോന്നു.

7 വർഷവും ഒരു ദിവസവും പൂർത്തിയായപ്പോൾ മനോഹരമായ ഒരു വാഹനത്തിൽ സുന്ദരനായ അവളുടെ ഭർത്താവ് അവളെ തേടി എത്തി.... അവൾ യജമാനത്തിയോട് യാത്ര ചോദിച്ച് പോകാനൊരുങ്ങി. സന്തോഷത്തോടെ അവളെ യാത്രയാക്കാനായി എല്ലാ ഭൃത്യരോടും ചവിട്ടുപടികളിൽനിരന്നുനിന്ന് അവൾക്ക് മംഗളം ആശംസിക്കാൻ യജമാനത്തി ഉത്തരവിട്ടു. തന്റെ അടുത്ത് ആദ്യംവന്ന ആളെ കടന്നുപോയപ്പോൾ 70 പൗണ്ടിന്റെ ഒരു കിഴി കയ്യിൽവച്ചുകൊടുത്ത് അവൾ ഇപ്രകാരം പറഞ്ഞു:

"ഷട്ടറുകൾ അടപ്പിച്ചതിന് നഷ്ടപരിഹാരം...."

കുതിരക്കാരനെ കടന്നു പോയപ്പോൾ 40 പൗണ്ടിന്റെ കിഴി നൽകിക്കൊണ്ട് അവൾ ആവർത്തിച്ചു:

"തുണികൾ പെറുക്കിച്ചതിന് പകരമായി...."

അവൾ ഭർത്താവിനോടൊപ്പം യാത്ര ചോദിച്ചുപോയി. പിന്നീടേറെക്കാലം അവർ സന്തോഷത്തോടെ ജീവിച്ചു.

മടിയൻ ജാക്ക്

ഒരിടത്ത് ജാക്ക് എന്നു പേരായ ഒരു പാവം പയ്യൻ അവന്റെ അമ്മയോടൊപ്പം താമസിച്ചിരുന്നു. അവർ ദരിദ്രരായിരുന്നു. അമ്മ തുന്നി ഉണ്ടാക്കുന്നതുമാത്രമായിരുന്നു, അവരുടെ ഏകവരുമാനം. മടിയനായ ജാക്ക് വേനൽക്കാലത്ത് വെറുതെ വെയിലുകൊണ്ടും, മഞ്ഞുകാലത്ത് മുറിയുടെ മൂലയ്ക്ക് കൂനിപ്പിടിച്ചും ഇരുന്ന് വെറുതെ കാലം കഴിച്ചുകൂട്ടി. എല്ലാവരും അവനെ മടിയൻ ജാക്ക് എന്നാണ് വിളിച്ചിരുന്നത്. അവനും അമ്മയ്ക്കും വേണ്ട ഭക്ഷണത്തിനുള്ള വക സമ്പാദിക്കാൻപോലും അവനു മടിയായിരുന്നു. ഒടുവിൽ ഒരു തിങ്കളാഴ്ച "നിന്റെ ആഹാരത്തിനുള്ള വകയെങ്കിലും നീ തനിയെ കണ്ടെത്തണം' എന്ന്, അമ്മ ജാക്കിനോട് തീർത്തുപറഞ്ഞു. അല്ലെങ്കിൽ അവനെ വീട്ടിൽനിന്ന് പുറത്താക്കും എന്നും അമ്മ ഭീഷണിപ്പെടുത്തി.

അങ്ങനെ അടുത്തദിവസം അയൽക്കാരനായ ഒരു കർഷകന്റെ അടുത്ത് ജാക്ക് ജോലിക്കു പോയി. മുമ്പൊരിക്കലും കിട്ടാത്ത കൂലിയുമായി വീട്ടിലേക്കു മടങ്ങിയ ജാക്കിന്റെ കയ്യിൽനിന്നും അതു വഴിയിൽ കളഞ്ഞുപോയി.

"ഹൊ നശിച്ചവനേ", അമ്മ വഴക്കിട്ടു. "നിനക്കതു പോക്കറ്റിൽവെച്ചുകൂടായിരുന്നോ?"

"ഇനി ഞാൻ അങ്ങിനെ ചെയ്യാം അമ്മേ." ജാക്ക് മറുപടി പറഞ്ഞു.

അടുത്തദിവസം ഒരു പശുവളർത്തുകാരന്റെ അടുക്കലാണ് ജോലി തേടി ചെന്നത്. അന്നത്തെ പ്രതിഫലമായി അയാൾ ഒരു ജാറ് പാല് ജാക്കിനു നൽകി. അമ്മ പറഞ്ഞതുപോലെ ജാക്ക് അതെടുത്ത് തന്റെ ഉടുപ്പിന്റെ വലിയ പോക്കറ്റിൽ ഒഴിച്ചു. വീട്ടിലെത്തുമ്പോഴേക്കും അതൊക്കെ ഒലിച്ചുപോയി തീർന്നിരുന്നു.

"എന്റെ ചെറുക്കാ..... നിനക്ക് ആ ജാറ് തലയിൽ ചുമന്നുകൊണ്ടിങ്ങ് പോന്നാൽ പോരായിരുന്നോ?" അമ്മ അരിശപ്പെട്ടു.

"ഇനി മേലിൽ ഞാനങ്ങനെ ചെയ്യാം അമ്മേ..." ജാക്ക് പറഞ്ഞു.

അടുത്തദിവസവും ജാക്ക് മറ്റൊരു പശുവളർത്തുകാരന്റെ അടുത്ത് ജോലിക്കെത്തി. വൈകുന്നേരം അയാൾ ഒരു കുപ്പി നെയ്യാണ് ജാക്കിന് പ്രതിഫലമായി നൽകിയത്. അവനതു തലയിൽവെച്ചുകൊണ്ട് വീട്ടിലേക്കു നടന്നു. ദൂരെയുള്ള വീട്ടിലെത്തിയപ്പോഴേക്കും നെയ്യ് പകുതിയും ഉരുകി ഒലിച്ചു തീർന്നു. ബാക്കി പകുതി അവന്റെ തലയിലും മുടിയിലും പുരണ്ട് നശിച്ചുപോയി.

"വിഡ്ഢി.... നിനക്കത് കയ്യിൽ സൂക്ഷിച്ച് പിടിച്ചുകൊണ്ട് വന്നുകൂടായിരുന്നോ..." അമ്മ ചോദിച്ചു.

"ഇനി അങ്ങനെ ചെയ്യാം അമ്മേ...." ജാക്ക് മറുപടി പറഞ്ഞു.

അടുത്തദിവസം ജാക്ക് ഒരു ബേക്കറിക്കാരന്റെ അടുത്താണ് ജോലിക്കെത്തിയത്. അയാളാകട്ടെ ഒരു പൂച്ചയെ ആണ് ജാക്കിന് പ്രതിഫലം കൊടുത്തത്. പൂച്ചയെയും കയ്യിലെടുത്ത് ജാക്ക് വീട്ടിലേക്കു നടന്നു. പക്ഷേ കുറച്ചുദൂരം കഴിഞ്ഞതും അതു ജാക്കിനെ മാന്താനും കടിക്കാനും തുടങ്ങി. ഒടുവിൽ സഹികെട്ട് ജാക്കിന് പൂച്ചയെ വിടേണ്ടിവന്നു.

"ഹൊ.... എന്റെ പ്രിയപ്പെട്ട വിഡ്ഢികൂശ്മാണ്ടമേ, നിനക്കതിനെ ഒരു കയറിൽകെട്ടി പിറകിൽ നടത്തിക്കൊണ്ടു പോന്നുകൂടായിരുന്നോ?" അമ്മ ചോദിച്ചു.

"ഇനി അങ്ങനെ ചെയ്യാം." ജാക്ക് പറഞ്ഞു.

അടുത്തദിവസം ജാക്ക് ഒരു കശാപ്പുകാരന്റെ അടുത്താണ് ജോലിക്ക് ചെന്നത്. അയാൾ ഒരു ചുമട് ആട്ടിറച്ചി അവന് കൂലിയായി നൽകി. ജാക്ക് അത് ഒരു കയറിൽ ഉറപ്പിച്ച് കെട്ടി തനിക്കു പിറകെ വലിച്ചുകൊണ്ട് വീട്ടിലേക്കു നടന്നു. വീട്ടിലെത്തിയപ്പോഴേക്കും മണ്ണിലും പൊടിയിലും കുഴഞ്ഞ് അത് ഉപയോഗശൂന്യമായത്തീർന്നിരുന്നു. ഇത്തവണ അമ്മ ദേഷ്യപ്പെട്ടതേയില്ല. "മേനേ നിക്കത് ചുമലിൽ വെച്ചുകൊണ്ട് വന്നുകൂടായിരുന്നോ." രാത്രി അമ്മ ഉപദേശിച്ചു. "ശരി അമ്മേ, ഇനി മേലിൽ അങ്ങനെചെയ്യാം." അടുത്തദിവസം ഞായറാഴ്ചയായിരുന്നു. അന്ന് അത്താഴത്തിന് അവൾ കാബേജാണ് ഉണ്ടാക്കിയത്.

അടുത്ത തിങ്കളാഴ്ച വീണ്ടും മടിയൻ ജാക്ക് ജോലിക്കായി പോയി. കന്നുകാലിനോട്ടക്കാരൻ യജമാനൻ ഇത്തവണ അവനെ ബുദ്ധിമുട്ടിക്കാനായി നൽകിയത് ഒരു കഴുതയെയാണ്. വല്ലവിധേനയും ആ കഴുതയേയും ചുമലിലേറ്റി ജാക്ക് നടപ്പു തുടങ്ങി. അവന്റെ ആ നടത്തം അവിടത്തെ പണക്കാരനായ ഒരാളുടെ മകൾ കാണാനിടയായി. ആ പെൺകുട്ടി ബധിരയും മൂകയുമായിരുന്നു. ആർക്കെങ്കിലും അവളെ ചിരിപ്പിക്കാനായാൽ അവളുടെ സംസാരശേഷി തിരികെ കിട്ടും എന്നാണ് ഡോക്ടർ പറഞ്ഞിട്ടുള്ളത്. അതുകൊണ്ട് അവളെ ചിരിപ്പിക്കുന്നവർക്ക്

തന്നെ അവളെ വിവാഹംചെയ്തുകൊടുക്കും എന്ന് പറഞ്ഞുവെച്ചിരിക്കുകയാണ് ധനികനായ അവളുടെ അച്ഛൻ. തന്റെ മുറിയുടെ ജനൽവഴി ജാക്ക് കഴുതയെ ചുമലിൽ ഏറ്റിയിരിക്കുന്നതും അത് കൈകാലിട്ട് കുതറുന്നതും ഒക്കെ കണ്ടതോടെ ആ പെൺകുട്ടി ഉറക്കെ ചിരിച്ചു..... അതോടെ അവളുടെ സംസാരശേഷിയും കേൾവിശക്തിയും തിരികെ കിട്ടുകയും ചെയ്തു. പെൺകുട്ടിയുടെ അച്ഛൻ വാക്കു പാലിച്ചു. അവളെ മണ്ടൻ ജാക്കിനു വിവാഹം ചെയ്തുകൊടുത്തു. ഒരു വലിയ വീട്ടിൽ സന്തോഷത്തോടെ ജാക്കും ഭാര്യയും അവന്റെ അമ്മയും ഏറെക്കാലം ജീവിച്ചു.

രാക്ഷസനെ കൊല്ലുന്ന ജാക്ക്

ആർതർ രാജാവും രാജ്ഞിയും ജീവിച്ചിരുന്ന കോൺവാൾ എന്ന സ്ഥലത്തെ ഒരു കർഷകന്റെ ഏകമകനായിരുന്നു ജാക്ക്. യുവാവും, ഊർജസ്വലനുമായ ജാക്ക് തന്നെ ആർക്കും തോൽപ്പിക്കാനാവില്ലെന്ന് ഉറച്ച് വിശ്വസിച്ചു.

ആ സമയത്ത് കോൺവാളിലെ കുന്നിൻചെരിവുകൾ കോർമൊറോൺ എന്നു പേരുള്ള ഒരു ഭീമാകാരന്റെ പിടിയിലായിരുന്നു.

പതിനെട്ട് അടി ഉയരമുള്ള ആ ഭീമന്റെ ഭയാനകമായ മുഖവും, ആകാരവും ഗ്രാമത്തിലാകെ ഭീതിപരത്തി. കുന്നിൻ മുകളിലെ പാറക്കൂട്ടത്തിനിടയിലാണ് അവന്റെ വാസം. ഭക്ഷണം വേണമെന്നു തോന്നുമ്പോൾ അവൻ ആളുകൾ നടക്കുന്ന വഴിയിലേക്ക് ഇറങ്ങിവരും. പാവപ്പെട്ടവനെന്നോ പണക്കാരനെന്നോ ഭേദമില്ലാതെ അവന്റെ ശബ്ദം കേൾക്കുന്ന മാത്രയിൽ ആളുകൾ ജീവനുംകൊണ്ട് ഓടിയൊളിക്കും. കന്നുകാലിക്കൂട്ടങ്ങളെ, പശുക്കുട്ടികളെ, ആടുക്കളെ പന്നികളെ ഒക്കെ പുല്ലു പോലെ അവൻ തട്ടിയെടുത്ത് സ്വന്തമാക്കും. വർഷങ്ങളായിട്ട് ഇതു തുടരുന്നു. കോൺവാളിലെ പാവപ്പെട്ട ജനങ്ങൾ ഇവൻ ഉണ്ടാക്കുന്ന ദുരിതങ്ങൾ അവസാനിപ്പിക്കാനാവാതെ കുഴഞ്ഞു; നിരാശാഭരിതരായി.

ഒരുദിവസം ഭീകരൻ നശിപ്പിച്ച ഒരിടം ജാക്കിന്റെ ശ്രദ്ധയിൽപെടാനിടയായി. സ്ത്രീകൾ കരയുന്നു, ആണുങ്ങൾ ശാപവചസുകൾ ചൊരിയുന്നു, നീതിപാലകർ എന്തുചെയ്യണമെന്നാലോചിച്ച് കുത്തിയിരിക്കുന്നു. പക്ഷേ ആർക്കും ഒരു പദ്ധതിയും പറയാൻ അറിയില്ല. വിനയാന്വിതനും അതേ സമയം ധൈര്യശാലിയുമായ ജാക്ക് അവർക്കിടയിലേക്കു കടന്നു ചെന്ന്, ഭീകരനെ കൊന്നാൽ എന്തു പ്രതിഫലം നൽകുമെന്നന്വേഷിച്ചു.

"ഭീകരന്റെ ഗുഹയിലുള്ള നിധിയാണ് പ്രതിഫലം." അവർ പറഞ്ഞു.

'അതെല്ലാം?" ജാക്ക് ചോദിച്ചു.

"എല്ലാം." അവർ പറഞ്ഞു.

"എങ്കിൽ ആ ജോലി ഞാനേറ്റെടുത്തിരിക്കുന്നു. അത്രയും പറഞ്ഞു കൊണ്ട് ജാക്ക് തന്റെ ജോലിക്കായി പുറപ്പെട്ടു.

അതൊരു മഴക്കാലമായിരുന്നു. മഴു, കോടാലി, കുഴൽ എന്നിവയൊക്കെയും എടുത്തുകൊണ്ട് ജാക്ക് കുന്നിൻമുകളിലേക്കു കയറിപ്പോയി. വൈകുന്നേരമായപ്പോഴേക്കും കുന്നിൻമുകളിൽ ഇരുപത്തിരണ്ടടി താഴ്ചയുള്ള ഒരു കുഴി അവൻ കുഴിച്ചുണ്ടാക്കി. അതിന്റെ വായ്ഭാഗം ചുള്ളിക്കമ്പുകൾവെച്ചടച്ച് കല്ലും, മണ്ണും പുല്ലും വാരിയിട്ട് നിരപ്പാക്കി. നേരം വെളുക്കാറായപ്പോൾ ഭീകരന്റെ ഗുഹയ്ക്ക് കുറച്ചകലെ മാറിനിന്ന് ജാക്ക് കുഴലൂത്തു തുടങ്ങി.

ഒരു കുറുക്കനെ വേട്ടയാടുംപോലെത്തെ ഊത്തായിരുന്നു അത്.

ആ ശബ്ദം കേട്ടതും ഭീമാകാരൻ ഗുഹയ്ക്കു പുറത്തെത്തി..... തന്നെ ശല്യം ചെയ്യാനായി കുഴലൂതുന്നത് നിസ്സാരനായ ഒരു പയ്യനാണെന്നു കണ്ടതും ഭീകരൻ ദേഷ്യംകൊണ്ട് വിറച്ചു. "എന്നെ ഉണർത്തിയ നിന്നെ ഞാൻ വെറുതേവിടില്ല.... പുഴുവിന്റത്രയുള്ള നീയോ എന്നോട് കളിക്കുന്നത്.... നിന്റെ കഥ ഞാൻ കഴിക്കും. ഇന്നത്തെ പ്രാതലിന് നിന്നെ ഞാൻ പൊരിച്ച് തിന്നും...." അലറിക്കൊണ്ട് ഭീകരൻ ജാക്കിനു നേരെ ഓടി.......

ഓട്ടത്തിൽ അവൻ 'പ്ത്തോം' എന്ന് വാരിക്കുഴിയിലേക്ക് വീണുകഴിഞ്ഞിരുന്നു. അത്രയും ഭാരിച്ച ശരീരം അത്ര വലിയ കുഴിയിലേക്കു വീണ ആഘാതത്തിൽ കുന്നിൻപുറമാകെയൊന്നു കുലുങ്ങി.

ജാക്ക് പൊട്ടിച്ചിരിച്ചുപോയി....

"ക്യൂ...... എങ്ങനെയുണ്ട് പ്രാതൽ? പൊരിക്കുന്നോ അതോ പുഴുങ്ങുന്നോ? ഈ പാവം ജാക്കിന് അങ്ങനെ ആരുടെയും ഭക്ഷണമാവാൻ വയ്യാട്ടൊ..... നിന്റെ വിധി ഇതാണ്! നിന്റെ ചീത്ത സ്വഭാവത്തിനു കിട്ടിയ വിധി.... ഇനി നിന്നെ ഞാൻ എനിക്കിഷ്ടമുള്ളതു ചെയ്യും. ചീഞ്ഞ മുട്ട കിട്ടിയാലതുകൊണ്ട് എറിയാമായിരുന്നു. പക്ഷേ ഇപ്പൊ ഇതാണ് ഞാൻ ചെയ്യുന്നത്." അത്രയും പറഞ്ഞ് ജാക്ക് തന്റെ വലിയ മഴു പൊക്കി ഭീകരന്റെ തലയ്ക്കടിച്ചു. കോർമൊറേൺ എന്ന ആ ഭീകരൻ തൽക്ഷണം മരിച്ചുവീണു.

ജാക്ക് പതിയെ കുഴി മണ്ണിട്ട് മൂടി, അതിനുശേഷം ഗുഹയിലെ നിധിയെടുക്കാനായി പോയി.

ഇക്കാര്യങ്ങളെല്ലാം അറിഞ്ഞതും നിയമപാലകർ അവനെ "ഭീകരനെകൊന്ന മഹാനായ ജാക്ക്" എന്നു വാഴ്ത്തി. മേലിൽ അവൻ അങ്ങനെ അറിയപ്പെടും എന്നും പ്രഖ്യാപിച്ചു.

അവർ അവനൊരു വാളും അരപ്പട്ടയും സമ്മാനിച്ചു. അതിനു പുറത്ത് സ്വർണലിപികളിൽ ഇങ്ങനെ എഴുതിയിരുന്നു.

"ഇവനാണ് ഭീകരൻ കോൺമോറനെ കൊന്ന മഹാനായ കോണിഷ്കാരൻ.."

II

ജാക്കിന്റെ മഹത്തായ വിജയം ഇംഗ്ലണ്ടിലാകെ വലിയ പ്രചാരം നേടി. കിഴക്കുഭാഗത്തു ജീവിച്ചിരുന്ന ബ്ലണ്ടർബോർ എന്ന ഒരു ഭീകരൻ ഇതേക്കുറിച്ച് കേട്ടതും എന്നെങ്കിലും ജാക്കിനെ നേരിട്ട് കണ്ടാൽ അവന്റെ ക്രൂരതയ്ക്ക് പ്രതികാരം ചെയ്യും എന്ന് പ്രഖ്യാപിച്ചു. ഏകാന്തമായ ഒരു വനത്തിൽ ഒരു വലിയ കൊട്ടാരത്തിന്റെ അധിപനായി കഴിയുകയാണ് ബ്ലണ്ടർബോർ എന്ന ഭീമൻ.

കോർമൊറോണെകൊന്ന് നാലു മാസങ്ങൾക്കുശേഷം വെയ്ൽസിലേക്കുള്ള യാത്രയ്ക്കിടെ ജാക്ക് ഈ വനത്തിലൂടെ കടന്നുപോവാനിടയായി. നടന്നു തളർന്ന ജാക്ക് വഴിയരികിൽ കണ്ട അരുവിക്കരയിൽ കിടന്ന് ഉറങ്ങിപ്പോയി.

തടാകക്കരയിലേക്ക് വെള്ളമെടുക്കാനായി എത്തിയ ബ്ലണ്ടർബോർ ജാക്കിനെ കണ്ടു. അവന്റെ അരപ്പട്ടയിൽ ആലേഖനം ചെയ്ത വാക്കിൽ നിന്നും ജാക്കിനെ തിരിച്ചറിഞ്ഞ ബ്ലണ്ടർബോർ അവനെ ചുമലിൽ എടുത്തിട്ട് തന്റെ മാന്ത്രികക്കൊട്ടാരത്തിലേക്കു നടന്നു.

ചുള്ളിക്കമ്പുകൾ ഇളകുന്നതു കേട്ട് ഉറക്കമുണർന്ന ജാക്ക്, താൻ ഭീകരന്റെ പിടിയിലായിക്കഴിഞ്ഞു എന്ന് മനസിലാക്കി. അവൻ ഭയം കൊണ്ട് വിറച്ചു. കൊട്ടാരത്തിന്റെ മുറ്റത്ത് മനുഷ്യരുടെ അസ്ഥി കൂമ്പാരം കൂട്ടിയിട്ടിരിക്കുന്നതുകൂടി കണ്ടതോടെ പാവം ജാക്ക് ഭയംകൊണ്ട് നടുങ്ങി.

"ഏറെക്കഴിയാതെ നീയും അവർക്കൊപ്പം ചേരും" എല്ലുകൾ കാണിച്ച് ബ്ലണ്ടർബോർ പറഞ്ഞു. ഭീകരൻ അവനെ ഒരു മുറിക്കുള്ളിൽ പൂട്ടിയിട്ടു. വലിയമേൽക്കൂരയെല്ലാമുള്ള ഒരു കുഴിമുറിയായിരുന്നു അത്. ഒറ്റ ജനലുള്ളതിലൂടെ നോക്കിയാൽ റോഡു കാണാം..... പാവം ജാക്കിനെ അതിനകത്തുപൂട്ടിയിട്ടിട്ട് ബ്ലണ്ടർബോർ തന്റെ സഹോദരൻ ഭീകരനെ കൂടി വിളിച്ചുകൊണ്ടുവരാനായി പോയി. അവനും ഈ കാട്ടിൽ തന്നെയാണ് താമസം. ജാക്കിനെ കൊന്നുതിന്നുന്ന ആഘോഷത്തിൽ പങ്കെടുക്കാനാണ് ഇപ്പോഴവനെ ക്ഷണിക്കുന്നത്.

കുറച്ച് സമയത്തിനുശേഷം രണ്ടു ഭീമാകാരൻമാർ റോഡിലൂടെ തങ്ങളുടെ വിശേഷപ്പെട്ട അത്താഴം കഴിക്കാനായി ധൃതിപ്പെട്ടു നടന്നു വരുന്നത് ജാക്ക് കണ്ടു.

"എന്റെ മരണമോ, രക്ഷയോ ഏതോ ഒന്ന് അടുത്തെത്തിയിരിക്കുന്നു." ജാക്ക് സ്വയം പറഞ്ഞു. അപ്പോഴാണവൻ മുറിയുടെ മൂലയ്ക്കിരുന്ന രണ്ടു വളഞ്ഞ വടികൾ ശ്രദ്ധിച്ചത്. അതുകൊണ്ട് ഒരു പണി ഒപ്പിക്കാൻ അവൻ പദ്ധതിയിട്ടു. അതിന്റെ വളഞ്ഞഅറ്റങ്ങൾ കൂട്ടി ഇണക്കി

ക്കൊണ്ട് ഒരു നല്ല കുരുക്ക് അവനുണ്ടാക്കി. അത് ജനലിൽ ഭീകരൻമാർ വാതിൽ തുറന്നുവരുമ്പോൾ തലയിൽ കുടുങ്ങത്തക്കവിധത്തിൽ ഘടിപ്പിച്ചു. ഇരുമ്പുഗേറ്റു തുറന്ന് അകത്തെത്തിയ ഭീകരൻ ജാക്കൊരുക്കിയ കെണിയിൽ കുരുങ്ങി. പെട്ടെന്നുതന്നെ ജാക്ക് അതിന്റെ അറ്റം മേൽക്കൂരയിൽ കെട്ടിവലിച്ചു. കുരുക്കു മുറുകി രണ്ടുപേരും പിടഞ്ഞു. മുഖം ഇരുണ്ടു. കുറേസമയം കഴിഞ്ഞപ്പോൾ ജാക്ക് പിടിവിട്ടു. ഭീകരൻമാർ താഴെവീണു. തന്റെ വാളുകൊണ്ട് ജാക്ക് അവരെ വെട്ടിക്കൊന്നു.

പിന്നെ കൊട്ടാരത്തിന്റെ താക്കോലെടുത്ത് ജാക്ക് എല്ലാ വാതിലുകളും തുറന്ന് അകത്ത് മുടിപരസ്പരം കൂട്ടിക്കെട്ടി ബന്ധനസ്ഥരാക്കിയിരുന്ന മൂന്ന് സുന്ദരികളെ രക്ഷപ്പെടുത്തി. അവർ പട്ടിണികൊണ്ട് ഏറെക്കുറെ മരിക്കാറായിരുന്നു.

"എന്റെ സുന്ദരികളെ" മുട്ടിൽനിന്ന് - അവനത്രയ്ക്ക് വിനയശീലനാണ്-അവൻ പറഞ്ഞു. "ഇതാ ഈ മാന്ത്രികക്കൊട്ടാരത്തിന്റെ താക്കോൽ. ക്രൂരനായ ബ്ലണ്ടർ ബോറിനെയും സഹോദരനെയും ഞാൻ കൊന്നു. അങ്ങനെ നിങ്ങൾ സ്വതന്ത്രരായി. ഇതാ ഈ താക്കോൽ നിങ്ങൾക്ക് നഷ്ടപ്പെട്ടതെല്ലാം തിരിച്ചുനൽകും..."

അങ്ങനെ പറഞ്ഞുകൊണ്ട് ജാക്ക് വെയ്ൽസിലേക്കുള്ള തന്റെ യാത്ര തുടർന്നു.

III

ജാക്ക് വേഗത്തിൽ നടപ്പു തുടർന്നു. വളരെവേഗത്തിൽ നടന്ന് അവൻ ഒരു താഴ്വാരത്തിലെത്തി, അവടെ ഒറ്റപ്പെട്ട്, ഭയം തോന്നിക്കുന്ന ഒരു വലിയ വീടു കാണാനായി. ഒരു രാത്രിയിലേക്ക് അഭയം കിട്ടുമോ എന്നു നോക്കാനായി ജാക്ക് വീടിന്റെ വാതിലിൽ മുട്ടി. അവന്റെ വിളിക്ക് മറുപടി പറഞ്ഞുകൊണ്ട് എത്തിയത് രണ്ടുതലയുള്ള ഒരു രാക്ഷസനാണെന്നു പറയുമ്പോൾ അവന്റെ ഞെട്ടൽ നിങ്ങൾക്ക് ഊഹിക്കാമല്ലോ. രണ്ട് തലയുള്ള ഭീമാകാരനാണെങ്കിലും അവൻ മര്യാദക്കാരനായ ഒരു വെയ്ൽസ് രാക്ഷസനായിരുന്നു.

അതുകൊണ്ട് അവൻ ജാക്കിനെ മാന്യമായി സ്വാഗതംചെയ്തു. നല്ല ഒരു ഉറക്കറയും നൽകി ശുഭരാത്രി നേർന്നുകൊണ്ട് പുറത്തുപോയി. നല്ല ക്ഷീണമുണ്ടായിരുന്ന ജാക്ക് കിടന്നപാടുറങ്ങിപ്പോയി. ഉറക്കമുണർന്നപ്പോൾ അടുത്തമുറിയിൽനിന്നും തന്റെ ആതിഥേയൻ സ്വയം പിറുപിറുക്കുന്നത് ജാക്ക് കേട്ടു. നല്ല കേൾവിശക്തിയുള്ളതുകൊണ്ട് അവൻ പറയുന്നത് പിടിച്ചെടുക്കാൻ ജാക്കിനു കഴിഞ്ഞു.

"നീ ഇന്നുരാത്രി എന്റെ ഒപ്പം തങ്ങിയാലും നീ നാളത്തെ പ്രഭാതം കാണില്ല.... എന്റെ ഉരുളൻവടി നിന്റെ തലച്ചോറു തകർക്കും....."

"എന്ത്?" ജാക്ക് ചാടിഎഴുന്നേറ്റു. "ഹൊ... അപ്പോ ഇതാണ് വെയ്ൽസുകാരന്റെ സൂത്രം, അല്ലേ? പക്ഷേ അതെന്റെ അടുത്ത് നടക്കില്ല."

തന്റെ കമ്പിളിക്കടിയിൽ മരങ്ങൾകൊണ്ടുള്ള ഒരു വലിയ ശയ്യാതലം വെച്ചശേഷം അവൻ മുറിയുടെ മൂലയിലേക്ക് മാറിനിന്നു. കൂർക്കം വലിക്കുന്നതായി ഒച്ചയുണ്ടാക്കുകകൂടി ചെയ്തപ്പോൾ ജാക്ക് ഉറങ്ങുകയാണെന്ന് രാക്ഷസൻ ഉറപ്പിച്ചു.

കുറച്ചുകഴിഞ്ഞപ്പോൾ, കാലടി ശബ്ദം കേൾപ്പിക്കാതെ ഒരു ഉരുളൻ വടിയുമായി രാക്ഷസൻ പതുങ്ങിവന്നു.

"ടും.....ടും......ടും..."

തന്റെ അതിഥിയുടെ ഓരോ എല്ലും തകർക്കുംവിധം രാക്ഷസൻ വടികൊണ്ട് അടിക്കുന്നതും, അവൻ ചത്തു എന്നു കരുതി തിരിച്ചു പോവുന്നതും എല്ലാം കണ്ടുകൊണ്ട് ജാക്ക് മുറിയുടെ മൂലയ്ക്ക് ശ്വാസംപിടിച്ച് നിന്നു. അതിനുശേഷം കട്ടിലിൽ കയറിക്കിടന്ന് ജാക്ക് ഒരിക്കൽക്കൂടെ സുഖമായുറങ്ങി! അടുത്ത പ്രഭാതത്തിൽ ചിരിച്ചുകൊണ്ട് ജാക്ക് മുറിക്കു പുറത്തിറങ്ങി വന്നപ്പോൾ രാക്ഷസന് സ്വന്തം കണ്ണുകളെ വിശ്വസിക്കാനായില്ല.

"നന്നായുറങ്ങിയോ..... രാത്രി ഒന്നും തോന്നിയില്ലല്ലോ." രാക്ഷസൻ അതിശയിച്ചു.

"ഹൊ...." ചിരിച്ചുകൊണ്ട് ജാക്ക് പറഞ്ഞു. "ഒരെലി വന്ന് അതിന്റെ വാലുകൊണ്ട് എന്നെ രണ്ടുമൂന്ന് ഇക്കിളിയിട്ട് പോയതുപോലെ തോന്നി...."

ഇതുകേട്ടതും രാക്ഷസൻ കിടുങ്ങിപ്പോയി. പിന്നെ അവൻ ജാക്കിനെ പ്രാതൽ കഴിക്കാനായി ക്ഷണിച്ചു. ഒരു വലിയ ചരുവം നിറയെ പായസമെടുത്തുകൊടുത്ത്, നിന്നെപ്പോലൊരാൾക്ക് ഇത്രയും വേണ്ടി വരും എന്നുപറഞ്ഞു. പക്ഷെ അവിടെയും ജാക്ക് തോറ്റുകൊടുത്തില്ല. യാത്രയ്ക്കിടെ സാധനങ്ങൾ സൂക്ഷിക്കാനായി ജാക്ക് ഉടുപ്പിനടിയിൽ ഒരു ബാഗ് സൂക്ഷിക്കാറുണ്ട്. പായസം കുടിക്കുകയാണ് എന്ന വ്യാജേന, താടിയിലൂടെ അത് ആ ബാഗിലേക്ക് നിറച്ചു. അവനതത്രയും കുടിച്ചു തീർത്തതുകണ്ട് രാക്ഷസൻ വീണ്ടും ഞെട്ടി.

"നോക്കൂ.... ഞാനൊരു സൂത്രം കാണിക്കാം" കഴിച്ചുതീർന്നതും ജാക്ക് പറഞ്ഞു. എന്നിട്ടവൻ കത്തിയെടുത്ത് സ്വന്തം വയറിൽ കുത്തി. വയറിലെ ലെതർബാഗിൽ നിന്നും പായസം മുഴുവനും പുറത്തുചാടി.

"ഞാനും അതുപോലെ ചെയ്യാം....." രാക്ഷസനും കത്തിയെടുത്ത് വയറിൽ കുത്തി..... തൽക്ഷണം രാക്ഷസൻ മരിച്ചുവീണു.

അങ്ങനെ മര്യാദക്കാരനായ വെയ്ൽസ് രാക്ഷസന്റെ കയ്യിൽനിന്നും ജാക്ക് രക്ഷപ്പെട്ടു.

IV

അക്കാലത്ത് ധൈര്യശാലികളായ യുവാക്കൾ സാഹസികത തേടിപ്പോവുക പതിവായിരുന്നു. ആർതർ രാജാവിന്റെ ഏകമകൻ വലിയ

ധീരനായിരുന്നു. വെയ്ൽസിൽ ഏഴ് പിശാചുക്കളോടൊപ്പം തടവിൽ കഴിയുന്ന ഒരു സുന്ദരിയെ സ്വന്തമാക്കാൻ പോകാനായി അവൻ തന്റെ അച്ഛനോട് കുറച്ച് പണം ആവശ്യപ്പെട്ടു. അച്ഛൻ വിമുഖത പ്രകടിപ്പിച്ചെങ്കിലും ഒടുവിൽ രണ്ട് കുതിരകളുമായി ആ രാജകുമാരൻ യാത്ര പുറപ്പെടുക തന്നെ ചെയ്തു. ഒരു കുതിരപ്പുറത്തവൻ യാത്രചെയ്തു. മറ്റൊന്നിന്റെ പുറത്ത് നിറയെ സ്വർണക്കട്ടികൾ കയറ്റിവച്ചിരുന്നു. രണ്ടു ദിവസത്തെ യാത്രയ്ക്കുശേഷം കുമാരൻ വെയ്ൽസിലെ ഒരു ചന്തയിൽ എത്തിച്ചേർന്നു. അവിടെ വലിയ പ്രശ്നങ്ങൾ നടക്കുകയാണ്. കുമാരൻ കാരണം അന്വേഷിച്ചു. മാന്യനായ ഒരാളുടെ മൃതദേഹം ശ്മശാനത്തിലേക്കെടുക്കാനനുവദിക്കാതെ തടഞ്ഞുവച്ചിരിക്കുകയാണ്. കാരണം, അയാൾ ജീവിച്ചിരുന്നപ്പോൾ പലർക്കും കടക്കാരനാണ്.

"ഇതു ക്രൂരതയാണ്." കുമാരൻ പറഞ്ഞു. "അയാളുടെ ശവം കൊണ്ടുപോയി സമാധാനപരമായി അടക്കൂ. എന്നിട്ട് പണം കിട്ടാനുള്ളവരെ എന്റെ അടുത്തേക്കു വിടൂ. മരിച്ച ആളുടെ കടം ഞാൻ വീട്ടാം."

കടം നൽകിയ എല്ലാവരും വന്നു. പക്ഷേ കുറച്ച് അധികം പേരുണ്ടായിരുന്നു. വൈകുന്നേരമായപ്പോൾ കുമാരന്റെ കയ്യിൽ ശേഷിച്ചത് വെറും രണ്ട് അണമാത്രം.... അയാൾക്ക് യാത്ര തുടരാൻ അതു തികയുമായിരുന്നില്ല.

ജാക്ക് അപ്പോൾ അതുവഴി വരാനിടയായി. രാജകുമാരന്റെ പ്രവൃത്തികളും കുമാരനേറ്റ ദുർവിധിയും എല്ലാം മനസിലാക്കി ദയാലുവായ ജാക്ക് രാജകുമാരന്റെ ഭൃത്യനാവാൻ സ്വയം തീരുമാനമെടുത്തു. അടുത്ത പ്രഭാതത്തിൽ അവരിരുവരും യാത്രപുറപ്പെട്ടു. പക്ഷേ നഗരംവിടും മുമ്പെ അവരുടെ കുതിരയ്ക്കു പുറകെ കരഞ്ഞു വിളിച്ചുകൊണ്ട് ഒരു സ്ത്രീ ഓടിവന്നു.

"കുമാരാ....കുമാരാ... മരിച്ച ആൾ എന്റെ അടുത്തുനിന്നും രണ്ട് അണ കടംവാങ്ങിയിരുന്നു. എനിക്ക് അതു തിരിച്ച് തന്നിട്ട് പോകണേ...." അവർ കരഞ്ഞുവിളിച്ചു.

ദയാലുവും മാന്യനുമായ ആ കുമാരൻ കയ്യിലിരുന്ന അവസാനത്തെ രണ്ട് അണ അവർക്കു നൽകി. ഇപ്പോൾ കയ്യിൽ ചില്ലിക്കാശുപോലും ഇല്ല.

"ജാക്ക്! നമ്മുടെ കയ്യിലിനി ഒന്നുമില്ല. നമ്മളിനി എവിടെ, എങ്ങനെ രാത്രി തങ്ങും?"

"നമുക്ക് എന്തെങ്കിലും ചെയ്യാം പ്രഭോ....ഇവിടെ നിന്നും രണ്ടു മൂന്നു മൈൽ പോയാൽ മൂന്നു തലയുള്ള ഒരു രാക്ഷസന്റെ കൊട്ടാരമെത്തും. അവിടെ അവൻ 100 യോദ്ധാക്കളോട് ഒരുമിച്ചു പടവെട്ടി അവരുടെ തല കാറ്റത്ത് പതിരു പാറ്റുംപോലെ കൊയ്തിടുകയാണ്. നമുക്കവിടേക്കു പോവാം."

അവിടെ നമ്മളെന്തിനു പോണം? അവൻ ഉറപ്പായും നമ്മളെയും ശരിപ്പെടുത്തും." രാജകുമാരൻ പറഞ്ഞു.

"ഏയ്" ജാക്ക് ചിരിച്ചു തള്ളി" എന്നെ അവിടേക്കു പോവാനനുവദിക്കൂ. എന്തൊക്കെയാണെങ്കിലും ആ രാക്ഷസനൊരു വിവരം കെട്ടവനാണ്. എനിക്കവനെ നേരിടാനാവും."

അങ്ങനെ രാജകുമാരനെ അവിടെ നിർത്തിയിട്ട് ജാക്ക് കുതിരപ്പുറത്ത് ആ രാക്ഷസകൊട്ടാരത്തിലേക്ക് അതിവേഗം കുതിച്ചു. ദിക്കുകൾ പ്രതിധ്വനിക്കുമാറ് അവൻ കതകിൽ ആഞ്ഞുമുട്ടി.

അകത്തുനിന്നും ഇടിമുഴക്കംപോലെ രാക്ഷസന്റെ ശബ്ദംകേട്ടു:

"ആരാണത്?"

"നിന്റെ പാവം ബന്ധു ജാക്കാണ്, വേറാരുമല്ല." ജാക്ക് ധൈര്യമായി പറഞ്ഞു.

"ബന്ധുവോ... ഓ..." രാക്ഷസനു സന്തോഷമായി. "നീ എന്തിനാ വന്നിരിക്കുന്നത്?" അവൻ ചോദിച്ചു.

"നിന്നോടൊരു ഭയങ്കരൻ വാർത്ത പറയാൻ വന്നതാണ്."

"ഭയങ്കരൻ വാർത്തയോ?" എന്താണത്? എന്റെ മൂന്നുതലയിലൊന്ന് പോയോ? 500 ആളോട് യുദ്ധംചെയ്യാനാവാതായോ.... എനിക്ക് അവരുടെ തലകൾ പറപ്പിക്കാൻ കഴിവില്ലേ?" രാക്ഷസൻ ചോദിച്ചു.

"ഉണ്ട്." സൂത്രക്കാരനായ ജാക്ക് പറഞ്ഞു. "പക്ഷേ ആർതർ രാജാവിന്റെ മകൻ 1000 പടയാളികളുമായി നിന്നെ തുരത്താൻ പുറപ്പെട്ടിരിക്കുന്നു.

അതുകേട്ടതും രാക്ഷസൻ പേടികൊണ്ട് വിറച്ചു. "ഹൊ.... എന്റെ ജാക്ക്! ഇതൊരു വലിയ വാർത്ത തന്നെ" അവൻ കിതച്ചു. ഞാനിനി എന്തു ചെയ്യും.?

"ഇരുട്ടറയിൽ കേറി ഒളിച്ചോ...." സൂത്രക്കാരനായ ജാക്ക് പറഞ്ഞു" ഞാൻ പൂട്ടി താക്കോൽ രാജകുമാരൻ പോകുംവരെ കയ്യിൽ വച്ചേക്കാം. അപ്പോൾ നിനക്ക് പേടിക്കാനില്ലല്ലോ."

രാക്ഷസൻ അവൻ പറഞ്ഞത് അനുസരിച്ചു. ജാക്ക് പോയി തന്റെ യജമാനനെ കൂട്ടിക്കൊണ്ടുവന്നു. സുഭിക്ഷമായി അത്താഴം കഴിച്ച് അവർ ആ കൊട്ടാരത്തിൽ കിടന്നുറങ്ങി. രാക്ഷസനാവട്ടെ ഭൂഗർഭ ഇരുട്ടറയിൽ തണുത്തുവിറച്ച് പേടിച്ചരണ്ട് രാത്രി കഴിച്ചുകൂട്ടി.

രാവിലെ ജാക്ക് യജമാനനെ വിളിച്ചുണർത്തി. രാക്ഷസന്റെ സമ്പാദ്യത്തിൽനിന്നും ആവോളം സ്വർണവും, വെള്ളിയുമൊക്കെ കുതിരപ്പുറത്തുകയറ്റി മൂന്നുമൈൽ അകലേക്ക് പറഞ്ഞയച്ചു. അതിനുശേഷം അവൻ പോയി രാക്ഷസനെ തുറന്നുവിട്ടു. തന്റെ ജീവൻ രക്ഷിച്ചവനല്ലേ എന്നു കരുതി, എന്തുവേണമെങ്കിലും നൽകാൻ രാക്ഷസൻ തയാറായിരുന്നു.

"എനിക്ക് നിന്റെ തലയണയ്ക്കരികെ ഇരിയ്ക്കുന്ന ആ പഴയ കോട്ടും, തൊപ്പിയും ആ തുരുമ്പിച്ച വാളും ചെരിപ്പും ആണ് വേണ്ടത്."

അതുകേട്ട് ഒരു നെടുവീർപ്പോടെ രാക്ഷസൻ പറഞ്ഞു: "നീ ചോദിച്ചതിന്റെ വില നിനക്കറിയില്ല; അത് എനിക്കേറ്റവും പ്രിയപ്പെട്ട വസ്തു

ക്കളാണ്. പക്ഷേ ഞാൻ നിനക്കവ തരാം. ആ കോട്ട് നിന്നെ മറ്റുള്ള വർക്കു മുമ്പിൽ അദൃശ്യനാക്കും. തൊപ്പി നിനക്കറിയാനാഗ്രഹമുള്ള തെല്ലാം പറഞ്ഞുതരും. വാൾ നീ ആഗ്രഹിക്കുന്ന എന്തിനെയും വെട്ടി മുറിക്കും, ഈ ചെരിപ്പിട്ടാൽ നീ ആഗ്രഹിക്കുന്നിടത്ത് ആ നിമിഷംതന്നെ എത്തിപറ്റും."

അങ്ങനെ തൊപ്പിയും, വാളും, ചെരിപ്പും, കോട്ടും എല്ലാമായി ജാക്ക് നിമിഷങ്ങൾക്കകം രാജകുമാരനെയും കൂട്ടി സുന്ദരിയെ തടവിലിട്ട മാന്ത്രികക്കൊട്ടാരത്തിലെത്തി.

രാജകുമാരി അതിസുന്ദരിയായിരുന്നു. തന്നെ വധുവാക്കാനാലോ ചിച്ചുകൊണ്ട് ഒരു രാജകുമാരൻ എത്തിയിരിക്കുന്നു എന്നു കേട്ടതും അവൾ ചിരിച്ചുകൊണ്ട് അയാൾക്കായി വിരുന്നൊരുക്കാൻ ആവശ്യപ്പെട്ടു. മാത്രവുമല്ല, അവൾ തന്നെ അടുത്തിരുന്ന് അയാളെ ഊട്ടി. ഭക്ഷണശേഷം കൈകഴുകിയ രാജകുമാരന്റെ ചുണ്ടിലെ നനവ് അവൾ സ്വന്തം തൂവാല എടുത്ത് ഒപ്പി എടുത്തു. എന്നിട്ട്, ചിരിച്ചുകൊണ്ട് പറഞ്ഞു:

"നിങ്ങൾക്ക് എന്റെ വക ഒരു ജോലിയുണ്ട്. നാളെ രാവിലെ നിങ്ങൾ എനിക്കീ തൂവാല കാണിച്ചുതരണം. ഇല്ലെങ്കിൽ നിങ്ങളുടെ തല കാണില്ല."

അത്രയും പറഞ്ഞ് അവൾ തൂവാല സ്വന്തം നെഞ്ചിൽ ഉടുപ്പിനടിയിൽ സൂക്ഷിച്ചു! ശുഭരാത്രി നേർന്നുകൊണ്ട് അവൾ ഉറങ്ങാൻപോയി.

നിരാശനായി സ്വന്തം മുറിയിലേക്കു മടങ്ങിയ കുമാരനെ ജാക്ക് ആശ്വസിപ്പിച്ചു. എന്തുവേണമെങ്കിലും പറഞ്ഞുതരുന്ന തന്റെ തൊപ്പി എടുത്തണിഞ്ഞുകൊണ്ട് അവൻ തനിക്കറിയേണ്ടതെല്ലാം നിമിഷ ങ്ങൾക്കകം മനസിലാക്കി. രാത്രി അവൾ ദുർമാന്ത്രവാദിനിയെ വിളിച്ച് തന്റെ തൂവാല സൂക്ഷിക്കാനേൽപ്പിച്ചതും, മന്ത്രവാദിനി അത് ഒരു വലിയ അലമാരയ്ക്കു മീതെ ഒളിപ്പിക്കുന്നതും എല്ലാം ജാക്ക് തന്റെ മന്ത്രിക തൊപ്പിയുടെ സഹായത്തോടെ കണ്ടുപിടിച്ചു. അവിടെനിന്നും അവനത് എടുത്ത് രാജകുമാരനെ ഏൽപ്പിച്ചു.

അടുത്തപ്രഭാതത്തിൽ തന്റെ വീഴ്ച കാണാനെത്തിയ സുന്ദരിയെ ആ തൂവാല നീട്ടിക്കൊണ്ടുതന്നെ കുമാരൻ അഭിവാദ്യം ചെയ്തു.

അവൾ കുറച്ച് നിരാശപ്പെട്ടെങ്കിലും വീണ്ടും ഒരു വിരുന്നൊരുക്കാൻ ഉത്തരവിട്ടു. ആ വിരുന്നിനുശേഷം അവൾ കുമാരന്റെ ചുണ്ടുകളിൽ ചുംബിച്ചു. എന്നിട്ടു പറഞ്ഞു:

"ഇന്ന് രാത്രി ഞാൻ ആരെയാണോ ചുംബിക്കുന്നത് ആ ചുണ്ടുകൾ നാളെ രാവിലെ എനിക്കു കാട്ടിത്തരണം; ഇല്ലെങ്കിൽ നിന്റെ തല പോവും. മറക്കേണ്ട." രാജകുമാരി വെല്ലുവിളിച്ചു.

ഇത്തവണയും കുമാരൻ വിഷമസന്ധിയിലായി. പക്ഷേ തന്റെ തൊപ്പി വഴി അറിയേണ്ടതെല്ലാം അറിയാം എന്ന് ജാക്ക് അദ്ദേഹത്തെ സമാധാനിപ്പിച്ചു.

സുന്ദരി രാത്രിയിൽ ലൂസിഫർ എന്ന മാന്ത്രികനെ അടുത്തു വിളിച്ച്

ഇങ്ങനെ പറയുന്നത് ജാക്ക് കേട്ടു: "എന്റെ തൂവാല കളഞ്ഞ് നീ എന്നെ തോൽപ്പിച്ചു. ഇപ്പോ ആർക്കും കട്ടെടുക്കാനാവാത്ത ഒന്നു ഞാൻ നിനക്കു തരികയാണ്. ആ കുമാരനെ തോൽപ്പിക്കാമോ എന്നൊന്നറിയ ണമല്ലോ."

അതും പറഞ്ഞവൾ ആ പിശാചിന്റെ ചുണ്ടിൽ ചുംബിച്ചു. രാത്രി ഉറക്കറയിൽ ഒളിച്ചിരുന്ന ജാക്ക് ലൂസിഫർ എന്ന മാന്ത്രികന്റെ തല വെട്ടി എടുത്ത് തന്റെ യജമാനനെ, രാജകുമാരനെ ഏൽപ്പിച്ചു.

പ്രഭാതത്തിൽ രാജകുമാരൻ നീട്ടിയ തല കണ്ട് സുന്ദരി കണ്ണുമിഴിച്ചു പോയി. ഇതു കണ്ടു ഭയന്ന മറ്റ് പിശാചുക്കളെല്ലാം തൽക്ഷണം കുമാ രിയെ ഉപേക്ഷിച്ചിട്ടു പോയി.

അങ്ങനെ ആ പിശാചുക്കൾ എല്ലാം ഒഴിഞ്ഞു. അവൾ ഒരു സാധാ രണ യുവതിയായി മാറി.

അടുത്ത പ്രഭാതത്തിൽ കുമാരനവളെ വിവാഹം ചെയ്തു. അതിനു ശേഷം അവർ ആർതർ രാജാവിന്റെ കൊട്ടാരത്തിലേക്കു മടങ്ങി.

V

ഇതൊന്നും പക്ഷേ നമ്മുടെ നായകനെ തൃപ്തനാക്കിയില്ല. അവൻ വീണ്ടും രാക്ഷസൻമാരെ കൊന്നൊടുക്കാനായി പുറപ്പെട്ടു. ഇത്തവണ അവന് ഏറെ ദൂരം തേടിപ്പോകേണ്ടിവന്നില്ല. കുറച്ചുദൂരം പിന്നിട്ടപ്പോൾ തന്നെ ഒരു ഗുഹയ്ക്കുമുമ്പിൽ ഒരു വലിയ മരത്തടിക്കു മുകളിൽ ഇരി ക്കുന്ന രാക്ഷസനെ അവൻ കണ്ടുമുട്ടി. അതൊരു ഭീമാകാരനായ രാക്ഷ സനായിരുന്നു. അതിന്റെ കണ്ണുകൾ രണ്ടു തീഗോളങ്ങൾപോലെ തിളങ്ങി. മുഖം ഭീകരം. കവിളുകൾ വലിയ പാറക്കല്ലുകൾപോലെ. വലിയമീശ നീണ്ട് മുടിയിലേക്കു കലർന്നിരിക്കുന്നു. ജഡപിടിച്ച മുടി പാമ്പുകളെ പ്പോലെ ചുമലിലേക്കിറങ്ങിക്കിടക്കുന്നു. കൈയിലൊരു ഉരുളൻവടി. അവന്റെ ശ്വാസോച്ഛ്വാസം ഒരു മൈൽ അകലെനിന്നുതന്നെ കേൾക്കാം. ജാക്ക് പതിയെ കുതിരപ്പുറത്തുനിന്നിറങ്ങി, സ്വയം അപ്രത്യക്ഷനാവുന്ന കോട്ടെടുത്തിട്ടു. തന്റെ വാളുമായി പതുങ്ങിച്ചെന്നു.

"അല്ല, ആരിത്?" എന്നു ചോദിച്ചുകൊണ്ട് തന്റെ വാളെടുത്ത് ആഞ്ഞുവീശി. പക്ഷേ ഉന്നംപിഴച്ച് വാള് ചെന്നുകൊണ്ടത് രാക്ഷസന്റെ മൂക്കിലാണ്. ആ ഭീകരന്റെ മൂക്ക് പാതിവെച്ചു മുറിഞ്ഞുപോയി. അതൊരു കുഴലുപോലെയായി.... ഹൊ.... രാക്ഷസന്റെ അലർച്ച.... ഇടിമുഴങ്ങും പോലെയായിരുന്നു. കൈയിലുള്ള കൂന്തമുപയോഗിച്ച് രാക്ഷസൻ തല ങ്ങും വിലങ്ങും അടിക്കാൻ തുടങ്ങി. പക്ഷേ തെന്നിമാറിയ ജാക്ക് രാക്ഷ സന്റെ പിറകിലൂടെ ചെന്ന് അതിന്റെ തലയറുത്തിട്ടു. രാക്ഷസൻ നിലത്തു വീണ് പിടഞ്ഞുചത്തു.

രാക്ഷസന്റെ തല ആർതർ രാജാവിന് കൊടുത്തുവിട്ടശേഷം ജാക്ക് അതിന്റെ ഗുഹയും ഗുഹയ്ക്കകത്തെ നിധിയും തിരയാനായി പുറപ്പെട്ടു.

കുറെ ഇടവഴികളും, മറ്റും പിന്നിട്ട് അവസാനം അവൻ വിശാലമായ ഒരു ഹാളിലെത്തി. അതിന്റെ മേൽക്കൂര കല്ലുകൊണ്ടുള്ളതായിരുന്നു. അതിന്റെ മുകളറ്റത്ത് ഒരു വലിയ അടുപ്പത്ത് ഒരു പാത്രം ഇരിക്കുന്നു. അത്ര വലിയ ഒരിരുമ്പുപാത്രം ജാക്ക് പണ്ടെങ്ങും കണ്ടിട്ടില്ല. അതിൽ നിന്നും പൊങ്ങുന്ന നീരാവിയുടെ ചൂടുപോലും അസഹനീയം. അവിടെയാണ് രാക്ഷസൻ ഭക്ഷണം കഴിക്കുന്ന സ്ഥലം എന്നു ജാക്കിനു മനസിലായി. കുറച്ചു കൂടി മുമ്പോട്ടു പോയപ്പോൾ ഇരുമ്പഴികളുടെ ജനലുള്ള ഒരു ഗുഹയ്ക്കകത്ത് അടച്ചിട്ടിരിക്കുന്ന പാവംപിടിച്ച തടവുകാരെ ജാക്ക് കണ്ടു.

"ഹൊ... പാവം..." അവരിലൊരാൾ അവനെ കണ്ടതും കരഞ്ഞു." "എന്തു കഷ്ടം... നല്ല ഒരു യുവാവ്. അവനെയും ഈ തടവറയിലേക്കു കൊണ്ടുവരുന്നു."

"അതവിടെ നിൽക്കട്ടെ" ജാക്ക് പറഞ്ഞു." നിങ്ങളെ എന്തിനാ തടവിലിട്ടതെന്ന് ആദ്യം പറയൂ."

"ഒരു തെറ്റിനും അല്ല." അവർ കരഞ്ഞുകൊണ്ട് പറഞ്ഞു. ഞങ്ങൾ ക്രൂരനായ രാക്ഷസന്റെ തടവുകാരാണ്. അവൻ ഞങ്ങളെ ഓരോരുത്തരെ പിടിച്ച് തിന്നുംവരെ നല്ല ഭക്ഷണമെല്ലാം തരും. പിന്നെ ഏറ്റവും തടിച്ചവനെ നോക്കിക്കൊണ്ടുപോയി ശാപ്പിടും."

ഇതെല്ലാം കേട്ടതും ജാക്ക് ആ മുറിതുറന്ന് അവരെ സ്വതന്ത്രരാക്കി. പിന്നെ രാക്ഷസന്റെ സമ്പാദ്യങ്ങൾ കണ്ടുപിടിച്ച്, അതിലെ വെള്ളിയും സ്വർണവും അവർക്കായി ജാക്ക് പകുത്തുകൊടുത്തു. പിന്നെ അടുത്ത കൊട്ടാരത്തിൽ കൊണ്ടുപോയി അവൻ അവരെ ഭക്ഷണം നൽകി സന്തോഷിപ്പിച്ചു.

VI

അവരങ്ങനെ ആഘോഷിച്ചുകൊണ്ടിരിക്കുന്നതിനിടയ്ക്ക് ഒരു ദൂതൻ പെട്ടെന്നവിടെ വന്നു. ജാക്ക് കൊന്ന രാക്ഷസന്റെ രണ്ടു തലയുള്ള രാക്ഷസബന്ധു ഭഗ്നർബൽ രാക്ഷസൻ ജാക്കിനോട് പ്രതികാരം ചെയ്യാനായി പാഞ്ഞുവരുന്നുണ്ട് എന്നതായിരുന്നു ആ സന്ദേശം. കൊട്ടാരത്തിന് ഒരു മൈൽ അപ്പുറത്ത് അയാൾ എത്തിക്കഴിഞ്ഞു. ഗ്രാമവാസികളെല്ലാം അയാൾക്ക് മുമ്പിലായി ഓടുന്നുണ്ട്.

കൊട്ടാരവും അതിന്റെ പൂന്തോട്ടവും ഇരുപത് അടി വീതിയും മുപ്പത് അടി താഴ്ചയുമുള്ള ഒരു വലിയ കിടങ്ങിനാൽ ചുറ്റപ്പെട്ടുകിടക്കുകയാണ്. കിടങ്ങ് വലിയ മരപ്പാത്തി ഇട്ട് മൂടിയിരിക്കുകയാണ്. ജാക്ക് ഉടൻതന്നെ അതിലൊരെണ്ണമൊഴിച്ചെല്ലാം പകുതി മുറിച്ച് വയ്ക്കാൻ ഉത്തരവിട്ടു. മുറിക്കാത്ത പലകയ്ക്കു മുകളിൽ കയറിനിന്ന് തന്റെ കോട്ടുമെടുത്തിട്ട് വാളുമായി ശത്രുവിനെ നേരിടാൻ തയാറായി.

രാക്ഷസന് ജാക്കിനെ കാണാനായില്ലെങ്കിലും, അവന്റെ മണം അതിനു കിട്ടി-രാക്ഷസൻമാർക്ക് അത്രയ്ക്കു വലിയ ഘ്രാണശക്തിയാണ്. ഭഗ്നർബൽ ഉറക്കെ ഇങ്ങനെ പറഞ്ഞുകൊണ്ടാണു വരുന്നത്:

"ഹൂം.....ഹൂം..... എനിക്കാ ഇംഗ്ലീഷുകാരന്റെ മണമടിക്കുന്നു. അവർ ജീവിക്കുകയോ മരിക്കുകയോ ചെയ്യട്ടെ, ഞാനവന്റെ അസ്ഥികൾ തിന്നും."

"അങ്ങനെയാണല്ലെ:" പതിവുപോലെ ചിരിച്ചുകൊണ്ട് ജാക്ക് പറഞ്ഞു.

ജാക്കിനെ കണ്ടതും രാക്ഷസൻ അലറി: "നീ എന്റെ ബന്ധുവിനെ കൊല്ലാൻമാത്രം ശക്തിമാനാണോ? ആണോ? ഇന്നു ഞാൻ നിന്റെ പല്ലുകൾ കൊഴിക്കും ചോര കുടിക്കും എല്ലുകൾ പൊടിക്കും."

"എങ്കിലാദ്യം എന്നെ പിടിക്ക്" ജാക്ക് ചിരിച്ചുകൊണ്ട് പറഞ്ഞു. എന്നിട്ട് കോട്ടു മാറ്റിയിട്ട് വേഗത്തിൽ വഴുതിമാറാവുന്ന അവന്റെ മാന്ത്രിക ചെരിപ്പുകൾ എടുത്തണിഞ്ഞു. പിന്നെ തെന്നിയും മാറിയും ജാക്ക് രാക്ഷസനെക്കൊണ്ട് അവിടെ ഒരു നൃത്തംതന്നെ കളിപ്പിച്ചു. രാക്ഷസന്റെ ഓരോ ചാട്ടത്തിനും ദിക്കുകൾ കിടുങ്ങി. കണ്ടു നിൽക്കുന്നവർ ആർത്തു ചിരിച്ചു. അടുത്തെത്തുമ്പോഴൊക്കെ തെന്നിമാറി ജാക്ക് വീണ്ടും വീണ്ടും രാക്ഷസനെ ചാടിച്ചു.

മുഴുവൻ ശക്തിയുമെടുത്ത് രാക്ഷസൻ ഓടിവന്നു. മുഖം ദേഷ്യം കൊണ്ടു ചുവന്നു. കുന്തം ചുഴറ്റി വീശി വന്ന് കിടങ്ങിനു മുകളിലേക്ക് കയറിയതും ഭാരിച്ച ശരീരം താങ്ങാനാവാതെ പലക പൊട്ടി രാക്ഷസൻ കിടങ്ങിലേക്ക് ഉരുണ്ടുവീണു.

കാഴ്ചക്കാർ ആഹ്ലാദംകൊണ്ട് തുള്ളിച്ചാടി, അലറിവിളിച്ചു. ഒടുവിൽ ഒരു കയറെടുത്ത് ജാക്ക് തന്നെ രാക്ഷസന്റെ ഇരുതലയിലും കുരുക്കിട്ടു. പിന്നെ ഒരുപറ്റം കുതിരകളുടെ സഹായത്തോടെ കുരുക്കു വലിച്ച്, തന്റെ വാളുകൊണ്ട് ജാക്ക് ആ രാക്ഷസന്റെ ജീവൻ അവസാനിപ്പിച്ചു.

VII

കുറച്ചുദിവസങ്ങൾ സന്തോഷത്തോടെ, ചിലവിട്ടപ്പോഴേക്കും ജാക്കിനു മടുത്തു. അവൻ വീണ്ടും പുതിയ സാഹസികതകൾതേടി യാത്ര പുറപ്പെട്ടു.

അവൻ കുന്നും മലയും പുഴയും താഴ്വാരങ്ങളും താണ്ടി ഇരുട്ടുവോളവും, പിന്നെ പകലുകളും യാത്രതുടർന്നു. അവസാനം ഒരു കുന്നിൻ ചെരിവിലെ ഒറ്റപ്പെട്ട വീടിനടുത്ത് അവൻ എത്തിച്ചേർന്നു. വാതിലിൽ മുട്ടിയപ്പോൾ തല മഞ്ഞുപോലെ നരച്ച ഒരു വൃദ്ധൻ വന്നു വാതിൽ തുറന്നു.

"അച്ഛാ...." ജാക്ക് മൃദുവായി വിളിച്ചു. ഇന്നു രാത്രി ഞാനിവിടെ തങ്ങിക്കോട്ടെ?"

"ശരി. അതിനെന്താ.... എന്റെ കുടിലിലേക്ക് സ്വാഗതം." വയസൻ പറഞ്ഞു.

അത്താഴശേഷം അവർ പലതും സംസാരിച്ചുകൊണ്ടിരുന്നു. അതിനിടയിൽ ജാക്കിന്റെ അരപ്പട്ടയിൽ എഴുതിയിരിക്കുന്നത് ശ്രദ്ധയിൽപ്പെട്ടതും വൃദ്ധൻ ഇങ്ങനെ പറഞ്ഞുതുടങ്ങി.

"ഹൊ.... നീയാണോ മോനേ രാക്ഷസന്മാരെ വകവരുത്തുന്ന വീരൻ? ഇവിടെ ഉയർന്ന കുന്നിൻ നിറുകയിൽ ഗാല്ലീഗൺണ്ട എന്നൊരു രാക്ഷസൻ താമസിക്കുന്നുണ്ട്. ഒരു വയസൻ ദുർമന്ത്രവാദിയുടെ സഹായത്തോടെ സുന്ദരികളായ യുവതികളെയും, യോദ്ധാക്കളെയും തട്ടിക്കൊണ്ടുപോകലാണ് അവന്റെ ജോലി. അവിടെ കൊണ്ടുചെന്നവരെ മന്ത്രവാദത്തിലൂടെ മൃഗങ്ങളും പക്ഷികളും മത്സ്യങ്ങളുംവരെ ആക്കി മാറ്റും. അവരവിടെ ദയനീയമായാണ് കഴിയുന്നത്. ഏറ്റവും ഒടുവിൽ അവൻ ഒരു പ്രഭുവിന്റെ മകളെയാണ് തട്ടിക്കൊണ്ടുപോയത്. അവളെ രക്ഷിക്കാൻ പല ധീരന്മാരും പോയി.... പക്ഷേ കൊട്ടാരവാതിൽക്കൽ നിൽക്കുന്ന പിശാച് അവരെയൊന്നും അടുക്കാൻ പോലും സമ്മതിക്കാതെ കൊന്നു കഥകഴിച്ചു.

കോട്ടെടുത്തിട്ടശേഷം തൊപ്പിയൂരി അണിഞ്ഞപ്പോൾ എന്ത്, എങ്ങനെ നേരിടണം എന്നെല്ലാം ജാക്കിന് നല്ല ധാരണയായി. അടുത്ത ദിവസം അതിരാവിലെ കോട്ടും, ചെരിപ്പും എടുത്തണിഞ്ഞ് ജാക്ക് പുറപ്പെട്ടു. കണ്ണടച്ചു തുറക്കുന്ന വേഗതയിൽ അവൻ ആ രാക്ഷസന്റെ കൊട്ടാരത്തിനു മുമ്പിലെത്തി. തീജ്വാലപോലത്തെ നാവും പുറത്തേക്കിട്ട്, രണ്ട് ഭീകര പിശാചുക്കൾ വാതിൽക്കൽത്തന്നെ നിൽക്കുന്നു. പക്ഷേ കോട്ടണിഞ്ഞ ജാക്കിനെ കാണാനവർക്കു സാധ്യമായിരുന്നില്ല. പ്രത്യേകിച്ചൊരു ബലംപിടത്തവും കൂടാതെ ജാക്ക് അകത്തു കടന്നു.

വാതിലിനടുത്തായി ഒരു സ്വർണച്ചെണ്ട തൂങ്ങിക്കിടക്കുന്നു. അതിൽ വെള്ളികൊണ്ട് ഇപ്രകാരം എഴുതിയിട്ടുണ്ട്:

"എങ്ങനെയെങ്കിലും ഈ ചെണ്ട പിളർന്നാൽ അതു രാക്ഷസനെ തകർക്കും. അവന്റെ ദുർമന്ത്രവാദം അവസാനിക്കും. സന്തോഷം ദുഃഖത്തിലവസാനിക്കും."

അതു വായിച്ചുതീർന്നതും ജാക്ക് കുഴലെടുത്ത് ഊതി.

ആദ്യശബ്ദം തന്നെ മലയെ ആകമാനം കിടുക്കി. അതവസാനിക്കും മുമ്പുതന്നെ തങ്ങളുടെ ശക്തിക്ഷയിക്കാൻ പോവുന്നു എന്നു മനസിലാക്കിയ രാക്ഷസനും മാന്ത്രികനും മുടിയും പറത്തിക്കൊണ്ട് ഓടിയെത്തി. രാക്ഷസൻ കുന്തമെടുത്ത് ചുഴറ്റി സ്വയം പ്രതിരോധിക്കാനൊരുങ്ങി, പക്ഷേ തന്റെ വാളെടുത്തു വീശി ജാക്ക് രണ്ടിന്റെയും കഥ കഴിച്ചു. അങ്ങനെ ഏറെനാളത്തെ മാന്ത്രികത്തടവുകാരെല്ലാം മോചിപ്പിക്കപ്പെട്ടു. മാന്ത്രികൻ മരിച്ചുവീണതും പക്ഷി, മൃഗ, മത്സ്യാദികളുടെ രൂപത്തിലായിരുന്ന സുന്ദരിമാർക്കും യോദ്ധാക്കൾക്കും പൂർവ്വരൂപം തിരിച്ചുകിട്ടി. കൂട്ടത്തിൽ പ്രഭുവിന്റെ അതിസുന്ദരിയായ മകളും രക്ഷപ്പെട്ടു. അതേ

സമയംതന്നെ ഒരു മൂടൽമഞ്ഞുപോലെ പുകഞ്ഞുകൊണ്ട് ആ കൊട്ടാരം തന്നെ അപ്രത്യക്ഷമായി.

അങ്ങനെ, ഗാല്ലിഗൻണ്ടയുടെ തല ആർതർ രാജാവിനു സമ്മാനിച്ച്, തടവുകാരെയെല്ലാം സ്വതന്ത്രരാക്കിത്തീർത്തതും ഇനി ഒന്നും ചെയ്യാനില്ല എന്നു ജാക്കിനു തോന്നിത്തുടങ്ങി. അവന്റെ ധീരതയ്ക്കു പകരമായി ആ പ്രഭുകുമാരിയെ രാജാവ് ജാക്കിനു വിവാഹം ചെയ്തുകൊടുത്തു. അവരുടെ വിവാഹാഘോഷത്തിൽ രാജ്യം മുഴുവനും ആഹ്ലാദിച്ചു. അതിനെല്ലാം പുറമെ മനോഹരമായ ഒരു കൊട്ടാരവും, ധാരാളം ഫലവൃക്ഷങ്ങൾ വളരുന്ന ഒരു തോട്ടവും രാജാവ് ജാക്കിനു സമ്മാനിച്ചു. അവൻ പ്രഭുകുമാരിക്കും കുട്ടികൾക്കുമൊപ്പം ബാക്കിയുള്ള കാലം സന്തോഷത്തോടെ ചെലവിട്ടു.

മൂന്നു മണ്ടൻമാർ

പണ്ട്, ആളുകൾ ഇന്നത്തെപ്പോലെ ബുദ്ധിമാൻമാരല്ലാതിരുന്ന ഒരു കാലത്ത്,. അന്നൊരിക്കൽ ഒരു കർഷകനും ഭാര്യയും അവരുടെ മകളും ഒരിടത്തു താമസിച്ചിരുന്നു. ആ സുന്ദരിക്കുട്ടി യാത്രയ്ക്കിടെ വീട്ടിലെത്തിയ ഒരു ധനികയുവാവുമായി പ്രണയത്തിലായി.

എല്ലാ ദിവസവും അവൻ അവളെ കാണാനായി അത്താഴസമയത്ത് അവിടെ എത്തി. അത്താഴത്തിന് വീഞ്ഞെടുക്കാനായി അവൾ എല്ലാ വൈകുന്നേരവും നിലവറയിലേക്ക് ഇറങ്ങിപ്പോവുമായിരുന്നു.

ഒരുദിവസം പതിവുപോലെ വീഞ്ഞെടുത്ത് തിരിച്ചുവരുമ്പോൾ മേൽക്കൂരയിൽ ഒരു വലിയ ഉളി ഇരിക്കുന്നത് അവൾ കണ്ടു. ഒരു വലിയ ഉത്തരത്തിൽ തറച്ചിരിക്കുകയാണത്.

കാലങ്ങളായി ആ മേൽക്കൂര ചിലന്തിവലപിടിച്ച് അവിടെതന്നെ ഉണ്ട്. പക്ഷേ ഈ ഉളി അവിടെ അതിനുമുമ്പ് കണ്ടിട്ടേ ഇല്ല. അതവിടെ ഇരിക്കുന്നത് അപകടകരമാണെന്ന് അവൾക്കു തോന്നി.

"ഹൊ" അവൾ സ്വയം പറഞ്ഞു "ഞാനും അവനും വിവാഹം കഴിച്ചു എന്നു കരുതുക; ഞങ്ങൾക്ക് ഒരു മകൻ പിറന്നെന്നു സങ്കൽപ്പിക്കുക, ആ മകൻ വളർന്നു വലുതായി എന്നു കരുതുക, എന്നെപ്പോലെ അവനും വീഞ്ഞെടുക്കാനിവിടെ വന്നുവെന്നു കരുതുക... ഈ ഉളി എങ്ങാൻ അടർന്ന് അവന്റെ തലയിൽ വീണുപോയാൽ... ഹമ്മൊ... അവൻ മരിച്ചുപോയാൽ..... ഹൊ പേടിയാവുന്നു!"

കൈയിലിരുന്ന മെഴുകുതിരി താഴെവച്ച് അവൾ ഓർത്തോർത്തു കരയാൻ തുടങ്ങി. അവിടെ ഇരുന്ന് അവൾ ഏങ്ങിയേങ്ങിക്കരഞ്ഞു.

മുകൾനിലയിൽ അവളുടെ അച്ഛനമ്മമാർ ഏറെനേരം കഴിഞ്ഞിട്ടും അവൾ മടങ്ങിവരാത്തതുകൊണ്ട് പരിഭ്രമിച്ചു. അവളെന്തു ചെയ്യുകയാണ്

എന്നു നോക്കാനായി അമ്മ നിലവറയിലേക്കിറങ്ങി വന്നു. അവിടെ ഇരുന്ന് അവൾ കരയുന്നു, വീഞ്ഞ് തറയിലാകെ ഒഴുകിപ്പരന്നിരിക്കുന്നു.

"എന്റെ പൊന്നുമോളെ.... നീ എന്തിനാ കരയുന്നത്?" അമ്മ ചോദിച്ചു.

"അമ്മേ".... അവൾ തേങ്ങുന്നതിനിടയിൽ പറഞ്ഞു. "നോക്കൂ ഒരു വലിയ ഉള്ളി ഇരിക്കുന്നത് കണ്ടോ? ഞാനും അദ്ദേഹവും വിവാഹം കഴിച്ചു എന്നു കരുതൂ. ഞങ്ങൾക്കൊരു മകൻ ജനിച്ചുവെന്നു വിചാരിക്ക്. അവൻ വളർന്നു വലുതായി എന്നു കരുതൂ. ഞാൻ വരുന്നതുപോലെ അവനും വീഞ്ഞെടുക്കാൻ ഇവിടെ വന്നുവെന്നു കരുതുക; ആ ഉള്ളി എങ്ങാൻ തലയിലേക്കു വീണ് അവൻ മരിച്ചുപോയാൽ....ഹൊ എനിക്കു പേടിയാവുന്നു...."

"എന്റെ പൊന്നുമോളെ...." മകൾക്കരികിലായി ഇരുന്നുകൊണ്ട് അമ്മയും കരച്ചിൽ തുടർന്നു. "എന്തു ഭീകരമായിരിക്കും അത്..."

അവർ രണ്ടുപേരും കരച്ചിൽ തുടർന്നു.

മുകൾനിലയിൽ അവളുടെ അച്ഛൻ കൂടുതൽ അസ്വസ്ഥനായി. മകളെയും ഭാര്യയെയും കാണാഞ്ഞ് അയാൾ താഴത്തേക്കിറങ്ങി വന്നു. വന്നതും അവർ കരയുന്നതു കണ്ട് പരിഭ്രമിച്ചു. വീഞ്ഞാണെങ്കിൽ തറ മുഴുവനും ഒഴുകിപ്പരന്നു കിടക്കുന്നു.

"എന്തുപറ്റി?" അയാൾ അന്വേഷിച്ചു.

"നിങ്ങളാ ഭയങ്കരൻ ഉള്ളി ഒന്ന് നോക്കിയേ...." അമ്മ പറഞ്ഞു. നമ്മുടെ മകൾ അവളുടെ പ്രിയപ്പെട്ടവനെ വിവാഹം ചെയ്തു എന്നു കരുതുക. അവർക്ക് ഒരു മകൻ പിറന്നുവെന്നു സങ്കൽപ്പിക്കുക. അവൻ വളർന്നു വലുതായി എന്നു കരുതുക. അവൻ ഇതുപോലെ വീഞ്ഞെടുക്കാനായി ഇവിടെ വന്നുവെന്നു കരുതുക. അപ്പോൾ ഈ ഉള്ളി എങ്ങാനും അടർന്ന് അവന്റെ മേൽവീണ് അവനെങ്ങാനും മരിച്ചുപോയാലോ.... എന്തു ഭയങ്കരമായിരിക്കും അത്."

"അതെ. അതു ഭയങ്കരമായിരിക്കും." അതു പറഞ്ഞ് അയാളും തന്റെ ഭാര്യക്കും മകൾക്കും അരികിലിരുന്ന് കരച്ചിൽ ആരംഭിച്ചു.

മുകൾനിലയിൽ യുവാവ് അത്താഴത്തിനായി കാത്തിരുന്നു മുഷിഞ്ഞു. താഴെ നിലവറയിലേക്കു പോയ ആരെയും കാണാഞ്ഞ് ക്ഷമനശിച്ച അയാൾ അങ്ങോട്ടിറങ്ങി ചെന്നു. അപ്പോൾ കണ്ട കാഴ്ചയോ? അച്ഛനും അമ്മയും മകളും ഇരുന്നു കരയുന്നു. പാത്രം തുറന്നു വീഞ്ഞൊഴുകി തറയിലാകെ പടർന്നുകിടക്കുന്നു. അയാളാദ്യം ആ പാത്രം നേരെവച്ച് വീഞ്ഞ് ഒഴുകിപ്പോവുന്നത് തടഞ്ഞു. പിന്നെ ചോദിച്ചു:

"നിങ്ങൾ മൂന്നുപേരും ഇങ്ങനെ കുത്തിയിരുന്ന് കുട്ടികളെപ്പോലെ കരയുന്നതെന്തിനാണ്."

"നോക്കൂ, ആ ഉള്ളി കണ്ടോ? നിങ്ങൾ എന്നെ വിവാഹം കഴിച്ചു എന്നു കരുതുക. നിങ്ങൾക്കൊരു മകൻ പിറന്നുവെന്നു കരുതുക. ആ മകൻ വളർന്നുവലുതായി എന്നു കരുതുക. അവനിതുപോലെ വീഞ്ഞെ

ടുക്കാൻ ഇവിടെ വന്നുവെന്നു കരുതുക. ആ ഉളി എങ്ങാൻ അടർന്നു വീണ് അവൻ മരിച്ചുപോയാൽ. എത്ര ഭയാനകമായിരിക്കും, അത്."

ആ യുവാവ് അതുകേട്ട് പൊട്ടിച്ചിരിച്ചു പോയി. ചിരിച്ചു ചിരിച്ച് അയാൾ ക്ഷീണിച്ചു. പിന്നെ അയാൾ മുകളിലേക്കു കയറി ആ ഉളി പറിച്ചെടുത്ത് തറയിൽ സുരക്ഷിതമായ ഒരിടത്തു വച്ചു. എന്നിട്ടവൻ പറഞ്ഞു:

"ഞാൻ ഒരുപാടു ദൂരങ്ങൾ താണ്ടി സഞ്ചരിച്ചിട്ടുണ്ട്. പക്ഷേ നിങ്ങളെപ്പോലെ മൂന്ന് ലോലഹൃദയരെ ഞാൻ മറ്റെവിടെയും കണ്ടിട്ടില്ല. ലോകത്തെ ഏറ്റവും മൃദുലരായ മൂന്നുപേരിൽ ഒരാളെ കെട്ടാൻ എനിക്കുവയ്യ. ഞാൻ എന്റെ യാത്ര തുടരുകയാണ്. എവിടെയെങ്കിലും വച്ച് നിങ്ങളിലും ലോലരായ ആരെയെങ്കിലും കണ്ടുമുട്ടുകയാണെങ്കിൽ ഞാൻ മടങ്ങിവന്ന് ഇവളെ വിവാഹം ചെയ്യാം. അതുവരെ അതു നടക്കില്ല."

അവരോട് യാത്ര പറഞ്ഞ് അയാൾ പോയി. അവർ കരച്ചിൽ തുടർന്നു. ഇത്തവണ വിവാഹം മുടങ്ങിപ്പോയതിനായിരുന്നു കരച്ചിൽ.

ആ യുവാവ് പിന്നെയും ഏറെദൂരം യാത്ര ചെയ്തു. പക്ഷേ അവരിലും ലോലരായ ആരെയും കണ്ടെത്താനായില്ല. ഒടുവിലവൻ മേൽക്കൂരയിൽ പുല്ലുകൾ വളർന്ന ഒരു കുടിലിലെത്തി. അതൊരു വയസായ സ്ത്രീയുടേതായിരുന്നു. അവരുടെ വീടിന്റെ മേൽക്കൂരയുടെ മീതെ പുല്ല് വളർന്നുനിൽക്കുന്നു. ആ വൃദ്ധ അവരുടെ പശുവിനെ പണിപ്പെട്ട് അങ്ങോട്ട് കയറ്റിവിടുകയാണ്! അത്തരമൊരു കാഴ്ച അവൻ അതിന് മുമ്പ് കണ്ടിട്ടില്ല. ഗോവണിയിലൂടെ പശുവിനെ മേൽക്കൂരയിലേക്കു കയറ്റുക! പശുവാണെങ്കിൽ കൂടുതൽ പരിഭ്രാന്തയാവുന്നു. വൃദ്ധ കൂടുതൽ ദേഷ്യത്തിലുമാവുന്നു.

അവസാനം അയാളിങ്ങനെ പറഞ്ഞുപോയി: "നിങ്ങളാ കോണിവഴി യങ്ങുകയറി ആ പുല്ലുപറിച്ച് പശുവിന് കൊടുത്താൽ എത്ര എളുപ്പമായി കാര്യങ്ങൾ."

"പശുവിന് സ്വയം പുല്ലു തിന്നാനറിയാം. ഇതാവുമ്പോ കാര്യങ്ങൾ സുരക്ഷിതമായി, ഞാൻ പശുവിന്റെ കയറ് എന്റെ അരയിൽ കെട്ടിയിട്ടുണ്ട്. അത് അവിടന്നു വീഴാൻപോയാൽ ഞാൻ അപ്പുറത്തുനിന്ന് അലക്കുകയാണെങ്കിലും എനിക്കു മനസിലാവും. അതിന്റെ കഴുത്തിൽ കെട്ടിയ കയറ് ചിമ്മിനിവഴി എടുത്ത് ഞാനെന്റെ അരയിൽ മുറുക്കി കെട്ടിയിട്ടുണ്ട്."

കുറേനേരത്തെ അധ്വാനത്തിനുശേഷം പശുവിനെ മേൽക്കൂരയിൽ കെട്ടി, കയറിന്റെ അറ്റം അരയിലും കെട്ടി അവർ അലക്കുവാനായി പോയി. യുവാവും തിരിച്ചുനടന്നു.

കുറച്ച് ദൂരം നടന്നതേ ഉള്ളൂ. അവിടെനിന്നും കെട്ടിമറിഞ്ഞുവീഴുന്നതിന്റെ ഒച്ചപ്പാട് അയാൾ കേട്ടു. അവൻ ഓടി തിരിച്ചെത്തി. പശു മേൽക്കൂരയിൽ നിന്നും താഴെവീണ് കഴുത്തിൽ കയറുമുറുകി ചത്തു. വൃദ്ധയാ

ണെങ്കിലോ പശുവിന്റെ വീഴ്ചയിൽ അരയിലെ കയർ മുറുകി ചിമ്മിനിക്കകത്ത് പകുതിവരെ കയറിയിറങ്ങി അടിമുടി കരിയിൽ കുളിച്ച് നിൽക്കുന്നു.

"ഇത് അവരിലും പാവം തന്നെ. യുവാവ് സ്വയം പറഞ്ഞുപോയി." ഇനി കൂടുതൽ പാവമായ രണ്ടുപേരെക്കൂടി കണ്ടെത്തണം. അയാൾ യാത്ര തുടർന്നു.

കുറേദൂരം നടന്നിട്ടും അവൻ ആരെയും കണ്ടില്ല. ഒടുവിൽ അയാളൊരു ചെറിയ സത്രത്തിൽ എത്തിച്ചേർന്നു. അവിടെ എല്ലാ മുറിയും നിറഞ്ഞതുകൊണ്ട് അയാൾക്ക് മറ്റൊരു സഞ്ചാരിക്കൊപ്പം മുറി പങ്കിടേണ്ടി വന്നു. കൂടെ കിടന്ന ആളുമായി നമ്മുടെ യുവാവ് നല്ല സൗഹാർദത്തിലായി. രാത്രി അവർ നന്നായി ഉറങ്ങി.

അടുത്ത പ്രഭാതത്തിൽ പുറപ്പെടാനായി അവർ വസ്ത്രം മാറുമ്പോൾ അയാൾ തന്റെ ബ്രീച്ചസ് എടുത്ത് ശ്രദ്ധാപൂർവം ഉയരമുള്ള ഒരു പയ്യന്റെ മുട്ടിൽ തൂക്കി ഇട്ടു.

"നിങ്ങളെന്താണീ ചെയ്യുന്നത്?" യുവാവ് ചോദിച്ചു.

"ഞാനെന്റെ ബ്രീച്ചസ് ധരിക്കുകയാണ്" അയാൾ പറഞ്ഞു. എന്നിട്ടയാൾ മുറിയുടെ മറ്റേയറ്റത്തുപോയി ഓടി വന്ന് ബ്രീച്ചസിലേക്ക് ചാടിക്കയറാൻ ശ്രമിച്ചു.

പക്ഷേ വിജയിച്ചില്ല. വീണ്ടും ഒടിവന്നു ചാടിക്കയറാൻ നോക്കി, കഴിഞ്ഞില്ല. വീണ്ടും വീണ്ടും ഈ ഓട്ടവും ചാട്ടവും ഏറെനേരം തുടർന്നു. ആ കാഴ്ച കണ്ട് യുവാവ് ചിരിച്ചു ചിരിച്ച് കുഴഞ്ഞു. അത്രയ്ക്ക് വലിയ ഒരു കോമാളിത്തം അതിനുമുമ്പ് ആരും കണ്ടുകാണില്ല.

ഇടക്ക് ചാട്ടംനിർത്തി സ്വന്തം മുഖത്തെ വിയർപ്പൊപ്പിക്കൊണ്ട് അയാൾ പറഞ്ഞു: "നിങ്ങൾ ചിരിച്ചോളൂ. പക്ഷേ ബ്രീച്ചസ് ധരിക്കുക വലിയ പ്രയാസമാണ്. എല്ലാ ദിവസവും രാവിലെ ഇങ്ങനെ ഒരു മണിക്കൂറെങ്കിലും പരിശ്രമിച്ചിട്ടാണ് ഞാനത് ധരിക്കാറ്? അല്ല, നിങ്ങളോ?"

നമ്മുടെ യുവാവ് ചിരിയടക്കി അതെങ്ങനെയാണ് ധരിക്കുന്നതെന്ന് കാണിച്ചുകൊടുത്തു. ആ മണ്ടശിരോമണി അതുകണ്ട് സന്തോഷിച്ച്, താനാവഴി ചിന്തിച്ചിട്ടേ ഇല്ലെന്നു പറഞ്ഞ് യാത്ര പുറപ്പെട്ടുപോയി.

"അങ്ങനെ രണ്ടാമത്തെ പാവത്തെയും കണ്ടു" യുവാവ് സ്വയം പറഞ്ഞു. അതു പറഞ്ഞ് അയാൾ നടപ്പുതുടർന്നു. ഒരുപാടുദൂരം നടന്ന് രാത്രിയായപ്പോൾ അയാൾ ഒരു ഗ്രാമത്തിൽ എത്തിച്ചേർന്നു. അവിടെ ഗ്രാമവാസികളെല്ലാംകൂടി കയറും വടിയും തൊട്ടിയും കുടവുമായി ഒരു കിണറിന് ചുറ്റുംകൂടി നിൽക്കുന്നു. വല്ല അപകടവും സംഭവിച്ചതാവും എന്നു കരുതി ആ യുവാവ് കുതിരയെ ഒരിടത്തു നിർത്തി താഴെയിറങ്ങി കാര്യമന്വേഷിച്ചു.

"എന്തുപറ്റി, ആരെങ്കിലും കിണറ്റിൽ വീണുപോയോ?"

"ഏയ് അതൊന്നുമല്ല; കണ്ടോ. ചന്ദ്രൻ കിണറ്റിൽ വീണുകിടക്കുന്നു. ഞങ്ങളെല്ലാംകൂടി പാവം അമ്പിളി അമ്മാവനെ കരയ്ക്കുകയ

റ്റാൻ നോക്കുകയാണ്." കിണറ്റിൽ കാണുന്ന ചന്ദ്രന്റെ പ്രതിബിംബം കാണിച്ചുകൊണ്ട് ഒരാൾ വിശദീകരിച്ചു. അയാൾ പൊട്ടിച്ചിരിച്ചുപോയി. ഒടുവിൽ ചിരി അടക്കി അയാളവരെ ആകാശത്തെ പൂർണചന്ദ്രനെ കാണിച്ചുകൊണ്ട് കിണറ്റിലുള്ളത് വെറും പ്രതിബിംബമാണെന്നു വിശദീകരിച്ചുകൊടുത്തു. പക്ഷേ, അവരാരുംതന്നെ അതു വിശ്വസിക്കാൻ കൂട്ടാക്കിയില്ല. അയാൾ വീണ്ടും പറയാൻ ശ്രമിച്ചപ്പോൾ അവർ കൂട്ടമായി അയാളെ വഴക്കു പറഞ്ഞു. പിന്നെ കിണറ്റിൽ മുക്കി താഴ്ത്തുമെന്നും ഭീഷണിയായി, ആ മണ്ടശിരോമണികൾ. അതോടെ സ്വന്തം കുതിരപ്പുറത്തുകയറി അയാൾ രക്ഷപ്പെട്ടു. അവരാകട്ടെ, ചന്ദ്രനെ കരകയറ്റാൻ പരിശ്രമം തുടർന്നുകൊണ്ടിരുന്നു.

"ഹൊ.... അപ്പോൾ ഞാൻ കരുതിയപോലെയല്ല വേറെയുമൊരുപാട് പാവംപിടിച്ച മനുഷ്യർ ലോകത്തുണ്ട്. എനിക്കാ കൃഷിക്കാരന്റെ മകളെ പോയി കെട്ടുന്നതു തന്നയാ നല്ലത്. അവളെന്തായാലും ഇത്രയും പൊട്ടിയല്ല."

അതും പറഞ്ഞ് അയാൾ പോയി അവളെ വിവാഹം ചെയ്തു. പക്ഷേ ജീവിതം അത്ര സന്തോഷകരമൊന്നും ആയിരുന്നില്ല. അത്ര പാവംപിടിച്ച ഒരുവൾക്ക് അത്രയേ സാധിക്കൂ.

സ്വർണപ്പന്ത്

ഒരിടത്ത് സുന്ദരികളായ രണ്ട് സഹോദരിമാർ ഉണ്ടായിരുന്നു. ഒരുദിവസം അവരുടെ വീടിന്റെ മുമ്പിലുള്ള വീട്ടിൽ അതിസുന്ദരനായ ഒരു യുവാവ് നിൽക്കുന്നത് അവർ കണ്ടു. അത്രയും സുന്ദരനായ ഒരാളെ അതിനുമുമ്പവർ കണ്ടിട്ടില്ല. അയാളുടെ തൊപ്പി സ്വർണം, കഴുത്തിൽ സ്വർണം, വിരലിലും അരയിലും സ്വർണം, കയ്യിലോ രണ്ടു സ്വർണപ്പന്തുകൾ! അയാൾ ഒരോ സ്വർണപ്പന്തുവീതം ഓരോ സുന്ദരിക്കും നൽകി. അതു കളഞ്ഞുപോകാൻ പാടില്ലെന്നും അഥവാ പോയാൽ അവരെ ക്രൂശിലേറ്റും എന്നും അയാൾ പറഞ്ഞു.

പക്ഷേ അവരിൽ ഇളയവളുടെ കയ്യിൽനിന്നും ആ പന്ത് കളഞ്ഞുപോയി. സംഭവം ഇങ്ങനെയാണ്: അവൾ ഒരു പാർക്കിന്റെ വേലിക്കരികിൽ നിൽക്കുകയായിരുന്നു. പന്ത് അവൾ വെറുതെ കൈയ്യിൽ വച്ച് തട്ടിക്കളിച്ചുകൊണ്ടിരുന്നു. അവളുടെ കയ്യിൽനിന്നും പന്ത് ഉരുണ്ട് ഉരുണ്ട് പൊങ്ങി വേലിക്കപ്പുറം പോയി. അതെടുക്കാനായി അവൾ വേലിക്കപ്പുറത്തേക്ക് കയറിയപ്പോഴാകട്ടെ അതുരുണ്ട് പുല്ലുകൾക്കിടയിലൂടെ അവിടെയുള്ള ഒരു വീട്ടിലേക്ക് കയറിപ്പോയി. പിന്നെ ആ പന്തിനെ കണ്ടതേ ഇല്ല.

അവളെ ആ യുവാവിന്റെ കയ്യിൽ കിട്ടിയാൽ കഥകഴിഞ്ഞതുതന്നെ, കാരണം പന്ത് നഷ്ടപ്പെട്ടിരിക്കുന്നു. പക്ഷേ ആ സുന്ദരിക്ക് ഒരു കാമുകൻ ഉണ്ടായിരുന്നു. പന്ത് തിരിച്ചു കണ്ടുപിടിച്ച് കൊടുക്കാമെന്ന് അയാൾ ഏറ്റു. അങ്ങനെ അയാൾ പാർക്കിന്റെ ഗേറ്റിനടുത്തേക്ക് പോയി. പക്ഷേ അതടഞ്ഞു കിടക്കുകയായിരുന്നു. അതുകൊണ്ടവൻ വേലിയിൽ പിടിച്ച് കയറി. കുഴിയിൽനിന്നും ഒരു വയസായ സ്ത്രീ എഴുന്നേറ്റ് അവനോട് എന്താണു കാര്യം എന്നന്വേഷിച്ചു. പന്തെടുക്കാനാണെന്നറിയിച്ചപ്പോൾ

പന്തു കിട്ടണമെങ്കിൽ മൂന്നുദിവസം ആ വീട്ടിൽ രാത്രി തങ്ങണം എന്നവർ ആവശ്യപ്പെട്ടു. അത് അയാൾ സമ്മതിച്ചു.

സമയം ഇരുട്ടി. അയാൾ വീടിനകത്തേക്കു ചെന്നു. എല്ലായിടത്തും പന്ത് തിരഞ്ഞുനോക്കി. പക്ഷേ കാണാനില്ല. രാത്രി കുറെ ആയപ്പോൾ മുറ്റത്ത് കുട്ടിപ്പിശാചുക്കൾ ഓടുന്നതായി അയാൾക്ക് തോന്നി. ജനലുവഴി നോക്കിയപ്പോൾ ശരിയായിരുന്നു. മുറ്റം നിറയെ കുട്ടിച്ചാത്തന്മാർ.

മുകളിൽ അയാൾ നിൽക്കുന്ന നിലയിലേക്ക് ആരോ കയറിവരുന്ന തായി അയാൾക്കു തോന്നി. അയാൾ വാതിലിനു പിറകിൽ മറഞ്ഞിരുന്നു. ആ തോന്നൽ ശരിയായിരുന്നു. വന്നതാവട്ടെ അയാളെക്കാളും അഞ്ചിരട്ടി വലിപ്പമുള്ള ഒരു രാക്ഷസൻ! അത് ചുറ്റും നോക്കി ഒന്നും കാണാഞ്ഞതു കൊണ്ട് കൈമുട്ട് ജനൽപ്പടിയിലൂന്നി താഴോട്ടു നോക്കിനിൽപ്പായി. യുവാവ് പതിയെ തന്റെ വാൾ പുറത്തെടുത്ത് ആഞ്ഞുവീശി. രാക്ഷസൻ രണ്ടു കഷണമായിപ്പോയി. അരയ്ക്കുമീതേ ഉള്ള ഭാഗം താഴെ കുട്ടിചാ ത്തന്മാർക്കടുത്തേക്കു പതിച്ചപ്പോൾ മറ്റേ ഭാഗം അവിടെത്തന്നെ ഇരുന്നു.

രാക്ഷസന്റെ പകുതി ഉരുണ്ട് വീണു ചെന്നപ്പോൾ കുട്ടിച്ചാത്തൻമാർ ഉറക്കെ അലറി വിളിച്ചു: "ഞങ്ങളുടെ യജമാനന്റെ മറ്റേ പകുതികൂടി തരൂ." അവർ കരഞ്ഞുവിളിച്ചു.

രണ്ടാമത്തെ ദിവസവും ഇതുതന്നെ ആവർത്തിച്ചു. അന്നും ഒരു രാക്ഷസൻ ആ യുവാവിന്റെ വാളിനിരയായി.

മൂന്നാം ദിവസം രാത്രി തന്റെ ബെഡ്ഡിനടിയിൽ കുട്ടിച്ചാത്തൻമാർ ഇരിക്കുന്നത് അവൻ കണ്ടു. അവർക്കെന്താണവിടെ പണിയെന്ന് ഒളിഞ്ഞുനോക്കിയപ്പോഴാവട്ടെ അവർ ആ സ്വർണപ്പന്ത് ഉരുട്ടികളിക്കുന്നു.

അയാൾ പതുങ്ങിയിരുന്നു. ഓരോ കുട്ടിച്ചാത്തൻമാരെയായി ശരിപ്പെടുത്തി. ഒടുവിൽ പന്തു സ്വന്തമാക്കി, തന്റെ പ്രിയപ്പെട്ടവളുടെ ജീവൻ രക്ഷിക്കാനായി കുതിച്ചു.

അന്നേരം ആ പെൺകിടാവിനെ തൂക്കുമരത്തിന് മുമ്പിലെത്തിച്ചു കഴിഞ്ഞിരുന്നു. "പെൺകിടാവേ നീ പ്രാർഥന ചൊല്ലിക്കോ. ഇതാ കുരു ക്കിടാൻ പോകുന്നു." ആരാച്ചാർ പറഞ്ഞു.

"നിർത്തൂ, നിർത്തൂ, എന്റെ അമ്മ വരുന്നുണ്ട്."

"അമ്മേ, എന്റെ സ്വർണപ്പന്ത് കൊണ്ടുവന്നില്ലേ? എന്നെ രക്ഷി ക്കില്ലേ?"

അവൾ കരഞ്ഞു.

"ഞാൻ നിന്റെ സ്വർണപ്പന്തു കൊണ്ടുവന്നിട്ടില്ല. നിന്നെ സ്വതന്ത്ര യാക്കാൻ വന്നതുമല്ല ഞാൻ. നിന്നെ തൂക്കിലേറ്റുന്നതു കാണാനാണു വന്നത്." അവളുടെ അമ്മ പറഞ്ഞു.

"പ്രാർഥന ചൊല്ലിക്കോ പെൺകിടാവേ, നീ മരിക്കാൻ പോവുക യാണ്." ആരാച്ചാർ ആവർത്തിച്ചു.

"നിൽക്കൂ, നിൽക്കൂ എന്റെ അച്ഛൻ വരുന്നുണ്ട്. അച്ഛാ, എന്റെ സ്വർണപ്പന്തുകൊണ്ടുവന്നില്ലേ? എന്നെ രക്ഷിക്കില്ലേ?" അവൾ കരഞ്ഞു.

"ഞാൻ നിന്റെ സ്വർണപ്പന്തുകൊണ്ടുവന്നിട്ടില്ല. നിന്നെ സ്വതന്ത്രയാക്കാൻ വന്നതുമല്ല ഞാൻ. നിന്നെ തൂക്കിലേറ്റുന്നതു കാണാനാണു വന്നത്." അച്ഛൻ പറഞ്ഞു.

"പ്രാർഥന ചൊല്ലിക്കോ പെൺകിടാവേ നീ മരിക്കാൻ പോവുകയാണ്." ആരാച്ചാർ ആവർത്തിച്ചു.

"നിൽക്കൂ, നിൽക്കൂ, എന്റെ സഹോദരൻ വരുന്നുണ്ട്."

അവൾ തന്റെ കൊച്ചു പാട്ടു തുടർന്നു.

അമ്മായി, അമ്മാവൻ, സഹോദരി.... പലരും വന്നു. എല്ലാവരുടേയും മറുപടി ഒന്നുതന്നെയായിരുന്നു. ഒടുവിൽ അവൾ തന്റെ കാമുകൻ വരുന്നതു കണ്ടു. തന്റെ കൊച്ചുകവിത അവൾ കരഞ്ഞുകൊണ്ട് പാടി...

"നിർത്തൂ...നിർത്തൂ എന്റെ പ്രിയൻ വരുന്നുണ്ട്. പ്രിയനേ...., സ്വർണപ്പന്തുകൊണ്ടുവന്നില്ലേ? എന്നെ രക്ഷിക്കില്ലേ?"

സ്വർണപ്പന്തുയർത്തിക്കാട്ടി അവനും കരഞ്ഞു.

"അതെ! ഞാൻ നിന്റെ സ്വർണപ്പന്തുകൊണ്ടുവന്നിട്ടുണ്ട്. ഞാൻ നിന്നെ സ്വതന്ത്രയാക്കാനാണു വന്നത്. നിന്നെ തൂക്കിലേറ്റുന്നതു കാണാനല്ല." അവൻ അവളെ വീട്ടിലേക്കു കൂട്ടികൊണ്ടുപോയി.

ഏറെക്കാലം അവരുടെ ജീവിതം സന്തോഷത്തോടെ നിലനിന്നു.

രണ്ടു സഹോദരിമാർ

ഒരിടത്ത് രണ്ടു സഹോദരിമാർ ഉണ്ടായിരുന്നു. രണ്ടുപേരും കാഴ്ചയ്ക്ക് ഒരേപോലെ ഇരുന്നെങ്കിലും ഒരുത്തി സൽസ്വഭാവിയും മറ്റേയാൾ ലേശം കുശുമ്പിയും ആയിരുന്നു. അവരുടെ അച്ഛന് ജോലിയൊന്നും ഉണ്ടായിരുന്നില്ല. അതുകൊണ്ട് എന്തെങ്കിലും ജോലിക്ക് പോവാം എന്നവർ തീരുമാനിച്ചു.

"ഞാനാദ്യം പോവാം. എന്നിട്ട് വല്ല ഗുണവുമുണ്ടെങ്കിൽ ചേച്ചിക്കും എന്റെ കൂടെക്കൂടാം." അനിയത്തി പറഞ്ഞു.

അങ്ങനെ കെട്ടുംകെട്ടി അവൾ യാത്ര പറഞ്ഞിറങ്ങി. പക്ഷേ നഗരത്തിലൊന്നും ആർക്കും പെൺകുട്ടിയെ ജോലിക്കാവശ്യമുണ്ടായിരുന്നില്ല. അങ്ങനെ ഒടുവിലവൾ ദൂരെ ഗ്രാമത്തിൽ എത്തിച്ചേർന്നു. അങ്ങനെ നടക്കുന്നതിനിടയിൽ അവൾ ഒരടുപ്പിത്തിരുന്നു വേവുന്ന കുറെ കേക്കുകൾ കണ്ടു.

"പെൺകുട്ടീ, പെൺകുട്ടീ. ഞങ്ങളെ ഒന്ന് രക്ഷിക്ക്. ഏഴു വർഷമായി ഞങ്ങളെ ഇങ്ങനെ വേവിക്കുന്നു. നീ രക്ഷിക്ക്. അല്ലെങ്കിൽ ഞങ്ങളിപ്പൊ കരിഞ്ഞുപോവും" കേക്കുകൾ കരഞ്ഞുപറഞ്ഞു.

അവൾ ഭാണ്ഡം താഴെവച്ച് അടുപ്പത്തുനിന്നും അവയെ ഇറക്കിവച്ചു. അവയെ സമാധാനിപ്പിച്ച് അവൾ നടന്നുപോയി.

പിന്നീടവൾ ഒഴിഞ്ഞ പാത്രത്തിനുമുമ്പിലിരുന്ന് കരയുന്ന ഒരു പശുവിനെ കണ്ടുമുട്ടി.

"പെൺകുട്ടീ... പെൺകുട്ടീ... എന്റെ പാൽ കറന്നെടുക്ക്. ഏഴ് വർഷമായി എന്നെ പാലു കറക്കാതിരിക്കുന്നു."

പെൺകുട്ടി ഭാണ്ഡമിറക്കിവച്ച് പശുവിനെ കറന്നുകൊടുത്ത് അതിനെ സമാധാനിപ്പിച്ചു. അവൾ നടന്നു പോയി.

വഴിയിൽവച്ച് പിന്നീടവൾ ആപ്പിൾമരത്തെ കണ്ടുമുട്ടി. അതിന്റെ ചില്ലകൾ ആപ്പിൾനിറഞ്ഞ് പൊട്ടാറായിരുന്നു. ആപ്പിൾമരം അവളെ വിളിച്ച് കരഞ്ഞു:

“പെൺകുട്ടീ, പെൺകുട്ടീ, എന്റെ ചില്ലകൾ പിടിച്ചൊന്നു കുലുക്ക്. ഈ പഴങ്ങളുടെ ഭാരം കാരണം എനിക്ക് നേരെ നിൽക്കാൻ വയ്യ.”

അവൾ ഭാണ്ഡമിറക്കിവെച്ച് ചെന്ന് ആപ്പിൾ മരത്തിന്റെ ചില്ലകൾ പിടിച്ചുകുലുക്കി, അതിനെ നേരെ നിൽക്കാൻ സഹായിച്ചു.

പിന്നെയും നടന്നപ്പോൾ അവളൊരു വയസി മന്ത്രവാദിനിയുടെ വീട്ടിലെത്തി. ആ പിശാചിനിക്ക് ഒരു വേലക്കാരിയെ വേണമായിരുന്നു. നല്ല ശമ്പളം നൽകാമെന്നും അവർ ഏറ്റു. അങ്ങനെ അവിടെ കൂടാൻ ആ പെൺകുട്ടി തീരുമാനിച്ചു. ആ വീട് വൃത്തിയാക്കുക, തീ പൂട്ടുക എന്നിവയൊക്കെ ആയിരുന്നു അവളുടെ ജോലി. പക്ഷേ ഒരിക്കലും ചിമ്മിനിയിലേക്ക് നോക്കരുത് എന്നവർ അവളെ വിലക്കി.

നീ അങ്ങനെ നോക്കിപ്പോയാൽ ചിലത്, നിന്റെ തലയിൽ വീഴും പിന്നെ നിന്റെ കാര്യം കഷ്ടത്തിലാവും. ആ മന്ത്രവാദിനി അവളെ ഭീഷണിപ്പെടുത്തി. അവൾ അടിച്ചുവാരി, പൊടിതട്ടി, തീ പൂട്ടി പക്ഷേ ഒരണ പോലും ശമ്പളം കിട്ടിക്കണ്ടില്ല. അവൾക്ക് അവിടത്തെ ജോലിയും പിടിച്ചില്ല. മന്ത്രവാദിനിക്ക് അത്താഴത്തിന് കുഞ്ഞുങ്ങളെ പുഴുങ്ങണം. പൂന്തോട്ടത്തിൽ എല്ലുകൾ കുഴിച്ചിടണം. പക്ഷേ ഒരു പണവും കൂടാതെ എങ്ങനെ വീട്ടിലേക്കു മടങ്ങും എന്നോർത്ത് വിഷമിച്ച് അവൾ അവിടെത്തന്നെ തുടർന്നു. അങ്ങനെയിരിക്കെ ഒരുദിവസം അടിച്ചുവാരിക്കൊണ്ടിരിക്കെ കരി പാറിവന്നതു കണ്ട്, അതെവിടെനിന്നും വന്നെന്നു നോക്കാനായി അവൾ അറിയാതെ ചിമ്മിനിയിലേക്കു നോക്കിപ്പോയി. നോക്കിയതും അവളുടെ മടിയിലേക്ക് സ്വർണനാണയത്തിന്റെ ഒരു ബാഗ് വന്നു വീണു.

ആ സമയത്ത് മന്ത്രവാദിനി അവിടെ ഇല്ലായിരുന്നു. അതൊരു നല്ല അവസരമാണെന്ന് ആ പെൺകുട്ടി മനസിലാക്കി.

അങ്ങനെ തന്റെ ഉടുപ്പിൽ സ്വർണബാഗും പൊതിഞ്ഞ് അവൾ വീട്ടിലേക്കോടി. ആപ്പിൾമരത്തിനടുത്തെത്തിയപ്പോൾ മന്ത്രവാദിനിയുടെ ഊന്നുവടിയുടെ ശബ്ദം അവൾ കേട്ടു. അവൾ ആപ്പിൾ മരത്തിനടുത്തെത്തി കരഞ്ഞു.

“ആപ്പിൾ മരമേ, എന്നെ ഒളിപ്പിക്കൂ.
മന്ത്രവാദിനി എന്നെ കാണല്ലേ
അവരെന്റെ അസ്ഥികൾ ഒടിക്കും,
എന്നെ പൂന്തോട്ടത്തിൽ ദഹിപ്പിക്കും...”

“ഞാനൊളിപ്പിക്കാം. നീ എന്നെ സഹായിച്ചവളാണ്. നീ നന്മ അർഹിക്കുന്നുണ്ട്.” ആപ്പിൾമരം അത്രയും പറഞ്ഞുകൊണ്ട് തന്റെ പച്ചച്ചില്ലകൾക്കിടയിൽ അവളെ ഒളിപ്പിച്ചു.

അതിനിടയിൽ മന്ത്രവാദിനി വന്ന് ആപ്പിൾ മരത്തോട് തന്റെ സ്വർണ ബാഗുമായി മുങ്ങിയ പെൺകുട്ടിയെ കണ്ടുവോ എന്നന്വേഷിച്ചു. 'ഇല്ലാ' എന്ന് ആപ്പിൾമരം കള്ളംപറഞ്ഞു. അങ്ങനെ അവൾ ഓട്ടംതുടർന്നു. വീണ്ടും പശുവിനടുത്തെത്തിയപ്പോൾ മന്ത്രവാദിനിയുടെ കാലടി ശബ്ദം അടുത്തു വന്നതായവൾ മനസിലാക്കി.

അവൾ പശുവിനോടും സഹായം അഭ്യർഥിച്ചു. പശുവും മറയായി നിന്ന് അവളെ രക്ഷിച്ചു. പിന്നീട് അടുപ്പും അവളെ മന്ത്രവാദിനിയിൽ നിന്നും ഒളിപ്പിച്ചു. അടുപ്പ് അവളെ ഒളിക്കാനായി ബേക്ക് റൂമിലേക്കാണ യച്ചത്. അവിടെ അവളെതേടി ചെന്ന മന്ത്രവാദിനിയാവട്ടെ ബേക്കറി ക്കാരന്റെ വാക്ക് വിശ്വസിച്ച് അവളെ തിരഞ്ഞ് അടുപ്പിലേക്ക് തല എത്തിച്ച് നോക്കി മുഖമാകെ പൊള്ളിച്ചു.

ഒടുവിൽ ആ പെൺകുട്ടി ഒരു ബാഗു നിറയെ സ്വർണവുമായി സ്വന്തം വീട്ടിലെത്തി.

പക്ഷേ അവളുടെ സഹോദരിക്ക് ഈ കഥയെല്ലാം കേട്ട് അസൂയ മൂത്തു. താനും ഭാഗ്യം തേടി പോവുകയാണെന്നും പറഞ്ഞ് ഇറങ്ങി പുറപ്പെട്ടു. അനുജത്തി പോയ വഴിയെ അവളും നടന്നുതുടങ്ങി.

അടുപ്പിനെ ആദ്യം കണ്ടു. അടുപ്പത്ത് വേവുന്ന കേക്കുകൾ അവ ളോട് ഏഴുവർഷമായി തങ്ങൾ വേവുന്നു, ഒന്നു സഹായിക്കണേ എന്ന ഭ്യർഥിച്ചു.

"നല്ല കഥ! നിങ്ങളെ രക്ഷിച്ചിട്ടിനി ഞാനെന്റെ വിരലുകൾകൂടി പൊള്ളിക്കാൻ. വേണ്ട ഞാനില്ല."

കറക്കാനാരും വരാതെ അകിടുവിങ്ങി നിൽക്കുന്ന പശുവിനെ പിന്നീടവൾ കണ്ടു. പശുവും അവളോട് സഹായം ചോദിച്ചു.

"നീ ഒരു 7 വർഷംകൂടി കാത്തിരിക്ക് ഞാൻ പശുനോട്ടക്കാരിയല്ല." അവൾ ഗർവോടെ പറഞ്ഞിട്ടു നടന്നുപോയി.

ആപ്പിൾമരം സഹായം ചോദിച്ചപ്പോഴാകട്ടെ, ഒരൊറ്റ ആപ്പിൾമാത്രം പറിച്ചെടുത്ത് അതിന്റെ ഭാരിച്ച ചില്ലകളെ പരിഹസിച്ച് അവൾ നടന്നു പോയി.

ഒടുവിലവൾ മന്ത്രവാദിനിയുടെ ജോലിക്കാരിയായി അവിടെ കയറി പ്പറ്റി. മുഖം അടുപ്പിൽ വീണ് പൊള്ളി വികൃതമായ അവർക്ക് എല്ലാ വേലക്കാരികളെയും സംശയമായിരുന്നു. അതുകൊണ്ട് ഒരിക്കലും അവർ വീടുവിട്ട് പുറത്തുപോയില്ല. ചിമ്മിനിയിലേക്കൊന്നു നോക്കാൻപോലും അവൾക്ക് കഴിഞ്ഞില്ല. പൊടിതട്ടിയും വീടു വൃത്തിയാക്കിയും അടിച്ചു വാരിയും അവൾ ക്ഷീണിച്ചു.

പക്ഷേ ഒരുദിവസം മന്ത്രവാദിനി എല്ലുകൾ കുഴിച്ചുമൂടാൻ പൂന്തോട്ട ത്തിലേക്കിറങ്ങിയ തക്കത്തിന് ചിമ്മിനിയിലേക്കു നോക്കി. ഒരു ബാഗ് സ്വർണം അവൾ സ്വന്തമാക്കി.

വർധിച്ച സന്തോഷത്തോടെ അതുമായി അവൾ വീട്ടിലേക്കോടി. പക്ഷേ ആപ്പിൾമരത്തിനടുത്തെത്തിയപ്പോഴേ മന്ത്രവാദിനി അവളുടെ പിറകെ വന്നു. ആപ്പിൾമരത്തോടവൾ സഹായം അഭ്യർഥിച്ചു.

“ഇല്ല, എനിക്കു നിറയെ ആപ്പിളുണ്ട് ദേഹത്ത്. നിന്നെ സഹായിക്കാൻ വയ്യ” ആപ്പിൾമരം തീർത്തുപറഞ്ഞു.

മന്ത്രവാദിനി ഉയർത്തിപ്പിടിച്ച ചൂലുമായി അതുവഴി വന്നപ്പോഴാകട്ടെ അവൾ ഓടിപ്പോയ വഴി കൃത്യമായി ആപ്പിൾമരം പറഞ്ഞുകൊടുക്കുകയും ചെയ്തു.

അങ്ങനെ മന്ത്രവാദിനി അവളെ പിടികൂടി. ബാഗു പിടിച്ചുവാങ്ങി, അവളെ പൊതിരെ തല്ലിച്ചതച്ചു. പിന്നെ അത്രനാളത്തെ അധ്വാനത്തിന് ചില്ലിക്കാശും നൽകാതെ വീട്ടിലേക്കയച്ചു.

ചിൽ ദെവിൻഡ്

ബാംബോരാഹ് കൊട്ടാരത്തിൽ ഒരു രാജാവ് ജീവിച്ചിരുന്നു. അയാൾക്ക് രണ്ടു മക്കളുണ്ടായിരുന്നു. ചിൽ ദെവിൻഡ് എന്ന ആൺകുട്ടിയും മേരി മാർഗരറ്റ് എന്ന പെൺകുട്ടിയും. അവരുടെ അമ്മ ഒരു സുന്ദരിയായിരുന്നു. പക്ഷേ പെട്ടെന്നൊരു ദിവസം അവർ മരിച്ചുപോയി. രാജാവ് ഏറെക്കാലം ഭാര്യയുടെ വിയോഗത്തിൽ ദുഃഖിതനായി കഴിഞ്ഞുകൂടി. പിന്നീട് മകൻ ചിൽ ദെവിൻഡ് അവന്റെ വഴിക്കു തിരിഞ്ഞുപോയതിനുശേഷമൊരിക്കൽ രാജാവ് നായാട്ടിനായി കാട്ടിലേക്കുപോയി. വനത്തിൽ വച്ച് അദ്ദേഹം അതിസുന്ദരിയായ ഒരു യുവതിയെ കാണുകയും അവരുമായി അനുരാഗത്തിലാവുകയും ചെയ്തു. ആ സ്ത്രീയെ വിവാഹം കഴിക്കാൻ രാജാവ് തീരുമാനിച്ചു.

പക്ഷെ, മേരി മാർഗരറ്റ് രാജകുമാരിക്ക് തന്റെ അമ്മയുടെ സ്ഥാനത്ത് മറ്റൊരാൾ വരുന്നതു സങ്കൽപ്പിക്കാനേ സാധിച്ചില്ല. കൊട്ടാരത്തിന്റെ ചുമതല മൊത്തം അപരിചിതയായ ഒരാളെ ഏൽപ്പിക്കുന്നത് അവൾക്ക് ഓർക്കാൻതന്നെ കഴിഞ്ഞില്ല. പക്ഷേ അവൾ ഒരു വാക്കും എതിരുപറഞ്ഞില്ല. കൊട്ടാരത്തിന്റെ മതിലരികിൽ ചെന്ന്, ദൂരെ കടലിലേക്കും കണ്ണുനട്ട് തന്റെ സഹോദരൻ മടങ്ങിവന്നെങ്കിൽ എന്നാഗ്രഹിച്ചുകൊണ്ട് അവൾ ഏകാകിയായി നിന്നു.

രാജകുമാരൻ മടങ്ങിയെത്തിയില്ല. ഒടുവിലൊരുനാൾ രാജാവ് തന്റെ പുതിയ ഭാര്യയെ കൊട്ടാരത്തിലേക്ക് കൂട്ടിക്കൊണ്ടുവരാൻതന്നെ നിശ്ചയിച്ചു. രാജകുമാരിയാകട്ടെ, കൊട്ടാരത്തിലെ എല്ലാ അറകളുടെയും താക്കോൽ ഒരു വള്ളിയിൽകോർത്ത് എല്ലാം രണ്ടാനമ്മയ്ക്ക് കൈമാറാനൊരുങ്ങി കൊട്ടാരകവാടത്തിൽ കാത്തുനിന്നു.

വധുവിനെ ആനയിച്ചുകൊണ്ടുള്ള ഘോഷയാത്ര കൊട്ടാരവാതിൽക്കലെത്തി. എല്ലാവരും അവളുടെ സൗന്ദര്യത്തെ വാഴ്ത്തി. മേരിയും

തന്നാലാവുംവിധം അച്ഛനെയും രണ്ടാനമ്മയെയും സ്വാഗതം ചെയ്തു. പക്ഷേ അതിനിടയിൽ കാൽതെന്നി അവൾ മുറ്റത്തേക്ക് വീണു. അതോടെ പ്രഭുക്കന്മാരെല്ലാം അവളാണ് പുതിയ രാജ്ഞിയെക്കാളും സുന്ദരി എന്ന് അടക്കം പറഞ്ഞു. അതുകേട്ടതും പുതിയ രാജ്ഞിയുടെ മട്ടുമാറി. അവർ തറയിൽ ആഞ്ഞു ചവിട്ടി, മുഖംകോപംകൊണ്ടു ചുവന്നു. പിന്നെ ശാപവചസുകൾ ഉതിർത്തു.

"നീ എന്നെ കുറച്ചിലിലാക്കി. ഞാൻ മേരി മാർഗരറ്റ് എന്ന നിന്നെ ഒരു പുഴുവാക്കും."

അതുകേട്ടതും മേരി മാർഗരറ്റ് ചിരിച്ചുപോയി. തന്റെ രണ്ടാനമ്മ ഒരു മന്ത്രവാദിനിയാണെന്ന് അവൾ തിരിച്ചറിഞ്ഞു. രാജകുമാരിയുടെ ചിരി അവരെ കൂടുതൽ ചൊടിപ്പിച്ചു. രാത്രി എല്ലാവരും ഉറങ്ങിയതും അവർ തന്റെ ഉറക്കറവിട്ട് എഴുന്നേറ്റ് മാന്ത്രികഗുഹയിലേക്ക് പോയി. രാജകുമാരിക്കെതിരായി ദുർമന്ത്രവാദം ചെയ്യാനാരംഭിച്ചു.

അങ്ങനെ അന്നു രാത്രി ഉറങ്ങാൻ കിടന്ന സുന്ദരിയായ മേരി മാർഗരറ്റ്, അടുത്തപ്രഭാതത്തിൽ ഉറക്കമുണർന്നപ്പോൾ ഒരു ഇഴജീവിയായി മാറി! കുമാരിയെ വസ്ത്രം മാറ്റിക്കാനായി ചെന്ന തോഴിമാർ ആ ഉരഗം തങ്ങൾക്കു നേരെ അരിച്ചുവരുന്നതു കണ്ട് ഭയന്നോടി. ആ പുഴു ഇഴഞ്ഞിഴഞ്ഞ് നീങ്ങി കടലിലേക്കിറങ്ങി. കടലിൽ ഹെഞ്ച് എന്നറിയപ്പെടുന്ന ഒരു പാറപ്പുറത്ത് അതു സൂര്യന് കീഴെ പനിപിടിച്ച് കിടന്നു.

ആ ഉരഗത്തെ കുറിച്ചുള്ള വാർത്തകൾ നാടായ നാടാകെ പരന്നു. അങ്ങനെ ആ വാർത്ത ചിൽ ദെവിൻഡിന്റെ ചെവിയിലും എത്തി. തന്റെ സഹോദരി അപ്രത്യക്ഷമായതിൽ ഈ ഉരഗത്തിനു പങ്കുണ്ടാവും എന്ന് രാജകുമാരൻ സംശയിച്ചു. അങ്ങനെ അയാൾ തന്റെ പടയാളികളെ വിളിച്ചുകൂട്ടി.

"നമുക്കുടൻ ബാംബറോയിലെ ഹെഞ്ച് പാറയ്ക്കരികിലേക്കു നീങ്ങണം. എന്നിട്ട് ആ ഉരഗത്തിനെ കൊല്ലണം."

അങ്ങനെ മരപ്പലകകളും തടിയുംകൊണ്ട് ഉടനൊരു കപ്പൽ നിർമിച്ച് അവർ യാത്ര പുറപ്പെട്ടു. മന്ത്രവാദിനി പല അടവുമെടുത്ത് അവരുടെ വരവ് ഉരഗത്തെ കൊണ്ടുതന്നെ തടയിക്കാൻ നോക്കിയെങ്കിലും കുമാരൻ ഉരഗത്തിനടുത്തെത്തി, തന്റെ വാളുയർത്തി അതിന്റെ തല കൊയ്യാൻ നോക്കി... പക്ഷേ കാറ്റിനൊപ്പം അതിമൃദുലമായ ഒരു സ്വരം കുമാരൻ കേട്ടു.

"നീ നിന്റെ വാളുപേക്ഷിക്കുക. എന്നിട്ടെന്നെ മൂന്നുതവണ ചുംബിക്കുക. അപ്പോൾ, പുഴുവായ ഞാൻ നിനക്കൊരുപദ്രവവും ചെയ്തിട്ടില്ലെന്നു ബോധ്യമാകും."

ആ സ്വരം തന്റെ പൊന്നനുജത്തിയുടേതാണെന്ന് കുമാരൻ തിരിച്ചറിഞ്ഞു. അവന്റെ കൈകൾ നിശ്ചലമായി. ഒരിക്കൽക്കൂടി പുഴു സംസാരിച്ചു.

"വാളുപേക്ഷിക്കൂ...... തെറ്റുകൾ ക്ഷമിക്കൂ...." മേരി മാർഗരറ്റിനു വേണ്ടി എന്നെ മൂന്നുതവണ ചുംബിക്കൂ."

താൻ തന്റെ സഹോദരിയെ എന്തുമാത്രം സ്നേഹിക്കുന്നു എന്നോർത്തുകൊണ്ട് ആ കുമാരൻ പുഴുവിനെ ഒരുതവണ ചുംബിച്ചു. പിന്നീടൊരിക്കൽക്കൂടി. മൂന്നാമത്തെ ചുംബനത്തോടെ പുഴു മണലിലേക്കു താണുപോയി. ഇപ്പോൾ അവന്റെ കരവലയത്തിലുള്ളത് പ്രിയ സഹോദരി മേരി മാർഗരറ്റ് തന്നെ.

അവൾ കടൽക്കാറ്റേറ്റു വിറച്ചു, തന്റെ മേലങ്കികൊണ്ട് കുമാരനവളെ പുതപ്പിച്ചു. പിന്നെ ബാംബോരാഹ് കൊട്ടാരത്തിലേക്ക് കൂട്ടിക്കൊണ്ടുപോയി. കൊട്ടാരത്തിൽ വിറച്ചുകൊണ്ട്, തന്റെ അവസാനമടുത്തു എന്നു മനസിലാക്കിയ മന്ത്രവാദിനി നിൽപ്പുണ്ടായിരുന്നു.

ചെൽ ദെവിൻഡ് അവൾ ഒരു എലിയായിപോകട്ടെ എന്നു ശപിച്ചുകൊണ്ടിരുന്നു. അങ്ങനെ ചുക്കിച്ചുളുങ്ങിയ ഒരെലിയായി അവരിപ്പോഴും ആ കൊട്ടാരത്തിൽ അലഞ്ഞുനടപ്പുണ്ട്.

പക്ഷേ ചെൽദെവിൻഡും മേരി മാർഗരറ്റും പ്രിയപ്പെട്ട സഹോദരങ്ങളായി ഏറെക്കാലം ജീവിച്ചു.

ടിറ്റിപ്പൂച്ചയും ടാറ്റിപ്പൂച്ചയും

ടിറ്റിപ്പൂച്ചയും, ടാറ്റിപ്പൂച്ചയും ഒരുമിച്ച് ഒരു വീട്ടിൽ താമസിച്ചിരുന്നു.

ടിറ്റിപ്പൂച്ച ഭക്ഷണം ശേഖരിക്കാൻ പോയി, ടാറ്റിപ്പൂച്ചയും ഭക്ഷണം ശേഖരിക്കാൻ പോയി.

ടിറ്റിപ്പൂച്ച ഒരു ചോളം കൊണ്ടുവന്നു. ടാറ്റിപ്പൂച്ചയും ഒരു ചോളം കൊണ്ടുവന്നു.

അവർ രണ്ടുപേരും ചോളം കൊണ്ടുവന്നു. ടിറ്റിപ്പൂച്ച പുഡിങ് ഉണ്ടാക്കി, ടാറ്റിപ്പൂച്ചയും പുഡിങ് ഉണ്ടാക്കി.

അവർ ഇരുവരും പുഡിങ് ഉണ്ടാക്കി.

ടിറ്റിപ്പൂച്ച അവളുടെ പുഡിങ് ചൂടാറാൻ പാത്രത്തിലൊഴിച്ചു.

ടാറ്റിപ്പൂച്ചയും അവളുടെ പുഡിങ് ചൂടാറാൻ പാത്രത്തിലൊഴിച്ചു. അതു തൂവിപ്പോയി. ടിറ്റിയുടെ മേലു പൊള്ളി. അവൾ മരിച്ചു. ടാറ്റി നിലത്തിരുന്ന് കരച്ചിൽ തുടങ്ങി.

മൂന്നുകാലുള്ള സ്റ്റൂൾ ചോദിച്ചു: “ടാറ്റീ നീ എന്തിനാ കരയുന്നത്?”

ടാറ്റി പറഞ്ഞു: “ടിറ്റി ചത്തു. അതിനാൽ കരയുകയാണ്.”

“എങ്കിൽ” സ്റ്റൂൾ പറഞ്ഞു: “ഞാൻ തുള്ളാം” ഉടനെ മുറിയുടെ മൂലയ്ക്കിരുന്ന ചൂൽ ചോദിച്ചു: “സ്റ്റൂൾ നീ എന്തിനാ തുള്ളുന്നത്?”

“ഹൊ”, ടിറ്റി ചത്തു, ടാറ്റി കരഞ്ഞു, അതുകൊണ്ട് ഞാൻ തുള്ളുന്നു.”

“എങ്കിൽ” ചൂൽ പറഞ്ഞു: “ഞാൻ തൂക്കും?” ചൂൽ തൂക്കാൻ തുടങ്ങി.

“നീ എന്തിനാ തൂക്കുന്നത്?” ഉടൻ വാതിൽ ചോദിച്ചു.

“ടിറ്റി ചത്തു, ടാറ്റി കരഞ്ഞു, സ്റ്റൂൾ തുള്ളി, അതുകൊണ്ട് ഞാൻ തൂക്കുന്നു.”

"എങ്കിൽ" വാതിൽ പറഞ്ഞു: "ഞാൻ അടയും." വാതിൽ അടയാൻ തുടങ്ങി.

ഉടനെ ജനൽ ചോദിച്ചു. "വാതിലേ, നീ എന്തിനാ അടയുന്നത്?"

"ടിറ്റി ചത്തു, ടാറ്റി കരഞ്ഞു, സ്റ്റൂൾ തുള്ളി, ചൂൽ തൂത്തുവാരി, അതുകൊണ്ട് ഞാൻ അടയുന്നു."

"എങ്കിൽ" ജനൽ പറഞ്ഞു: "ഞാൻ കൂവും." ജനൽ കൂവാൻ തുടങ്ങി.

"നീ എന്തിനാ കൂവുന്നത്?" ഉടൻ അടുത്തുള്ള പഴയ കുതിര ചോദിച്ചു.

"ടിറ്റി ചത്തു, ടാറ്റി കരഞ്ഞു, സ്റ്റൂൾ തുള്ളി, ചൂൽ തൂത്തുവാരി, വാതിലടഞ്ഞു, അതുകൊണ്ട് ഞാൻ കൂവുന്നു."

"എങ്കിൽ"..... കുതിര പറഞ്ഞു: "ഞാൻ വീട്ടിനു ചുറ്റും ഓടും. കുതിര ഓടാൻ തുടങ്ങി.

"കുതിരേ നീ എന്തിനാ വീടിനു ചുറ്റും ഓടുന്നത്?' അവിടെ വളർന്നു നിന്ന വലിയ ഫലവൃക്ഷം ചോദിച്ചു.

"ടിറ്റി ചത്തു, ടാറ്റി കരഞ്ഞു, സ്റ്റൂൾ തുള്ളി, ചൂൽ തൂത്തുവാരി, വാതിലടഞ്ഞു, ജനൽ കൂവി, അതുകൊണ്ട് ഞാൻ വീടിനുചുറ്റിനും ഓടുന്നു."

"എങ്കിൽ" മരം പറഞ്ഞു: "ഞാൻ ഇലപൊഴിക്കും." മരം അതിന്റെ മനോഹരമായ പച്ചിലകളെല്ലാം പൊഴിക്കാൻ തുടങ്ങി.

"മരമേ....., നീ എന്താ ഇലകൾ പൊഴിക്കുന്നത്?" മരച്ചില്ലയിൽ കൂടു കൂട്ടിയിരുന്ന ഒരു കിളി ഇലകളെല്ലാം പൊഴിയുന്നതു കണ്ട് ചോദിച്ചു.

"ടിറ്റി ചത്തു, ടാറ്റി കരഞ്ഞു, സ്റ്റൂൾ തുള്ളി, ചൂൽ തൂത്തുവാരി, വാതിലടഞ്ഞു, ജനൽ കൂവി, കുതിര വീടിനു ചുറ്റും ഓടി, അതുകൊണ്ട് ഞാൻ ഇലകൾ എല്ലാം പൊഴിച്ചു."

"എങ്കിൽ" കിളി പറഞ്ഞു: "ഞാൻ എന്റെ തൂവലുകൾ പൊഴിക്കും." കിളി അതിന്റെ തൂവലെല്ലാം പൊഴിക്കാൻ തുടങ്ങി.

"കിളിയേ നീ എന്താ തൂവലുകളെല്ലാം പൊഴിക്കുന്നത്? താഴെക്കൂടി, തന്റെ സഹോദരങ്ങൾക്കുള്ള അത്താഴം-ഒരു ജഗ് പാലുമായി നടന്നു പോയ ഒരു പെൺകുട്ടി, പക്ഷി തൂവൽപൊഴിക്കുന്നതു കണ്ട് ചോദിച്ചു.

"ടിറ്റി ചത്തു, ടാറ്റി കരഞ്ഞു, സ്റ്റൂൾ തുള്ളി, ചൂൽ തൂത്തുവാരി, വാതിലടഞ്ഞു, ജനൽ കൂവി, കുതിര വീടിനുചുറ്റും ഓടി, മരം ഇലകൾ പൊഴിച്ചു, അതുകൊണ്ട് ഞാൻ തൂവലുകൾ പൊഴിക്കുന്നു.

"എങ്കിൽ" പെൺകുട്ടി പറഞ്ഞു: "ഞാൻ പാലെല്ലാം തൂവിക്കളയും". പെൺകുട്ടി പാത്രം തുറന്ന് പാല് തൂവിക്കളയാൻ തുടങ്ങി.

"കുട്ടീ നീ എന്താ പാലെല്ലാം തൂവിക്കളയുന്നത്? നിന്റെ സഹോദരങ്ങൾക്ക് അത്താഴത്തിനി എന്തുണ്ട്?" ഒരു ഗോവണിക്കു മുകളിൽ കയറി നിന്ന് മേൽക്കൂര ശരിയാക്കിക്കൊണ്ടിരുന്ന വൃദ്ധൻ; പെൺകുട്ടി പാലു തൂവിക്കളയുന്നതു കണ്ട് ചോദിച്ചു.

"ടിറ്റി ചത്തു, ടാറ്റി കരഞ്ഞു, സ്റ്റൂൾ തുള്ളി, ചൂൽ തൂത്തുവാരി, വാതിലടഞ്ഞു, ജനൽ കൂവി, വയസൻ കുതിര വീടിനു ചുറ്റും ഓടി, മരം ഇല പൊഴിച്ചു, കിളി തൂവലുകൾ പൊഴിച്ചു. അതുകൊണ്ട് ഞാൻ പാലു തൂവിക്കളയുന്നു."

"എങ്കിൽ" വയസൻ പറഞ്ഞു: "ഞാനീ കോണി തള്ളിത്താഴെ ഇട്ട് എന്റെ കഴുത്തു പൊട്ടിക്കാൻ പോവുകയാണ്."

ആ വൃദ്ധൻ കോണി തള്ളിത്താഴെയിട്ട് തന്റെ കഴുത്തൊടിച്ചു. വൃദ്ധന്റെ കഴുത്തൊടിഞ്ഞപ്പോൾ മരം ഒടിഞ്ഞുവീണു. അത് കുതിരയെയും വീടിനെയും ഇളക്കി, വീട് താഴെ വീണപ്പോൾ ജനലിൽ മുട്ടി, ജനൽ വാതിലിൽ മുട്ടി, വാതിൽ ചൂലിനെ ഇളക്കി, ചൂൽ സ്റ്റൂളിനെ ഇളക്കി, പാവം ടാറ്റിപ്പൂച്ച ഇതിനെല്ലാം ഇടയിൽ അകപ്പെട്ടുപോയി.

നോർവെയിലെ കറുത്ത കാളക്കൂറ്റൻ

വളരെക്കാലം മുമ്പ് നോർവെയിൽ മൂന്ന് പെൺമക്കളോടൊപ്പം ഒരു സ്ത്രീ താമസിച്ചിരുന്നു. അവർ മൂന്നുപേരും അതിസുന്ദരികൾ ആയിരുന്നു. ഒരുദിവസം രാത്രി അവർ തങ്ങൾ വിവാഹം കഴിക്കാൻ ആഗ്രഹിക്കുന്ന പുരുഷന്മാരെ കുറിച്ചുള്ള സങ്കൽപ്പങ്ങൾ പങ്കുവെച്ചു.

“എനിക്ക് നോർവെയിലെ ചക്രവർത്തിയെ വേണം ഭർത്താവായിട്ട്.” മൂത്തവൾ പറഞ്ഞു.

“എനിക്കൊരു പ്രഭുവിനെ വേണം വരനായിട്ട്.” രണ്ടാമത്തെവൾ പറഞ്ഞു.

പക്ഷേ മൂന്നാമത്തവൾ, അവളാണ് കൂട്ടത്തിൽ ഏറ്റവും സുന്ദരി-കണ്ണിറുക്കിചിരിച്ച് തമാശയ്ക്ക് അവൾ ഇങ്ങനെ പറഞ്ഞു: “എന്തിനാ ഇത്രയ്ക്ക് അഹങ്കാരം? എനിക്ക് നോർവെയിലെ കറുത്ത കാളയെ മതി.”

വെറുതെ പിശാചുക്കളെ ക്ഷണിച്ചുവരുത്താതെ എന്നു പറഞ്ഞ് മറ്റുരണ്ടുപേരും അവളെ വിലക്കി.

പക്ഷേ അവൾ അവർ പറഞ്ഞതു കൂട്ടാക്കാതെ നോർവെയിലെ കറുത്തകാളയെ വിവാഹം കഴിക്കണം എന്നു മൂന്നുതവണ ആവർത്തിച്ചു.

അടുത്ത പ്രഭാതത്തിൽ ഒരുസംഘം ആളുകൾ അവരുടെ വീടിനു നേരെ വന്നടുത്തു. അവർ അവരെത്തേടി എത്തി. അത്ഭുതം, ചക്രവർത്തി മൂത്തപെൺകുട്ടിയുടെ കരംഗ്രഹിച്ചുകൊണ്ട് വിവാഹാഭ്യർഥന നടത്തി. ആഘോഷപൂർവം ആ വിവാഹം നടന്നു. വധൂവരന്മാർ വൻജനാവലിയുടെ അകമ്പടിയോടെ യാത്രയായി.

അടുത്തപ്രഭാതത്തിൽ ഒരു രഥത്തിലേറി പ്രഭുവും കൂട്ടരും അവരുടെ വീടിന്റെ റോഡുവഴിയെ രണ്ടാമത്തെ പെൺകുട്ടിയെ തേടിവന്നു.

അദ്ദേഹം അവളോട് വിവാഹാഭ്യർഥന നടത്തി. ആ വിവാഹവും ആഘോഷപൂർവം നടന്നു. വധൂവരന്മാർ ആഘോഷപൂർവം യാത്രയായി.

അവരുടെ കൂട്ടത്തിൽ ഏറ്റവും സുന്ദരിയും സുശീലയുമായ ആ ഇളയപെൺകുട്ടി മാത്രമവശേഷിച്ചു. പിന്നീടവളെ അമ്മ പൊന്നുപോലെ സംരക്ഷിച്ചു. ഒരുദിവസം പ്രഭാതത്തിൽ അവരുടെ വാതിലിൽ അതി ഭീകരനായ നോർവെയിലെ കറുത്ത കാളക്കൂറ്റൻ മുട്ടിവിളിച്ചു. ആ അമ്മ ഞെട്ടി വിറച്ചുപോയി.

അമ്മ കുത്തിയിരുന്ന് കരച്ചിലാരംഭിച്ചു. പെൺകുട്ടി അതിനെ കണ്ടമാത്രയിൽ ഓടിയൊളിച്ചു. പക്ഷേ ആ ഭീകരൻ അവിടെനിന്നും പോവുന്നില്ലെന്നു കണ്ടപ്പോൾ അവൾ പതിയെ പുറത്തേക്കു വന്നു, എന്നിട്ട് പറഞ്ഞു.

"നോർവെയിലെ കറുത്ത കാളയെ വിവാഹം കഴിച്ചോളാം എന്നു ഞാൻ വാക്കു പറഞ്ഞതാണ്. ഞാനെന്റെ വാക്കുപാലിക്കുന്നു. അമ്മേ... ഞാൻ പോകട്ടെ, ഇനി മേലിൽ അമ്മയെന്നെ കാണില്ല."

പിന്നയവൾ ആ പിശാചിനു പിന്നാലെ, ഒന്നും മിണ്ടാതെ തലകുനി ച്ചുകൊണ്ട് നടന്നകന്നു. എളുപ്പമുള്ള, നല്ല വഴികളിലൂടെയാണ് പിശാച വളെ നയിച്ചത്. അതുകൊണ്ട് അവളുടെ ഭയമൽപ്പം കുറഞ്ഞു. പക്ഷേ രാത്രിയായപ്പോഴേക്കും അവൾക്കു നന്നായി വിശന്നു.

"എന്റെ ഇടതുചെവിയിൽനിന്നും തിന്നോളൂ,
വലതുചെവിയിൽനിന്നും കുടിച്ചോളൂ,
ബാക്കി വരുന്നത് വച്ചേക്ക്,
നാളെ രാത്രി കഴിച്ചേക്കാൻ."

വളരെ മൃദുവായ സ്വരത്തിൽ ആ പിശാചിങ്ങനെ അവളോട് പറഞ്ഞു.

അത്ഭുതം! അവൾ അതിന്റെ ചെവിയിലേക്കു നോക്കിയപ്പോഴോ... ഇടതുചെവിനിറയെ ധാരാളം ഭക്ഷ്യവസ്തുക്കൾ. വലതുചെവിനിറയെ മധുരപാനീയങ്ങൾ. വരുംദിവസങ്ങളിലേക്ക് ബാക്കിവയ്ക്കാൻ ധാരാളം കാണും എന്നവൾക്കു മനസിലായി.

അങ്ങനെ അവർ യാത്ര തുടർന്നു. ഒരുപാടൊരുപാടു യാത്ര ചെയ്തു. ഭയാനകമായ വനാന്തരങ്ങളിലൂടെയും ഏകാന്തമായ താഴ്‌വാര ങ്ങളിലൂടെയും സഞ്ചരിച്ചു. അവൾക്കു കഴിക്കാനുള്ള ഭക്ഷണം എപ്പോഴും അവന്റെ ചെവികളിൽ ഉണ്ടായിരുന്നു. അവൾക്കുറങ്ങാൻ അയാളുടെ വിശാലമായ ചുമലുകൾ ഉണ്ടായിരുന്നു.

ഒടുവിലവർ ഒരു വലിയ കൊട്ടാരത്തിനു മുമ്പിലെത്തി. അവിടെ ഒരുപാട് പ്രഭുക്കളും മഹിളാമണികളും കൂടിനിന്നിരുന്നു. വിചിത്രമായ ആ ദമ്പതികളെ കണ്ട് അവർ അതിശയപ്പെട്ടു. അവർ ആ പെൺകുട്ടിയെ അത്താഴവിരുന്നിന് ക്ഷണിച്ചു. പക്ഷേ കാളക്കൂറ്റൻ ഒന്നും കഴിക്കാൻ നിൽക്കാതെ തനിയെ പുറത്തെ വയലിലേക്കു നടന്നു.

അടുത്തദിവസം രാവിലെ പിശാച് വീണ്ടും തന്റെ ഭാരം ചുമക്കാൻ തയാറായി. തന്റെ നല്ലവരായ സുഹൃത്തുക്കളോട് യാത്ര ചോദിച്ചു കൊണ്ട് അവൾ പിശാചിന്റെ ചുമലുകളിൽ കയറി. അവർ വീണ്ടും യാത്ര തുടർന്നു.

ഒടുവിലവർ ഒരു പ്രഭുവും പ്രഭ്വിയും അവരുടെ അനുചരന്മാരും സന്തോഷത്തിലാറാടുന്ന ഒരു കൊട്ടാരത്തിൽ എത്തിച്ചേർന്നു. ആ വിചിത്രദമ്പതികളെക്കണ്ട് അവരും അതിശയിച്ചുവെങ്കിലും അവർ ആ പെൺകുട്ടിയെ അത്താഴവിരുന്നിനു ക്ഷണിച്ചു. പക്ഷേ കാളക്കൂറ്റൻ ഇത്തവണയും ഒന്നും കഴിക്കാതെ തനിച്ച്, പുറത്ത് പാർക്കിലേക്കു നടന്നു. പക്ഷേ അവൻ കാണിക്കുന്ന സ്നേഹമോർത്തപ്പോൾ ആ പെൺകുട്ടി അവനെ വിളിച്ച് നല്ല ഭക്ഷണം കൊടുക്കാൻ അവരോട് അഭ്യർഥിച്ചു.

അടുത്തദിവസം പ്രഭാതത്തിലും വീണ്ടും അവളെ ചുമലിലേറ്റി അവൻ യാത്ര തുടർന്നു. അന്നത്തെ യാത്രയ്ക്കുശേഷം അവർ എത്തിച്ചേർന്നത് ഒരു രാജകുമാരന്റെയും രാജകുമാരിയുടെയും മനോഹരമായ കൊട്ടാരത്തിലാണ്. അവരും ആ ദമ്പതികളെ കണ്ട് ഒന്ന് അമ്പരന്നുവെങ്കിലും അവളെ വിരുന്നിനു ക്ഷണിച്ചു. കാളക്കൂറ്റനെ പുറത്ത് വയലിലേക്കു കൊണ്ടുപോകാൻ അവർ ഉത്തരവിടുകയും ചെയ്തു.

പക്ഷേ അവൻ അവൾക്കുവേണ്ടി ചെയ്തിട്ടുള്ളതെല്ലാം ഓർത്തപ്പോൾ അവൾ പറഞ്ഞു: “വേണ്ട, അവൻ എന്റെ കൂടെ കഴിയട്ടെ” അങ്ങനെ അന്ന് അവന്റെ കാലുകളിൽ തറച്ചിരുന്ന ഒരു മുള്ള് അവളുടെ കണ്ണിൽപ്പെടാനിടയായി. അവൾ കുനിഞ്ഞ് അത് പറിച്ചുകളഞ്ഞു.

അത്ഭുതം! ആ കാളക്കൂറ്റന്റെ സ്ഥാനത്ത് സുന്ദരനായ ഒരു രാജകുമാരൻ നിൽക്കുന്നു. തന്നെ ക്രൂരമായ മാന്ത്രികത്തടവറയിൽനിന്നും രക്ഷിച്ച അവളുടെ കാൽക്കൽവീണ് അവൻ നന്ദിപറഞ്ഞു. പിന്നെ അവൻ തന്റെ ദുരന്തകഥ അവളോടു പറഞ്ഞു.

അവനെ വിവാഹം കഴിക്കാനാഗ്രഹിച്ച ദുഷ്ടയായ ഒരു വയസി മന്ത്രവാദിനിയാണത്രെ അവനെ ഇങ്ങനെ ശപിച്ച് മുള്ളു തറച്ചു വിട്ടത്.

“പക്ഷേ, ഇപ്പോഴും അപകടം തീർന്നില്ല. സുന്ദരിയായ കന്യകയായ നീ മുള്ളുപറിച്ചെടുത്തതോടെ രാത്രിയിലെ ശാപം മാറി.... പക്ഷേ ഇനി പകലിന്റെ കാര്യംകൂടി കടന്നുകിട്ടണം.”

അടുത്ത പ്രഭാതത്തോടെ കുമാരൻ വീണ്ടും പഴയ കാളക്കൂറ്റന്റെ രൂപത്തിലായി. അവിടെ നിന്നും യാത്രപറഞ്ഞിറങ്ങിയ അവർ ഏറെദൂരം നടന്നു. ഒടുവിൽ അവർ ഒരു ഇരുണ്ട ഭൂപ്രദേശത്ത് എത്തിച്ചേർന്നു. അവളെ അവിടെ ഒരു വലിയ പാറപ്പുറത്തിരുത്തിയശേഷം അയാൾ പറഞ്ഞു:

“നീ ഇവിടെ നിൽക്കണം. ഞാൻ പോയി ആ വൃദ്ധ മന്ത്രവാദിനിയെ കണ്ടുപിടിച്ച് തോൽപ്പിച്ചിട്ട് വരാം. ഞാൻ പോയിക്കഴിഞ്ഞാൽ വരുന്നതു വരെ കയ്യോ കാലോ അനക്കരുത്. അനക്കിയാൽ പിന്നെ എനിക്കുനിന്നെ

ഒരിക്കലും കാണാൻ കഴിയാതെയായിപ്പോകും. നിന്റെ ചുറ്റുപാടും നീലയായി മാറുകയാണെങ്കിൽ ഞാൻ മന്ത്രവാദിനിയെ കീഴടക്കി എന്നുറപ്പിച്ചോളൂ; അതല്ല, ചുറ്റുപാടും ചുവപ്പായി മാറുകയാണെങ്കിൽ, മന്ത്രവാദിനി എന്നെ കീഴ്പ്പെടുത്തി എന്നും മനസിലാക്കണം.

അത്രയും പറഞ്ഞ് അവൻ പോയി. അവൾ അനങ്ങാതെ അതേ ഇരിപ്പ് തുടർന്നു. കാത്തുകാത്തിരുന്ന് ഒടുവിൽ ചുറ്റുപാടും ഉള്ളതെല്ലാം നീലനിറമായി മാറി. തന്റെ പ്രിയപ്പെട്ടവൻ ആ മന്ത്രവാദിനിയെ കീഴ്പ്പെടുത്തിയിരിക്കുന്നു എന്നു തിരിച്ചറിഞ്ഞ ആഹ്ലാദത്തിൽ അവൾ ഇരിപ്പ് ഒന്നു ശരിയാക്കി- അറിയാതെ കാലിൽ കാലെടുത്തു വച്ചുപോയി.

അവൾ ഒന്നുമറിയാതെ കാത്തിരിപ്പുതുടർന്നു. അവനോ മടങ്ങിയെത്തി അവളെ തിരഞ്ഞ്, കാണാനാവാതെ തിരഞ്ഞു തിരഞ്ഞ് മടുത്തു. കാലനക്കിയതുകൊണ്ട് അവന് അവളെ കാണാനുള്ള കഴിവ് നഷ്ടപ്പെടുകയായിരുന്നു.

ഒടുവിൽ കാത്തിരുന്ന് മടുത്ത്, തന്റെ പ്രിയപ്പെട്ടവനെ തിരഞ്ഞ് അവൾ യാത്ര ചെയ്യാൻ തുടങ്ങി. ഒരുപാടിടങ്ങളിൽ അവൾ അലഞ്ഞു... ഒടുവിൽ ഒരു വൃദ്ധ താമസിക്കുന്ന കുടിലിൽ അവൾ എത്തിച്ചേർന്നു. അവർ അവൾക്ക് താമസവും ഭക്ഷണവും നൽകി. പുറമെ മൂന്ന് മാന്ത്രിക ധാന്യങ്ങൾ കൂടി നൽകി ഇങ്ങനെ പറഞ്ഞു:

"എപ്പോഴെങ്കിലും നിന്റെ ഹൃദയംപൊട്ടുംപോലെ നോവുന്നുവെങ്കിൽ, നീ ഒരു ധാന്യമെടുത്ത് അതിന്റെ പുറംതോട് പൊട്ടിക്കണം. അപ്പോൾ മനോഹരമായപലതും നിനക്കു ലഭിക്കും. അതു നിനക്കു പലയിടത്തും രക്ഷയായിമാറും."

യാത്രയ്ക്കിടെ ഒരുപറ്റം പ്രഭുക്കന്മാരും ഭാര്യമാരും നോർവെയുടെ പുതിയ യുവപ്രഭുവിന്റെ വിവാഹാഘോഷത്തെ പറ്റി പ്രകീർത്തിച്ചുകൊണ്ട് അതിൽ പങ്കെടുക്കാനായി നടന്നുപോകുന്നത് അവൾ കണ്ടു. പല സമ്മാനങ്ങളുമായി ധാരാളം ആളുകൾ അതിലെ വിവാഹത്തിനായി നടന്നുപോയി. ഒടുവിൽ അവളും ആ വലിയ ആഘോഷം നടക്കുന്നിടത്തേക്ക് എത്തി.

അവിടത്തെ ബഹളത്തിനിടയിൽ ഇങ്ങനെ ഒരു ശബ്ദം അവൾ കേട്ടു.

"മുറി! നോർവെ പ്രഭുവിനും വധുവിനുമുള്ള മുറി ഒരുക്കൂ...."

രാജകുമാരനും അവനെ വിവാഹം കഴിക്കാനാഗ്രഹിച്ച ആ ദുർമന്ത്രവാദിനിയും രഥത്തിൽ ഇരിക്കുന്നു.

ഹൃദയംപിളരുംപോലെ വേദന തോന്നിയ ആ നിമിഷം അവൾ ആ മൂന്നു ധാന്യങ്ങളിൽ ഏറ്റവും വലുതെടുത്ത് പൊട്ടിച്ചു. മനോഹരമായ ആ വസ്തു കണ്ടതും മന്ത്രവാദിനി കൊട്ടാരത്തിലുള്ള എന്തും പകരം നൽകാം, അതുതരാമോ എന്നു ചോദിച്ചു.

"നിങ്ങൾ പ്രഭുവുമായുള്ള വിവാഹം ഇന്നത്തേക്കു മാറ്റിവയ്ക്കണം, ഇന്നുരാത്രി അദ്ദേഹത്തിന്റെ മുറി നിരീക്ഷിക്കാൻ എനിക്കു സമ്മതം

തരണം. എങ്കിൽ മാത്രമേ ഈ ധാന്യം നിങ്ങൾക്കു ലഭിക്കൂ" ആ പെൺകുട്ടി പറഞ്ഞു.

ആ പെൺകുട്ടി ആരാണെന്നും അവളുടെ ഉദ്ദേശ്യം എന്താണെന്നും മനസിലാക്കിയ മന്ത്രവാദിനി നന്നായി ഉറങ്ങാനായി പ്രഭുവിന് ഉറക്ക ഗുളികകൾ കലർത്തിയ പാനീയം കുടിക്കാൻ നൽകി. അതിനുശേഷം പ്രഭുവിനെ ഉറക്കമുറിയിലേക്കയച്ചു.

ആ പെൺകുട്ടിക്ക് അന്നേദിവസം പ്രഭുവിന്റെ മുറിയിലേക്ക് പ്രവേ ശനം ലഭിച്ചു. അവൾ രാത്രിമുഴുവനും "ഞാൻ നിങ്ങളെ തിരയുകയാ യിരുന്നു, നിങ്ങൾക്കെന്നെ അറിയില്ലേ എന്നൊക്കെ പറഞ്ഞുക്കൊണ്ടി രുന്നു. പക്ഷേ പുലരുംവരെ പ്രഭു അവളെ തിരിച്ചറിയുകയോ ഉണരുക പോലുമോ ഉണ്ടായില്ല. തന്റെ പ്രിയതമൻ മന്ത്രവാദിനിയുടെ വലിയ കെണിയിലാണെന്ന് അവൾ തിരിച്ചറിഞ്ഞു.

ഒരിക്കൽക്കൂടി അവളുടെ ഹൃദയം നുറുങ്ങുംപോലെ തോന്നി. അവൾ രണ്ടാമത്തെ ധാന്യം കാണിച്ചുകൊണ്ട് ഒരു രാത്രികൂടി മന്ത്ര വാദിനിയെ വിവാഹത്തിൽനിന്നും തടഞ്ഞു. പക്ഷേ ആ രാത്രിയും പ്രഭു അവളെ തിരിച്ചറിഞ്ഞില്ല. മയക്കുമരുന്നിന്റെ ശക്തിയിൽ മയങ്ങിയ അദ്ദേഹം തന്റെ പ്രിയതമയെ തിരിച്ചറിഞ്ഞില്ല.

മൂന്നാം ദിവസവും മൂന്നാമത്തെ ധാന്യത്തിലൂടെ പെൺകുട്ടി നേടി യെടുത്തു. അന്നു രാത്രി ഉറങ്ങാൻനേരം പുറത്തുനിന്നും ഒരു ശബ്ദം കേട്ടപ്പോൾ അത് എന്താണ് എന്ന് പ്രഭു അന്വേഷിച്ചു. മന്ത്രവാദിനിയോട് വൈരാഗ്യമുള്ള ഒരു ഭൃത്യൻ "അതെന്താണെന്നു കേൾക്കണമെങ്കിൽ ഉറക്കഗുളികകൾ കഴിക്കാതെ ഉണർന്നിരുന്നാൽ മതി" എന്നുപദേശിച്ചു.

അതിൻപ്രകാരം പ്രഭു അന്നുരാത്രി മന്ത്രവാദിനി നൽകിയ ഗുളികൾ കഴിക്കാതിരിക്കാൻ അവയ്ക്ക് മധുരം പോരെന്നു പറഞ്ഞു രക്ഷപ്പെട്ടു.

അങ്ങനെ അന്നുരാത്രി തന്റെ പ്രിയതമനെ തിരിച്ചുകിട്ടാനുള്ള ഒടുവി ലത്തെ ദിവസമാണിതെന്നോർത്തു സങ്കടപ്പെട്ടുകൊണ്ട്, വലിയ ഹൃദയ ഭാരത്തോടെ ആ പെൺകുട്ടി പ്രഭുവിന്റെ മുറിക്കകത്തെത്തി പാടാനാരം ഭിച്ചു.....

അവളുടെ മധുര ശബ്ദം കേട്ടമാത്രയിൽ പ്രഭു അവളെ തിരിച്ച റിഞ്ഞു... ആ നിമിഷം തന്നെ അദ്ദേഹം അവളെ വാരിപ്പുണർന്നു.

താൻ മന്ത്രവാദിനിയുടെ ശക്തിയിൽപ്പെട്ട് എല്ലാം മറന്നുപോയി എന്നത് പ്രഭുവിന് ഓർക്കാൻ കഴിഞ്ഞു... തന്റെ ശക്തി തീർന്നുവെന്നു മനസിലാക്കിയ മന്ത്രവാദിനി പരാജയം സമ്മതിച്ച് ഉടൻ സ്ഥലംവിട്ടു. വിവാഹാഘോഷങ്ങൾക്കുശേഷം ആ ദമ്പതിമാർ ഏറെക്കാലം സന്തോഷ ത്തോടെ കഴിഞ്ഞു.

പൂച്ചത്തോൽ

ഒരിക്കൽ ഒരിടത്തൊരു ജന്മി ഉണ്ടായിരുന്നു. തന്റെ വസ്തുവകകളെല്ലാം നോക്കി നടത്താൻ ഒരു ആൺകുട്ടി വേണമെന്ന് അയാൾ ആഗ്രഹിച്ചു. പക്ഷേ അയാളുടെ ഭാര്യ പ്രസവിച്ചത് ഒരു പെൺകുട്ടിയെ ആയിരുന്നു. ആ ദേഷ്യത്തിൽ ഒരിക്കൽപ്പോലും അദ്ദേഹം ആ പെൺകുട്ടിയുടെ മുഖത്തേക്കു നോക്കുകയില്ല എന്നു ശപഥം ചെയ്തു. അവൾക്ക് 15 വയസുതികഞ്ഞു വിവാഹപ്രായമാവുംവരെ ആ അച്ഛൻ അവളുടെ മുഖം കണ്ടില്ല.

"അവൾ അവൾക്കാദ്യം വരുന്ന വരനെത്തന്നെ സ്വീകരിക്കട്ടെ." പരുക്കനായ അവളുടെ അച്ഛൻ കൽപ്പിച്ചു. ആദ്യം അവൾക്കു വന്ന വരനാകട്ടെ, ഒരു ഭീകരനായ വൃദ്ധനായിരുന്നു. എന്തു ചെയ്യണമെന്നറിയാതെ അവൾ വേലക്കാരിയുടെ അടുത്തേക്ക് ഓടിച്ചെന്ന് ഉപദേശം ചോദിച്ചു. "വെള്ളിനൂലുകൊണ്ടുണ്ടാക്കിയ ഒരു കോട്ട് സമ്മാനം തരാതെ അവനെ വിവാഹം കഴിക്കുകയില്ല എന്നു പറഞ്ഞ് രക്ഷപ്പെട്ടേക്ക്" എന്ന് അവൾ ഉപദേശിച്ചു. അവൻ അവൾക്കൊരു വെള്ളിനൂൽകോട്ട് സമ്മാനിച്ചു. പക്ഷേ അവൾ വിവാഹത്തിനു തയാറാവാതെ വീണ്ടും വേലക്കാരിയുടെ അടുത്തേക്കോടി. ഇത്തവണ ഒരു സ്വർണ്ണനൂൽകോട്ട് സമ്മാനം ആവശ്യപ്പെടാനായിരുന്നു അവരുടെ ഉപദേശം. അതും നൽകാൻ ആ വൃദ്ധൻ തയാറായി. അവൾ വീണ്ടും വേലക്കാരിയുടെ അടുത്ത് ഉപദേശം തേടി. ലോകത്തുള്ള എല്ലാ പക്ഷികളുടെയും തൂവലുകൾ തുന്നിച്ചേർത്ത ഒരു കോട്ടാവശ്യപ്പെടാൻ അവർ ഉപദേശിച്ചു. വൃദ്ധൻ അതും അവൾക്ക് എത്തിച്ചുകൊടുത്തു. പിന്നെയും അവൾ വേലക്കാരിയുടെ അടുത്തേക്കോടി. ഒരു പൂച്ചത്തോൽകൊണ്ടുള്ള ഒരു കോട്ട് തരാൻ പറയൂ

എന്നായിരുന്നു ഇത്തവണ ഉപദേശം. അങ്ങനെ അതും അവൾക്ക് കിട്ടി. അതോടെ ആ വൃദ്ധനെ വിവാഹം ചെയ്യേണ്ടിവരുമെന്ന് ഭയന്ന അവൾ ആ കോട്ടെടുത്ത് ധരിച്ച് മറ്റുകോട്ടുകൾ മടക്കിക്കെട്ടി ഭാണ്ഡമാക്കി ചുമലിൽ തൂക്കി ആ രാത്രിതന്നെ അവൾ അവിടെനിന്നും ഓടിപ്പോയി.

നടന്നുനടന്ന് ഒടുവിലവൾ മനോഹരമായ ഒരു കൊട്ടാരത്തിനടുത്തെത്തി. ഒരു വെള്ളച്ചാട്ടത്തിനരികെ തന്റെ വിലപ്പെട്ട വസ്ത്രങ്ങൾ ഒളിപ്പിച്ചുവെച്ചശേഷം അവൾ ആ കൊട്ടാരത്തിൽ ജോലി ചോദിച്ചുചെന്നു. കൊട്ടാരത്തിലെ സ്ത്രീ അവൾക്ക് അവിടെ അടുക്കളപ്പാത്രം കഴുകുന്ന ജോലി മാത്രമേ നൽകിയുള്ളൂ. അടുക്കളയിലെത്തിയ അവളെ എതിരേറ്റത് ക്രൂരയായ ഒരു പാചകക്കാരി ആയിരുന്നു. വളരെ ദുഃഖകരമായ ഒരു ജീവിതമായിരുന്നു ആ പെൺകുട്ടിക്കവിടെ കിട്ടിയത്. അവർ അവളെ "ക്യാറ്റ്സ്കിൻ" എന്നു വിളിച്ചു. അവളുടെ വസ്ത്രമായിരുന്നു അതിനു കാരണം.

ഉടനെതന്നെ അവിടെ ഒരാഘോഷത്തിനുള്ള ഒരുക്കങ്ങൾ തുടങ്ങി. കൊട്ടാരത്തിലെ യുവപ്രഭു അവിടേക്കു മടങ്ങിവരുന്നതിന്റെ ആഘോഷമായിരുന്നു അത്. "ഹൊ ദൈവമെ.... ഞാനെങ്ങിനെ ആഘോഷത്തിനു പോകും?" ക്യാറ്റ്സ്കിൻ; വേലക്കാരികൾ സംസാരിക്കുന്നതിനിടെ പറഞ്ഞു.

"എന്ത്? വൃത്തികെട്ടവളെ, നീ ഈ ക്യാറ്റ്സ്കിനും ഇട്ടുകൊണ്ട് പ്രഭുക്കന്മാരുടെ ഇടയിലേക്കു പോവാനൊരുങ്ങുന്നോ?" അതും പറഞ്ഞ് പാചകക്കാരി പാത്രം കഴുകിയ അഴുക്കുവെള്ളം അവളുടെ മുഖത്തേക്കൊഴിച്ചു. പക്ഷേ ക്യാറ്റ്സ്കിൻ ഒന്നും മിണ്ടിയില്ല.

ആഘോഷദിവസം വന്നെത്തി. ക്യാറ്റ്സ്കിൻ പതിയെ പോയി ഒളിച്ചുവെച്ച തന്റെ വെള്ളിനൂൽകോട്ടെടുത്ത് വെള്ളച്ചാട്ടത്തിനു കീഴെനിന്ന് കുളിച്ച് വൃത്തിയായി, വെള്ളിനൂൽകോട്ടണിഞ്ഞു. കോട്ടണിഞ്ഞപ്പോൾ അവൾ അതിസുന്ദരിയായി മാറി.... ആഘോഷം നടക്കുന്ന ഹാളിലെത്തിയപ്പോഴാകട്ടെ സർവപുരുഷന്മാരുടെയും കണ്ണുകൾ അവളിലായി. ആ സുന്ദരിയെ കാണേണ്ടതാമസം പ്രഭുകുമാരൻ അവളിൽ അനുരക്തനായി. തന്റെ കൂടെ നൃത്തം ചെയ്യാൻ അവളെ ക്ഷണിക്കാനും കുമാരൻ മടിച്ചില്ല.

ആഘോഷംതീർന്ന് പിരിയാൻ നേരം അവളുടെ നാടും വീടും ചോദിച്ച കുമാരനോട് ഇത്രമാത്രമേ അവൾ പറഞ്ഞുള്ളൂ.

"സത്യം ഞാൻ പറയുകയാണെങ്കിൽ......

ഞാൻ വെള്ളച്ചാട്ടത്തിനടുത്താണ് താമസം."

പിന്നെയവൾ കൊട്ടാരത്തിൽനിന്ന് ഓടി വെള്ളച്ചാട്ടത്തിനരികിലെത്തി പഴയവേഷം ധരിച്ച് കൊട്ടാര പാചകപ്പുരയിലേക്കു ചെന്നു. പിന്നീടവളെ തിരഞ്ഞ പ്രഭുകുമാരൻ നിരാശനായി.

ആഘോഷവേളയിൽ കണ്ട വെള്ളിനൂൽ കോട്ടുകാരിയെ മാത്രമേ താൻ വിവാഹം കഴിക്കൂ എന്ന് പ്രഭുകുമാരൻ അമ്മയോട് തീർത്തു പറഞ്ഞു. ഒടുവിൽ അവളെ കണ്ടെത്താനായി ഒരാഘോഷംകൂടി നടത്താൻ തീരുമാനമായി.

പഴയപടി ആഘോഷത്തിൽ പങ്കെടുക്കേണ്ടതിനെക്കുറിച്ച് പറഞ്ഞപ്പോൾ ഇത്തവണ ക്യാറ്റ്സ്കിന്നിന് ഉളികൊണ്ടാണ് അടി കിട്ടിയത്. എങ്കിലും ഇത്തവണയും സ്വർണനൂലുടുപ്പണിഞ്ഞ് അവൾ ആഘോഷവേളയിൽ എത്തിയത്.

ആ സുന്ദരിയെ കുമാരൻ തിരിച്ചറിഞ്ഞു.... തന്നോടൊപ്പം നൃത്തം ചെയ്യാൻ ക്ഷണിച്ചു. ഇത്തവണയും തന്റെ വ്യക്തിത്വം വെളിപ്പെടുത്താൻ അവളിത്രയേ പറഞ്ഞുള്ളൂ.

“സത്യം പറയുകയാണെങ്കിൽ.....

പൊട്ടിയ ഉളിയാണ് അടയാളം”

അത്രയും പറഞ്ഞ് ഓടിപ്പോയി. അവൾ വീണ്ടും പഴയ ക്യാറ്റ്സ്കിൻ അണിഞ്ഞ് അടുക്കളയിലെത്തി പാത്രം കഴുകിത്തുടങ്ങി.

തന്റെ പ്രിയപ്പെട്ടവളെ ഒരിക്കൽകൂടി കാണുവാനായി ഒരു ആഘോഷംകൂടി നടത്താനുള്ള സമ്മതം കുമാരൻ നേടിയെടുത്തു. ഇത്തവണ ആഘോഷത്തിൽ പങ്കെടുക്കുന്നതിനെക്കുറിച്ച് പറഞ്ഞതിന് ക്യാറ്റ്സ്കിന്നിന് വീണ്ടും അടി കിട്ടി. ഒന്നും മിണ്ടാതെ, ആഘോഷദിവസം തൂവലുകൾ തുന്നിച്ചേർത്ത മനോഹരമായ കോട്ടുമണിഞ്ഞ് അവൾ കൊട്ടാരപൂമുഖത്തെത്തി, ഇത്തവണയും സ്വന്തം വിലാസം പറയാതെ, മറ്റു പലതും പറഞ്ഞുകൊണ്ട് ക്യാറ്റ്സ്കിൻ രക്ഷപ്പെട്ടു. എങ്കിലും പിറകെ പതുങ്ങിച്ചെന്ന കുമാരൻ എല്ലാ സത്യങ്ങളും മനസിലാക്കി.

മനോഹരമായ ഉടയാടകൾ മാറ്റി കൊട്ടാരത്തിലേക്കുതന്നെ തിരിക്കുന്ന ആ സുന്ദരി തന്റെ എച്ചിൽപാത്രം കഴുകുന്ന ജോലിക്കാരിയാണെന്ന് അയാൾ തിരിച്ചറിഞ്ഞു.

അടുത്തപ്രഭാതത്തിൽ അമ്മയുടെ അടുത്തെത്തി, പാത്രം കഴുകുന്ന പെൺകുട്ടിയെ വിവാഹംചെയ്യാൻ കുമാരൻ അനുമതി തേടി.

“ഇല്ല, ഞാൻ ജീവിച്ചിരിക്കുന്നിടത്തോളം നടപ്പില്ല.” അമ്മയുടെ എതിർപ്പ് അതിശക്തമായിരുന്നു.

അതോടെ പാടെ തകർന്നുപോയ കുമാരൻ രോഗശയ്യയിലായി. കൊട്ടാരംവൈദ്യൻമാരുടെ ഒരു ചികിത്സയും അവനു ഫലിച്ചില്ല. ക്യാറ്റ്സ്കിൻ കൊടുത്താലല്ലാതെ ഒരു മരുന്നും കുമാരൻ സ്വീകരിച്ചുമില്ല. മനസിലെ ആഗ്രഹപൂർത്തീകരണം മാത്രമേ കുമാരനെ രോഗമുക്തനാക്കൂ എന്ന വൈദ്യരുടെ ഉപദേശം കേട്ടു ഭയന്ന അമ്മ ഒടുവിൽ വിവാഹത്തിനു സമ്മതിച്ചു.

സ്വർണ്ണനൂൽകോട്ടണിഞ്ഞുവന്ന ആ സുന്ദരിയെ പിന്നീടവർക്കു നന്നേ ബോധിച്ചു. സുന്ദരനായ ഒരാൺകുട്ടികൂടി പിറന്നശേഷം ഒരിക്കൽ ക്യാറ്റ്സ്കിൻ തന്റെ പിതാവിന്റെ കഥകൾ കുമാരനോട് പറഞ്ഞു. അവളുടെ മനസറിഞ്ഞ കുമാരൻ അച്ഛനെ തേടി പുറപ്പെട്ടു.

ഭാര്യയുടെ മരണശേഷം തനിച്ച് കഴിയുന്ന ആ വൃദ്ധൻ മകളോട് ചെയ്ത ക്രൂരത ഓർത്ത് വിഷമിക്കുകയായിരുന്നു. ക്യാറ്റ്സ്കിന്നിനെക്കുറിച്ചെല്ലാ വിവരവും ധരിപ്പിച്ച ശേഷം കുമാരൻ അദ്ദേഹത്തെകൂടി കൊട്ടാരത്തിലേക്ക് കൂട്ടിക്കൊണ്ടുവന്നു. അച്ഛനും ഭർത്താവിനും മകനും എല്ലാം ഒപ്പം ക്യാറ്റ്സ്കിൻ ഏറെക്കാലം സുഖമായി ജീവിച്ചു.

മൂന്നു പന്നിക്കുട്ടികൾ

ഒരിക്കലൊരിടത്ത് വയസായ ഒരു തള്ളപ്പന്നി ജീവിച്ചിരുന്നു. അവർക്ക് മൂന്നു പന്നിക്കുട്ടികൾ ഉണ്ടായിരുന്നു. അവയ്ക്ക് ഭക്ഷണം കൊടുക്കാൻ തികയാതെവന്നപ്പോൾ ഭക്ഷണം തിരഞ്ഞുപോവാൻ അവർ പന്നിക്കുട്ടികളോട് ആവശ്യപ്പെട്ടു.

ആദ്യം മൂത്തപന്നിയാണ് പോയത്. റോഡിലൂടെ ഏറെദൂരം പോയപ്പോൾ ഒരു കെട്ട് വൈക്കോലുമായി വരുന്ന ഒരാളെ അവൻ കണ്ടു.

‘‘സർ, നിങ്ങൾ എനിക്കു വീടുണ്ടാക്കാൻ ഈ വൈക്കോൽ തരുമോ... പ്ലീസ്’’ അവൻ വിനയപൂർവം ചോദിച്ചു.

പന്നിക്കുട്ടന്റെ മര്യാദ കണ്ട് ഇഷ്ടം തോന്നിയ അയാൾ ആ വൈക്കോൽ അവനുകൊടുക്കാൻ തയ്യാറായി. പന്നിക്കുട്ടൻ അതുവച്ച് മനോഹരമായ ഒരു വീടുപണിതു.

പണി എല്ലാം തീർന്ന് പന്നിക്കുട്ടൻ അതിനകത്തുകയറി ഇരിപ്പായപ്പോൾ ഒരു കുറുക്കൻ അതുവഴി വന്നു. അത് കതകിൽതട്ടി വിളിച്ചു.

“പന്നിക്കുട്ടാ...... പന്നിക്കുട്ടാ..... ഞാനകത്തേക്കു വന്നോട്ടെ” വാതിൽ പഴുതിലൂടെ കുറുക്കന്റെ വലിയ കാലുകൾ കണ്ട പന്നി പറഞ്ഞു.

“വേണ്ട.... വേണ്ട.”

തന്റെ കൂർത്ത പല്ലുകൾ കാട്ടി കുറുക്കൻ വീണ്ടും പറഞ്ഞു.

“ഞാൻ ഊതി ഊതി നിന്റെ വീടുപറത്തിക്കളയും.”

പറയുകമാത്രമല്ല ശക്തിയായി ഊതി ഊതി ആ വീടുപറത്തിക്കളഞ്ഞ് പന്നിയെ പിടിച്ച് തിന്ന് കുറുക്കൻ അതിന്റെ പാട്ടിനുപോയി.

പിന്നീട് രണ്ടാമത്തെ പന്നി യാത്രപുറപ്പെട്ടു. അവൻ ചുള്ളിക്കമ്പുകളുമായി പോവുന്ന ഒരാളെയാണ് കണ്ടുമുട്ടിയത്.

"എനിക്കുവീടുണ്ടാക്കാനീചുള്ളിക്കമ്പുകൾ തന്നേക്കുമോ സാർ.... പ്ലീസ്" വിനയത്തോടെ അവൻ ചോദിച്ചു.

ആ പന്നിക്കുട്ടന്റെ വിനയം കണ്ടിഷ്ടം തോന്നിയ അയാൾ ആ വിറകുകെട്ട് മുഴുവൻ പന്നിക്കുട്ടന് നൽകി.

വിറകുകമ്പുകൾ അടുക്കിവച്ച് അവൻ മനോഹരമായ ഒരു വീടുണ്ടാക്കി. അതിനകത്തുകയറി ഇരിപ്പായി.

അപ്പോഴാണ് കുറുക്കൻ വീണ്ടും അതുവഴിവന്നത്. വീടിനകത്ത് ഒരു പന്നിയുണ്ടെന്നു മനസിലാക്കിയ കുറുക്കൻ വാതിലിൽ മുട്ടി.

"പന്നിക്കുട്ടാ....പന്നിക്കുട്ടാ... ഞാൻ അകത്തേക്കു വന്നോട്ടെ."

വാതിൽപ്പഴുതിലൂടെ കുറുക്കന്റെ വലിയ ചെവികണ്ട പന്നി പറഞ്ഞു.

"വേണ്ട....വേണ്ട.."

ഉടൻ തന്റെ വലിയ പല്ലുകൾകാട്ടികൊണ്ട് കുറുക്കൻ പറഞ്ഞു.

"എങ്കിൽ ഞാൻ നിന്റെ വീട് ഊതി പറത്തും." അങ്ങിനെ ആ വീട് ഊതിപ്പറത്തി കുറുക്കൻ ആ പന്നിയെയും പിടിച്ചുതിന്നു.

പിന്നീട് മൂന്നാമത്തെ പന്നി യാത്രപുറപ്പെട്ടു. ഒരാൾ കല്ലുകളും ചുമന്നുകൊണ്ട് പോവുന്നത് അവൻ കണ്ടു.

"എനിക്കൊരു വീടുവെക്കാനീ കല്ലുകൾ തരുമോ സാർ, "പ്ലീസ്" അവൻ വിനയത്തോടെ ചോദിച്ചു.

അവന്റെ വിനയം കണ്ടിഷ്ടപ്പെട്ട അയാൾ കല്ലുകൾ നൽകി. അങ്ങനെ കല്ലുകൊണ്ട് മനോഹരമായ ഒരു വീടുണ്ടാക്കി പന്നിക്കുട്ടൻ അതിനകത്ത് ഇരിപ്പായി.

അപ്പോൾ കുറുക്കൻ അതുവഴി വന്നു. വീടിനകത്തൊരു പന്നിയുണ്ടെന്നു മനസിലാക്കിയ കുറുക്കൻ വാതിലിൽ മുട്ടി ചോദിച്ചു:

"പന്നിക്കുട്ടാ....പന്നിക്കുട്ടാ... ഞാൻ അകത്തേക്കു വന്നോട്ടെ.."

വാതിൽപ്പഴുതിലൂടെ നോക്കിയപ്പോൾ കുറുക്കന്റെ വലിയ കണ്ണുകൾ കണ്ട പന്നി പറഞ്ഞു:

"വേണ്ട... വേണ്ട...."

"എങ്കിൽ ഞാൻ നിന്റെ വീട് ഊതി പറത്തും" തന്റെ വലിയ പല്ലു കാട്ടിക്കൊണ്ട് കുറുക്കൻ പറഞ്ഞു.

അവൻ ഊതി... പിന്നെയും പിന്നെയും ഊതി... പക്ഷേ ആ വീടു തകർക്കാനായില്ല! ഊതി ക്ഷീണിച്ച അവൻ കുറച്ചുനേരം ആലോചിച്ചിട്ട് പറഞ്ഞു.

"പന്നിക്കുട്ടാ.... എനിക്ക് ധാരാളം ബീറ്റ്റൂട്ട് വളരുന്ന വയലറിയാം...."

"അതെയൊ.... അതെവിടയാ?"

"ഞാൻ കാണിച്ചുതരാം.' കുറുക്കൻ പറഞ്ഞു." നാളെ രാവിലെ 6 മണിക്ക് ഒരുങ്ങി നിന്നോ. നമുക്ക് സ്മിത്തിന്റെ വയലിൽ പോയി കുറേ ബീറ്റുറൂട്ടുകൾ തിന്നണം."

"നന്ദി..." പന്നിക്കുട്ടൻ പറഞ്ഞു. ഞാൻ രാവിലെ കൃത്യം 6മണിക്ക് ഒരുങ്ങി നിൽക്കും."

പക്ഷേ, പന്നിക്കുട്ടൻ കുറുക്കനെക്കാളും സൂത്രശാലിയായിരുന്നു. അവൻ കാലത്ത് 5 മണിക്ക് തന്നെ എഴുന്നേറ്റ് സ്മിത്തിന്റെ വയലിൽപോയി വയറുനിറയെ പഴങ്ങൾ കഴിച്ച് കുറച്ച് പെറുക്കി കുട്ടയിലാക്കി കൊണ്ടുവരികയും ചെയ്തു. 6 മണിയായപ്പോൾ കുറുക്കൻ വന്നു വിളിച്ചു.

"പന്നിക്കുട്ടാ... നീ ഒരുങ്ങിയോ?"

"ഒരുങ്ങിയോന്നോ? നീ എന്തൊര് അലസനാണ്? ഞാൻ വയലിൽപോയി പഴങ്ങൾ കഴിച്ച് പ്രാതലിനുള്ളതുകൊണ്ടുവരികയും ചെയ്തു."

കുറുക്കൻ ദേഷ്യംകൊണ്ട് വിറച്ചു. പക്ഷേ അതൊന്നും പുറത്തു കാട്ടാതെ അവൻ പറഞ്ഞു.

"അതിനെക്കാളും നല്ല പഴങ്ങളുള്ള ഒരു സ്ഥലം എനിക്കറിയാം. നിന്നെ ഞാൻ കൊണ്ടു പോവാം."

"അതെയൊ.... അതെന്താണ്?"

"മെറി പൂന്തോട്ടത്തിനടുത്തായി നല്ല മധുരമുള്ള ആപ്പിളുകളുള്ള ഒരു തോട്ടമുണ്ട്. നീ നാളെ രാവിലെ 5 മണിയാവുമ്പോ ഒരുങ്ങിനിൽക്കണം. ഞാൻ വന്നുകൂട്ടാം."

"ശരി... ഞാൻ കൃത്യം 5 ന് തയ്യാറായി നിൽക്കാം."

അടുത്തദിവസം പ്രഭാതത്തിൽ 4 മണിക്ക് എഴുന്നേറ്റ പന്നിക്കുട്ടൻ ആപ്പിൾ ശേഖരിക്കാനായി പോയി. പക്ഷേ കുറുക്കൻ പിന്നെയും വിഡ്ഢിയാവാൻ ഒരുക്കമല്ലായിരുന്നു. അവനും കാലത്തെഴുന്നേറ്റ് ആപ്പിൾ തോട്ടത്തിലേക്കു വച്ചു പിടിച്ചു. കുട്ടയിൽ പകുതി നിറച്ചപ്പോഴേക്കും ദൂരെനിന്നും കുറുക്കൻ നാവും നുണഞ്ഞുകൊണ്ടുവരുന്നത് പന്നിക്കുട്ടൻ കണ്ടു.

"ഹല്ലോ... നീ എല്ലായിടത്തും നേരത്തെ എത്തുന്ന കക്ഷിയാണല്ലോ... ആപ്പിൾ എങ്ങിനെ, കൊള്ളാമോ?"

"കൊള്ളാം..... ഒരെണ്ണം ഞാനെറിഞ്ഞുതന്നേക്കാം."

പന്നി ദൂരേക്കാണ് ആപ്പിളെറിഞ്ഞത്. കുറുക്കൻ അതെടുക്കാൻ പോയതക്കത്തിന് പന്നി ഓടിരക്ഷപ്പെട്ടു.

കുറുക്കനു നന്നായി ദേഷ്യം വന്നു. പക്ഷേ അവൻ പന്നിയുടെ വീട്ടിലെത്തി മൃദുവായി മുട്ടിവിളിച്ചുകൊണ്ട് പറഞ്ഞു.

"പന്നിക്കുട്ടാ.... പന്നിക്കുട്ടാ... നീ ബുദ്ധിമാൻ തന്നെ. എനിക്കു നിന്നെ ഒരു ചന്തക്ക് കൊണ്ടുപോകണമെന്നുണ്ട്. നീ വരുമെങ്കിൽ ഇന്നു വൈകിട്ടുതന്നെയാവാം.

"നന്ദി. ഏതു സമയത്തു പുറപ്പെടണം?"

"കൃത്യം 3 മണിക്ക്.... തയാറായിരിക്കണം."

“ഞാൻ 3 ന് മുമ്പേ ഒരുങ്ങും” പന്നിക്കുട്ടൻ പറഞ്ഞു. അവൻ പറഞ്ഞതുപോലെ 3 മണിക്ക് മുമ്പേ ഒരുങ്ങി പുറപ്പെട്ട്, നേരെ ചന്തനടക്കുന്ന ഇടത്തേക്കു പോയി. അവിടെ നടന്ന് ആഘോഷിച്ചു. അവിടെനിന്നും പന്നിക്കുട്ടൻ നെയ്യുകടയുന്ന ഒരു ദണ്ഡുവാങ്ങിച്ചു പിന്നെ വീട്ടിലേക്കു നടന്നു. കുന്നിൻ നെറുകയിലെത്തുമ്പോൾ ദേഷ്യംകൊണ്ട് ചുവന്ന് തുടുത്ത് കുറുക്കൻ കയറിവരുന്നത് അവൻ കണ്ടു.

ഒളിക്കാൻ ഒരിടവും ഇല്ലായിരുന്നു. നെയ്യ് കടയുന്ന ദണ്ഡിനകത്ത് കയറുകയേ മാർഗമുണ്ടായിരുന്നുള്ളു. പന്നിക്കുട്ടൻ അതിനകത്തുകയറി താഴോട്ടുരുണ്ടു....

ഉരുണ്ട്, ഉരുണ്ട്....

മുകളിൽനിന്നും തന്റെ നേരെ ഉരുണ്ടുവരുന്ന ദണ്ഡ് കുറുക്കൻ കണ്ടു. ഭയന്നുപോയ കുറുക്കൻ വാലുംചുരുട്ടി ഓടി.....

എന്നിട്ടും പന്നിയെ തിന്നാനുള്ള മോഹം അവനുപേക്ഷിച്ചില്ല. പിറ്റേന്ന് പന്നിയെ പിടിക്കാനായി ചിമ്മിനിയിലൂടെ അവന്റെ വീട്ടിലേക്ക് കയറിവരുമെന്ന് കുറുക്കൻ ഭീഷണിപ്പെടുത്തി.

“ആവട്ടെ’ എന്നും പറഞ്ഞ് ബുദ്ധിമാനായ പന്നി ഒരു പാത്രം വെള്ളംതിളപ്പിച്ച് ചിമ്മിനിക്കുതാഴെ ഒരുക്കിവച്ചു.

ആ വെള്ളത്തിൽ കൃത്യമായി വീണ കുറുക്കന്റെ കഥ അതോടെ കഴിഞ്ഞു.

നിക്സ്, നോട്ട് നത്തിങ്

ഒരിടത്ത് ഒരു രാജാവും രാജ്ഞിയും ഉണ്ടായിരുന്നു. സമ്പത്തും സന്തോഷവും ഉണ്ടായിട്ടും മക്കളില്ലെന്ന ദുഃഖം അവരെ അലട്ടി. അങ്ങിനെ ഒരിക്കൽ രാജാവിന് ദൂരെ ഒരു രാജ്യത്തിനെതിരെ യുദ്ധവുമായി പോകേണ്ടിവന്നു. രാജാവ് യാത്രപോയ അക്കാലത്താണ് സന്തോഷകരമായ ആ വിവരം രാജ്ഞി തിരിച്ചറിഞ്ഞത്...തനിക്ക് ഒരു കുഞ്ഞുണ്ടാവാൻ പോകുന്നു! അങ്ങനെ അവർക്കൊരു മകൻ പിറന്നു. അവർ വളരെ അധികം സന്തോഷിച്ചു. രാജാവ് ഈ വിവരം അറിയുമ്പോഴുണ്ടാവുന്ന ആഹ്ലാദമോർത്ത് അവർക്കതിലേറെ ആനന്ദം തോന്നി. രാജ്യമാകെ ഉത്സവംപോലെയായി. പുതിയ കുമാരന് പേരു കണ്ടെത്തുവാൻ ഒരു ആഘോഷംതന്നെ നടത്താൻ രാജ്യം ഒരുങ്ങി. പക്ഷേ, രാജ്ഞി അതിനെ എതിർത്തു. “വേണ്ട, അവന്റെ അച്ഛൻ അവനൊരു പേരിടുംവരെ അവനൊരു പേരുംവേണ്ട. അതുവരെ നമുക്കവനെ ‘നിക്സ്! നോട്ട്! നത്തിങ്!’ എന്നുവിളിക്കാം. കാരണം അവന്റെ അച്ഛന് അവനെക്കുറിച്ചൊന്നും അറിയില്ലല്ലൊ....”

അങ്ങനെ ‘നിക്സ്’ മിടുക്കനായി വളർന്നു വന്നു, അവന്റെ അച്ഛൻ വർഷങ്ങളോളം മടങ്ങി വന്നതേയില്ല. തനിക്കൊരു മകനുണ്ടെന്നത് രാജാവ് അറിഞ്ഞതുപോലുമില്ല.

ഒരുപാടുനാളുകൾക്കുശേഷം രാജാവ് വീട്ടിലേക്ക് പുറപ്പെട്ടു. വഴിയിൽ രാജാവിനും സംഘത്തിനും വലിയ ഒരു പുഴ മുറിച്ചുകടക്കേണ്ടതായി വന്നു. ആഴമേറിയ പുഴ, നിറയെ ചുഴികളും മറ്റും..... രാജാവും, പരിവാരങ്ങളും എന്തുചെയ്യണമെന്നറിയാതെ അന്തിച്ചുനിന്നു.

അവരവിടെനിൽക്കുമ്പോൾ ഭീമാകാരനായ ഒരു രാക്ഷസൻ അവർക്കുമുമ്പിൽ പ്രത്യക്ഷപ്പെട്ടു. “ഞാൻ നിങ്ങളെ അപ്പുറത്തെ

ത്തിക്കാം, സമ്മതമാണോ?" അവൻ വിനയത്തോടെ അന്വേഷിച്ചു. അവന്റെ വിനയത്തിനു പുറകിൽ എന്തെങ്കിലും ദുഷ്ടലക്ഷ്യം ഉണ്ടാവും എന്നു മുൻകൂട്ടി കണ്ട രാജാവ് "നിനക്ക് എന്താണതിന് പ്രതിഫലം വേണ്ടിവരിക" എന്ന് അപ്പോൾതന്നെ അന്വേഷിച്ചു.

"പ്രതിഫലമോ? നിങ്ങളെന്താ എന്നെക്കുറിച്ച് ധരിച്ചിരിക്കുന്നത്? എനിക്ക് 'നിക്സ്' മതി. ഞാൻ സന്തോഷത്തോടെയാണിതു ചെയ്യുന്നത്."

രാക്ഷസന്റെ മാന്യതയെ സംശയിച്ചതിൽ രാജാവിനു ഖേദം തോന്നി. "ശരി... ഞാൻ 'നിക്സ്' തരാം. വിലപേശാതിരുന്നതിന് നന്ദി."

അങ്ങനെ രാക്ഷസൻ അവരെ സുരക്ഷിതരായി മറുകരയിൽ എത്തിച്ചു. രാജ്ഞിയെ കാണാനുള്ള സന്തോഷത്തിൽ കൊട്ടാരത്തിലേക്ക് ധൃതിപിടിച്ച് എത്തിയ രാജാവ് തനിക്കൊരു മുതിർന്ന മകൻകൂടി ഉണ്ടെന്നറിഞ്ഞ് അത്യാഹ്ലാദത്തിലായി.

അവനെ വാരിപ്പുണർന്നുകൊണ്ട് 'എന്താണ് മകനേ നിന്റെ പേര്' എന്നു രാജാവ് ആരാഞ്ഞു.

അവൻ പേരുപറഞ്ഞതും രാജാവ് ഞെട്ടിത്തരിച്ചുപോയി.

"ഹൊ... ഞാനെന്താണ് ചെയ്തത്? നിക്സിനെ നൽകാം എന്നു ഞങ്ങളെ രക്ഷിച്ച രാക്ഷസന് ഞാൻ വാക്കുകൊടുത്തുപോയല്ലോ."

വിവരം അറിഞ്ഞതും രാജ്ഞി അലറി വിളിച്ചുകരയാനാരംഭിച്ചു. കുറെ കരഞ്ഞശേഷം തന്റെ മകനെ രക്ഷിക്കാനുള്ള വഴി എന്താണെന്നവർ ആലോചിക്കാൻ തുടങ്ങി. ഒടുവിലവർ ഭർത്താവിനോടു പറഞ്ഞു "രാക്ഷസൻ വന്ന് മോനെ ചോദിക്കുകയാണെങ്കിൽ നമുക്ക് വേലക്കാരിയുടെ മകനെ കൊടുക്കാം... അവർക്ക് കുറേ മക്കളുണ്ട്. രാജ്യത്തിന്റെ ഒരു പങ്കു നൽകാമെന്നു പറഞ്ഞാൽ അവർ സമ്മതിക്കും. കുമാരനെ മാറ്റിക്കൊടുക്കുന്ന വിവരം രാക്ഷസൻ ഒരിക്കലും അറിയുകയും ഇല്ല...."

അടുത്ത പ്രഭാതത്തിൽ കുമാരനെ ആവശ്യപ്പെട്ടുകൊണ്ട് രാക്ഷസൻ എത്തി. കരച്ചിലും വിളിയുമായി കുമാരനാണെന്ന വ്യാജേന വേലക്കാരിയുടെ മകനെ രാജാവും രാജ്ഞിയും രാക്ഷസനുവിട്ടുകൊടുത്തു. അവൻ സന്തോഷത്തോടെ കുമാരനേയും ചുമന്നുകൊണ്ട് പുറപ്പെട്ടു. യാത്രയ്ക്കിടെ ഒരു പാറപ്പുറത്ത് അവൻ ചുമടിറക്കി വിശ്രമിക്കാനിരുന്നു.

സൂത്രത്തിൽ അവനോട് സംസാരിച്ച രാക്ഷസന് അവൻ ആരാണെന്നു മനസിലാക്കി. അവൻ വേലക്കാരിയുടെ മകനാണ് എന്നത് രാക്ഷസന് മനസിലാക്കുക എളുപ്പമായിരുന്നു.

താൻ കബളിപ്പിക്കപ്പെട്ടു എന്നറിഞ്ഞതും രാക്ഷസൻ കോപംകൊണ്ടു വിറച്ചു. ആ പയ്യനെ എടുത്തവൻ തറയിലേക്കെറിഞ്ഞു. പിന്നെ വലിയ പാറക്കല്ലുകൊണ്ട് തലയ്ക്കടിച്ച്, അവനെക്കൊന്നു.

വർധിച്ചകൊപത്തോടെ കൊട്ടാരത്തിൽ മടങ്ങി എത്തിയ രാക്ഷസൻ 'നിക്സ്..' എന്നലറി. ഇത്തവണ പൂന്തോട്ടക്കാരന്റെ മകനെകൊടുത്ത് രാജാവ് രാക്ഷസനെ പറ്റിച്ചു. പക്ഷേ, പഴയതുതന്നെ ആവർത്തിച്ചു. ആ പയ്യനെയും രാക്ഷസൻ ക്രൂരമായി കൊന്നു.

ഇത്തവണ കൊട്ടാരമുറ്റത്തെത്തിയ രാക്ഷസൻ 'എനിക്കു നിക്സിനെയല്ലാതെ ആരെയെങ്കിലും തന്നു പറ്റിക്കാൻ നോക്കിയാൽ സർവതും ഞാൻ തകർക്കും' എന്നു ഭീഷണി മുഴക്കി.

തങ്ങളുടെ പൊന്നുമകനെ നൽകുകയല്ലാതെ രാജാവിനും രാജ്ഞിക്കും നിവൃത്തി ഉണ്ടായിരുന്നില്ല. ഹൃദയംപൊട്ടിക്കരഞ്ഞുകൊണ്ട് അവർ മകനെ രാക്ഷസനു നൽകി.

വീണ്ടും തന്റെ കയ്യിലിരിക്കുന്ന പയ്യൻ ഏതാണെന്ന് രാക്ഷസൻ പരിശോധിച്ചു. പക്ഷേ ഇത്തവണ തനിക്കുകിട്ടിയത് രാജകുമാരനെ തന്നെയാണെന്ന് അവനു ബോധ്യമായി.

രാക്ഷസൻ സന്തോഷത്തോടെ ചിരിച്ചുകൊണ്ടു പറഞ്ഞു: "ഒടുവിലെനിക്ക് നിന്നെ കിട്ടി.." രാക്ഷസൻ കുമാരനെ ചുഴികൾക്കടിയിലുള്ള അവന്റെ വീട്ടിലേക്ക് കൊണ്ടുപോയി. തോന്നുമ്പോൾ ആഗ്രഹിക്കുംവിധം രൂപം മാറാൻകഴിവുള്ള ഒരു മന്ത്രവാദിയായിരുന്നു യഥാർഥത്തിൽ ആ രാക്ഷസൻ. സ്വന്തം ഭാര്യ മരിച്ചുപോയതോടെ തനിച്ചായിപ്പോയ മകൾക്ക് ഒരു കൂട്ടിനുവേണ്ടിയാണ് മന്ത്രവാദി ഇത്ര കഷ്ടപ്പെട്ട് കുമാരനെ സ്വന്തമാക്കിയത്. അങ്ങനെ നിക്സും, മന്ത്രവാദിയുടെ പുത്രിയും ഒരുമിച്ച് കളിച്ചുവളർന്നു. അവർ പരസ്പരം ഏറെ ഇഷ്ടപ്പെട്ടു. ഇഷ്ടപ്പെട്ടു എന്നു പറഞ്ഞാൽ പോരാ അവളെ വിവാഹം കഴിക്കാം എന്ന് കുമാരൻ വാഗ്ദാനവും നൽകി.

തന്റെ മകൾക്ക് ഒരു വെറും രാജകുമാരനെ വിവാഹം കഴിക്കുന്നതിനോട് മന്ത്രവാദിക്ക് യോജിപ്പുണ്ടായിരുന്നില്ല. അതുകൊണ്ട് എങ്ങനെയെങ്കിലും അവനെ ഒഴിവാക്കാനുള്ള വഴികൾ മന്ത്രവാദി ആലോചിച്ചു. ഒരു ദിവസം രാക്ഷസൻ അവനോട് ഇങ്ങനെ പറഞ്ഞു. "ഞാൻ നിനക്കൊരു ജോലിതരാം നിക്സ്, ഇവിടെ ഏഴ് ഇരട്ടി നീളവും വീതിയും ഉള്ള ഒരു കുതിരലായം ഉണ്ട്. അത് എഴുവർഷമായിട്ട് വൃത്തിയാക്കാറില്ല. നാളെ വൈകുന്നേരമാവുമ്പോഴേക്കും നീ അതു വൃത്തിയാക്കണം. അല്ലെങ്കിൽ രാത്രിഭക്ഷണത്തിനു നിന്നെ ഞാൻ പൊരിച്ചുതിന്നും."

പ്രഭാതത്തിനുമുമ്പെ കുമാരൻ പണി തുടങ്ങി. പ്രാതലിനുനേരമായിട്ടും ജോലി ഒട്ടും നീങ്ങിയില്ല. വിയർപ്പിൽ കുളിച്ച് പരവശനായി ജോലി ചെയ്യുന്ന കുമാരനെയാണ് അവനുള്ള പ്രാതലുമായി വന്ന കുമാരി കണ്ടത്. അവനെകണ്ടതും അവൾ പറഞ്ഞു: "നമുക്കിതിപ്പൊ തീർക്കാം." അതു പറഞ്ഞുകൊണ്ടവൾ കൈകൊട്ടിക്കൊണ്ട് പാടി....

"പക്ഷിമൃഗാദികളെ.... ഓടി എത്തൂ...

എനിക്കുവേണ്ടി ഈ കുതിരാലായം വൃത്തിയാക്കൂ..."

അത്ഭുതം! അവൾ പാടി തീർന്നതും ആകാശംകറുത്തിരുണ്ട തുപോലെ പക്ഷികൾ കൂട്ടമായി പറന്നുവരുന്നതു കാണാനായി. അവ, നിമിഷങ്ങൾക്കുള്ളിൽ അഴുക്കുകളെല്ലാം കൊത്തിപ്പെറുക്കി അവിടം വൃത്തിയാക്കിയിട്ടു.

വൈകുന്നേരം ഈ കാഴ്ചകണ്ട മന്ത്രവാദിക്ക് എല്ലാം തന്റെ മക ളുടെ വേലയാണെന്ന് ഒറ്റനോട്ടത്തിൽതന്നെ മനസിലായി.

"നിന്നെ രക്ഷിച്ചവളെ ഓർത്ത് ഞാൻ ലജ്ജിക്കുന്നു. പക്ഷേ, നിനക്ക് നാളേക്ക് കുറച്ചുകൂടെ കടുത്ത ഒരു ജോലിയാണ് ഞാൻ തരുന്നത്. ഇവി ടന്ന് ഏഴ് മൈൽ അകലെ, ഏഴുമൈൽ വിസ്താരവും ഏഴുമൈൽ ആഴവു മുള്ള ഒരു തടാകമുണ്ട്. രാത്രിക്കുമുമ്പ് അതുവറ്റിക്കണം. ഒരുതുള്ളി പോലും ശേഷിക്കരുത്. ഇല്ലെങ്കിൽ, രാത്രി നിന്നെ ഞാൻ ശാപ്പിടും."

രാവിലെതന്നെ കുമാരൻ പണി തുടങ്ങിയെങ്കിലും പഴയതുപോലെ തന്നെ കുമാരിയുടെ സഹായം വേണ്ടിവന്നു, അവന് ജോലിതീർക്കാൻ. അവൾ കടലിലെ മത്സ്യങ്ങളെയാണിത്തവണ വെള്ളംകുടിച്ച് വറ്റിക്കാ നായി വിളിച്ചുവരുത്തിയത്.

ഇത്തവണയും രാക്ഷസൻ കോപിഷ്ഠനായി അലറി. "ഇനി ഞാൻ നിനക്കേറ്റവും കഠിനമായ ഒരു ജോലിതന്നെ തന്നേക്കാം... നീയതു ചെയ്താൽ നിനക്ക് ഞാനെന്റെ മകളെ വിവാഹം ചെയ്തുതരും. ഇല്ലെ ങ്കിൽ അറിയാലൊ, നിന്നെ ഞാൻ തിന്നും. ഇവിടെന്ന് ഏഴുമൈൽ അകലെ ഏഴുമൈൽ ഉയരമുള്ള ഒരു മരമുണ്ട്. അതിന്റെ ഒരു ചില്ലയിൽ ഒരു കൂട്ടിൽ കുറച്ച് മുട്ടകളുണ്ട്. ഒരുപോറലും ഏൽപ്പിക്കാതെ അവ എടു ത്തുകൊണ്ടുവാ...."

കുമാരി ആകെ വിഷമത്തിലായി. അവളുടെ കാമുകനെ ആ മുട്ടകൾ എടുത്തുകൊണ്ടുവരാൻ സഹായിക്കാൻ ഒരുവഴിയും ആലോചിച്ചിട്ട വൾക്കു കണ്ടുപിടിക്കാനായില്ല. അത്ര ഉയരത്തിൽ നിന്നും എങ്ങനെ മുട്ടകൾ പൊട്ടാതെ താഴെ എത്തിക്കും? അവളും, നിക്സുംകൂടി മരത്തി നുകീഴെനിന്ന് തലപുകഞ്ഞ് ചിന്തിച്ചു. ഒടുവിൽ അവൾക്കൊരു ബുദ്ധി ഉദിച്ചു. കൈകൾ കൊട്ടിക്കൊണ്ട് അവൾ പാടി.

"എന്റെ വിരലുകളെ, ... എന്നോടു സ്നേഹമുണ്ടെങ്കിൽ
എന്റെ പ്രിയപ്പെട്ടവനെ മരം കയറാൻ സഹായിക്കൂ...."

ഉടൻ അവളുടെ വിരലുകൾ കൈയിൽനിന്നും അടർന്നുമാറി ഒന്നിനുമീതെ ഒന്നായി ഒരു കോണിപോലെ മരത്തിനുനേരെ ചാരിനിന്നു. പക്ഷേ, മരത്തിനുമുകളിലെത്താൻ അവ മതിയാവുമായിരുന്നില്ല. ഉടനെ അവൾ വീണ്ടും പാടി....

"എന്റെ കാൽവിരലുകളെ..... എന്നോടു സ്നേഹമുണ്ടെങ്കിൽ

എന്റെ പ്രിയപ്പെട്ടവനെ മരം കയറാൻ സഹായിക്കൂ..."

ഉടനെ അവയും കോണിയായി മാറി. ഇപ്പോഴാ കോണി മുകളിലേക്കെത്തി. ഉടനെ നിക്സ് അതിൽ ചവിട്ടിക്കയറാനാരംഭിച്ചു. കേറി കേറിയവൻ മരത്തിനു മുകളിലെത്തി കൂട്ടിൽനിന്ന് മുട്ടകൾ സ്വന്തമാക്കി. അതിയായ സന്തോഷത്തോടെ അവൻ താഴെനിൽക്കുന്ന കുമാരിയെ തിരിഞ്ഞുനോക്കി. അവളും ആഹ്ലാദംകൊണ്ട് തുള്ളിച്ചാടുന്നു.... ഒരുനിമിഷം കൈയിൽനിന്നും വഴുതി ആ മുട്ടകൾ താഴോട്ട് വീണു–പ്ളും!

"വേഗം, വേഗം" മുട്ടകൾ വീണുവെന്നു മനസിലായതും കുമാരി വിളിച്ചുപറഞ്ഞു." നീ വേഗംപോയി... എനിക്കെന്റെ മാന്ത്രിക ഫ്ളാസ്ക് എടുത്തുകൊണ്ടുതാ... അതു മുറിക്കകത്തുണ്ട്. മുറിയുടെ താക്കോൽ എന്റെ പോക്കറ്റിനകത്തിതാ.... നീ തന്നെ കൈയിട്ടെടുത്തോ... എനിക്കു വിരലുകൾ ഇല്ലല്ലോ... ഫ്ളാസ്കും എടുത്ത് നീ എന്റെ പിറകേ വരണം... എനിക്കു പതിയെ നടക്കാനേ പറ്റൂ. കാൽവിരലുകളും ഇല്ല." അവൾ പറഞ്ഞുനിർത്തിയതും നിക്സ് പുറപ്പെട്ടു. പക്ഷേ, അവർ നടന്നുതുടങ്ങിയതും അവരുടെ പുറകിലായി ഭീമാകാരനായ രാക്ഷസരൂപത്തിൽ മാന്ത്രവാദി പ്രത്യക്ഷപ്പെട്ടു. അവൻ അടുത്തുടുത്ത് വന്ന് കുമാരനെ പിടിക്കും എന്ന മട്ടിലായപ്പോൾ കുമാരി പറഞ്ഞു.... "നീ എന്റെ തലയിൽ നിന്നാ ചീർപ്പ് ഇങ്ങെടുക്ക്" നിക്സ് അവൾ പറഞ്ഞതുപോലെ ചെയ്തു. ഉടനെ കുമാരി ആ ചീർപ്പ് താഴേക്കിടാൻ കൽപ്പിച്ചു. അത്ഭുതം! നിക്സ് ചീർപ്പ് താഴെ ഇട്ടതും അതൊരു മുള്ളുകൂടാരമായി മാറി. നിമിഷങ്ങൾക്കകം രാക്ഷസൻ മുള്ളുകൾക്കകത്ത് അകപ്പെട്ടു. താൻ കുടുങ്ങിപ്പോയതറിഞ്ഞ് രാക്ഷസൻ കോപംകൊണ്ട് അന്ധനായി. നിക്സിനും കുമാരിക്കും ഓടി രക്ഷപ്പെടാൻ സമയം ഉണ്ടായിരുന്നു. എങ്കിലും വിരലുകളില്ലാത്തതിനാൽ കുമാരിക്ക് ഓടാനാവുമായിരുന്നില്ല. ഒടുവിൽ വീണ്ടും നിക്സ് രാക്ഷസന്റെ പിടിയിലാവും എന്നായപ്പോൾ കുമാരി പറഞ്ഞു: "നീ എന്റെ നെഞ്ചിലേക്ക് കൈ കടത്തൂ, എന്നിട്ടെന്റെ ആ നശിച്ച വാൾ എടുത്ത് അതു തറയിലേക്ക് എറിയൂ."

അവൻ അവൾ പറഞ്ഞതുപോലെ വാൾ എറിഞ്ഞതും അത് ആയിരക്കണക്കിന് കത്രികകൾ ആയിമാറി. തറയിൽ തലങ്ങും വിലങ്ങും കിടന്നു. മാന്ത്രികരാക്ഷസൻ അതിനിടയിൽ കിടന്ന് വേദനകൊണ്ട് പുളഞ്ഞു. എത്രവേദന സഹിച്ചാവും അവനതിനിടയിലൂടെ അവന്റെ വഴിതപ്പിതടഞ്ഞ് പുറത്തുകടന്നിരിക്കുക എന്നൂഹിക്കാവുന്നതേ ഉള്ളൂ.

നിക്സും കാമുകിയും കാഴ്ചയിൽനിന്നും മറഞ്ഞിട്ടാണ് രാക്ഷസൻ പുറത്തുകടന്നത്. പക്ഷേ, എന്നിട്ടും അവന് അവർക്കൊപ്പം കൂടാനായി, അത്ര പതുക്കെയെ കാൽവിരലുകളില്ലാതെ അവൾക്കു നടക്കാനാവുമായിരുന്നുള്ളൂ. വീണ്ടും നിക്സ് രാക്ഷസന്റെ പിടിയിലാവും എന്നായപ്പോൾ അവൾ അലറി.

“എന്റെ മാജിക് ഫ്ളാസ്ക് അല്ലാതെ ഇനിയൊന്നും ശേഷിക്കുന്നില്ല. അതു പുറത്തെടുക്ക്, എന്നിട്ടതിലെ വെള്ളം എടുത്ത് സ്വൽപ്പം ചെരിക്ക്.”

നിക്സ് അവൾ പറഞ്ഞതുപോലെതന്നെ ചെയ്തു. പക്ഷേ ധൃതിയിൽ അവൻ ആ ഫ്ളാസ്ക് മുഴുവൻ കാലിയാക്കിക്കളഞ്ഞു. വെള്ളം മുഴുവൻ തൂവിപോയതും അവിടെ ഭീമാകാരമായ തിരമാലകൾ ഉയർന്നുപൊങ്ങി. മാന്ത്രികന്റെ മകൾ തന്റെ ഉത്തരീയമഴിച്ച് ഇട്ടുകൊടുത്ത് രക്ഷിച്ചില്ലായിരുന്നെങ്കിൽ നിക്സ് വെള്ളത്തിൽ മുങ്ങിപ്പോവുമായിരുന്നു. ഏതായാലും വെള്ളം പൊങ്ങി, ഭീകരൻ രാക്ഷസന്റെ രൂപത്തിലിരുന്ന മന്ത്രവാദി അതിൽ മുങ്ങിപൊങ്ങി, ഒടുവിലവന്റെ കഥ കഴിഞ്ഞു.

മാന്ത്രികന്റെ മകൾ അപ്പോഴേക്കും ക്ഷീണിച്ച് പരവശയായിക്കഴിഞ്ഞിരുന്നു. കുറച്ചുദൂരംപോലും മുമ്പോട്ട് പോവാൻ അവൾക്ക് കഴിയുമായിരുന്നില്ല. ഒടുവിലവൾ തന്റെ കാമുകനോട് പറഞ്ഞു: “അവിടെ വെളിച്ചം കാണാനുണ്ടല്ലോ.... നീ പോയി രാത്രി തങ്ങാൻ ഒരിടം അന്വേഷിക്ക്, ഞാനതുവരെ ഈ മരത്തിനുമുകളിൽ പിടിച്ച് കയറിനിൽക്കാം. നീ മടങ്ങിവരുംവരെ ഞാനിവിടെ വിശ്രമിക്കാം.”

ആ വെളിച്ചം നിക്സിന്റെ അച്ഛനും അമ്മയും താമസിക്കുന്ന കൊട്ടാരത്തിലേതായിരുന്നു. പാവം നിക്സ് അതറിഞ്ഞില്ല. അവൻ കൊട്ടാരത്തിനുനേരെ നടന്നു. വേലക്കാരിയുടെ കുടിലിനുമുമ്പിലെത്തി അവൻ താമസിക്കാൻ ഒരിടം അന്വേഷിച്ചു.

“നീ ആരാണ്?” വേലക്കാരി സംശയത്തോടെ ചോദിച്ചു.

“ഞാൻ നിക്സ്” ആ യുവാവ് മറുപടി പറഞ്ഞു.

അവളുടെ ഉള്ളിൽ തന്റെ മകൻ മരിക്കാൻ കാരണമായി തീർന്നവനോടുള്ള പകനീറിപുകഞ്ഞു. അവൾ പ്രതികാരം ചെയ്യാൻ തീരുമാനിച്ചു.

“നിനക്കു താമസസ്ഥലം തരാൻ എനിക്കു കഴിയില്ല.” അവൾ പറഞ്ഞു. ‘പക്ഷേ ഞാൻ നിനക്കൊരുഗ്ലാസ് പാലുതരാം. കണ്ടിട്ട് നീ ആകെ ക്ഷീണിച്ചതുപോലെയുണ്ട്. എന്നിട്ടു നീ ആ കൊട്ടാരത്തിൽ പോയി കിടക്കാൻ ഒരിടം അന്വേഷിച്ചുനോക്ക്.”

ദുഷ്ടയായ ആ സ്ത്രീ അവന് കൊടിയവിഷം കലർത്തിയ പാലാണ് നൽകിയത്. അതുകുടിച്ച അവൻ അവന്റെ അച്ഛനമ്മമാരെകാണുംമുമ്പു വീണുറക്കമാവും. ഒരാൾക്കും പിന്നെ അവനെ ഉണർത്താനാവുകയില്ല? അവനൊരിക്കലും അവന്റെ അച്ഛനമ്മമാരെ തിരിച്ചറിയുകയും ഇല്ല.

മകൻ നഷ്ടപ്പെട്ട ദുഃഖത്തിൽനിന്ന് ഇപ്പോഴും കാര്യമായ മുക്തി നേടാത്ത രാജാവും രാജ്ഞിയും തങ്ങളുടെ വാതിൽക്കൽ ഒരു ചെറുപ്പക്കാരൻ അഭയംതേടി എത്തിയിരിക്കുന്നു എന്നുകേട്ട് അങ്ങോട്ടുചെന്നു. അവർ തമ്മിൽ മുഖാമുഖം കാണുംമുമ്പെ നിക്സ് തറയിലേക്ക് വീണുറക്കമായി. അവർ പരസ്പരം തിരിച്ചറിഞ്ഞതേയില്ല.

കാണാൻ സുന്ദരനായ ഒരു ചെറുപ്പക്കാരനായിരുന്നു നിക്സ്. അവന്റെ സൗന്ദര്യം കണ്ട് ദയതോന്നിയ രാജാവ് ഇങ്ങനെ കൽപ്പിച്ചു. "ഈ സുന്ദരനെ ഉണർത്താൻ ഒരു അതിസുന്ദരിയായ യുവതിക്കുമാത്രമേ സാധിക്കൂ... രാജ്യം മുഴുവൻ ഇവനെ ഉണർത്താൻ കഴിയുന്ന സുന്ദരി മാരെ സ്വാഗതംചെയ്യുന്നതായിട്ട് വിളംബരം ചെയ്യൂ. ഇവനെ ഉണർത്തുന്ന സുന്ദരിക്ക് ഇവനെ വിവാഹംചെയ്തുനൽകും. കൂടാതെ, നല്ല പാരി തോഷികങ്ങളും ലഭിക്കും."

രാജ്യമെമ്പാടും വിളംബരം മുഴങ്ങി. പല സുന്ദരികളും തങ്ങളുടെ ഭാഗ്യം പരീക്ഷിക്കാനെത്തി. പക്ഷേ ആർക്കും വിജയിക്കാനായില്ല.

ഇതിനിടെ ഏറെ വിരൂപിയായതുകൊണ്ട് തന്റെ ഭാഗ്യം പരീക്ഷി ക്കാൻ മെനക്കെടാതിരുന്ന പൂന്തോട്ടക്കാരന്റെ മകൾ, തടാകത്തിൽ വെള്ളമെടുക്കാനായി ചെന്നപ്പോൾ ഒളിച്ച് നിൽക്കുന്ന മാന്ത്രികകുമാരി യുടെ നിഴൽ കണ്ട് താൻ സുന്ദരിയാണെന്ന് തെറ്റിദ്ധരിച്ച് മത്സരത്തി നായി ഒരുങ്ങി. ദുഷ്ടയും മന്ത്രവിദ്യകൾ വശപ്പെടുത്തിയവളുമായ വേല ക്കാരി അവളെ സഹായിച്ചു. അങ്ങനെ കുമാരൻ ഉറക്കംവിട്ടുണർന്നു. പക്ഷേ തന്റെ പ്രിയപ്പെട്ടവളെ കാണാഞ്ഞ് അവൻ വീണ്ടും ഉറങ്ങാൻ തുടങ്ങി. വിവാഹദിനംവരെ അവനുറങ്ങുന്നതുതന്നെയാണ് നല്ലത് എന്നു കരുതി അവളും അതു സമ്മതിച്ചു.

അതിനിടയ്ക്കൊരുദിവസം തടാകത്തിൽ വെള്ളമെടുക്കാനായി പോയ പൂന്തോട്ടക്കാരൻ സുന്ദരിയായ മാന്ത്രികകുമാരിയെ കാണാനി ടയായി. ക്ഷീണിച്ചവശയായ അവളെ ദയാലുവായ ആ മനുഷ്യൻ വീട്ടി ലേക്കു കൂട്ടിക്കൊണ്ടുവന്ന് ഭക്ഷണമെല്ലാം നൽകി. കൂട്ടത്തിൽ തന്റെ മകൾക്കു കിട്ടിയ സൗഭാഗ്യത്തെക്കുറിച്ചും അയാൾ പറഞ്ഞു.

തന്റെ കാമുകനു സംഭവിച്ചതെന്തെന്ന് ആ കുമാരിക്കിപ്പോൾ വ്യക്തമായിട്ട് മനസിലായി. അവളുടനെ കൊട്ടാരത്തിലേക്കു നടന്നു. ഒരു കസേരയിൽ കിടന്നുമയങ്ങുന്ന തന്റെ പ്രിയപ്പെട്ടവനെ അവൾ കണ്ടു.

പക്ഷേ അവൾക്ക് അവനെ എഴുന്നേൽപ്പിക്കാൻ ആവുമായിരുന്നില്ല. മാന്ത്രികഫ്ളാസ്ക് തൂവിപ്പോയതോടെ അവളുടെ മാന്ത്രിക ശക്തി എല്ലാം നഷ്ടപ്പെട്ടിരിക്കുകയാണ്. തന്റെ വിരലുകളില്ലാത്ത കൈകൾകൊണ്ട് അവനെ തലോടാൻ മാത്രമേ അവൾക്ക് കഴിഞ്ഞുള്ളൂ.

അവളുടെ സങ്കടംകണ്ട് അലിവുതോന്നിയ ഭൃത്യരിൽ ഒരാൾ അവ ളോട് തോട്ടക്കാരന്റെ മകൾവന്ന് അവനെ ഉണർത്തുന്നതുവരെ ഒളിഞ്ഞി രിക്കാൻ ഉപദേശിച്ചു.

അപ്രകാരം കുമാരി ഒരിടത്തു പതുങ്ങി ഇരുന്നു. സർവാഭരണ വിഭൂഷിതയായി എത്തിയ പൂന്തോട്ടക്കാരന്റെ മകൾ അവനെ ഉണർത്തി യതും അവൾ അവന്റെ അടുത്തെത്തി. തന്റെ കാമുകിയെ കണ്ടതും കുമാരന് എല്ലാം ഓർക്കാൻ കഴിഞ്ഞു... അമ്മ, അച്ഛൻ, മന്ത്രവാദി, അപ

കടങ്ങൾ തന്നെ കാത്തു രക്ഷിച്ച പ്രിയപ്പെട്ടവൾ... എല്ലാം അവന്റെ ഓർമ്മയിൽ തെളിഞ്ഞു വന്നു.

ഉടനെ മാന്ത്രികഫ്ളാസ്ക് ഉയർത്തികുമാരൻ ഇങ്ങനെ പറഞ്ഞു “ “ഇതിലിനിയും ഇത്തിരി ബാക്കിയുണ്ട്” ആ ഫ്ളാസ്കിൽ 19 തുള്ളി ജലം അവശേഷിച്ചിരുന്നു. അതുവഴി അവളുടെ 19 വിരലുകൾ അവൾക്കു തിരിച്ചുകിട്ടി. പക്ഷേ ഒരു കുഞ്ഞുവിരൽ അവിടെ ബാക്കിയായി... ഏറെ സന്തോഷകരമായ ഒരു കൂടിച്ചേരലോടെ തന്റെ പ്രിയപ്പെട്ടവളെ വിവാഹം ചെയ്ത് കുമാരൻ അച്ഛനും അമ്മയ്ക്കുമൊപ്പം സന്തോഷത്തോടെ ജീവിച്ചു.

തന്റെ സൗന്ദര്യമെല്ലാം നശിച്ച പൂന്തോട്ടക്കാരന്റെ മകൾ നിരാശയോടെ പഴയജോലികളിലേക്ക് മടങ്ങി.

മിസ്റ്റർ & മിസിസ് വിനഗർ

മിസ്റ്റർ ആൻഡ് മിസിസ് വിനഗർ വളരെ വൃത്തിയും വെടിപ്പുമുള്ള ഒരു കൊച്ചു വീട്ടിലായിരുന്നു താമസം. മിസിസ് വിനഗർ തൂത്തും, തുടച്ചും സൂക്ഷിക്കുന്നതുകൊണ്ട് അവരുടെ വീടിന് എപ്പോഴും നല്ലതിള ക്കമായിരുന്നു. ലേശം പൊടിയെങ്കിലും എവിടെയെങ്കിലും പാറിക്കിട ന്നാൽ അതു വ്യക്തമായി കാണാം. ഒരുദിവസം തൂത്തുവൃത്തിയാക്കുന്ന തിനിടയ്ക്ക് ചിലന്തിവലക്കൂട്ടത്തെക്കണ്ട് ദേഷ്യംവന്ന മിസിസ് വിനഗർ ചൂലുകൊണ്ട് തലങ്ങും വിലങ്ങും അവയെ അടിച്ചു. അടിയുടെ ശക്തി യിൽ അൽപ്പം കൂടിപ്പോയതും വീടാകെ ബ്ളും എന്ന ശബ്ദത്തോടെ നിലംപതിച്ചു.

അതിനിടയിലൂടെ വഴികണ്ടെത്തി അവൾ പൂന്തോട്ടത്തിലേക്ക് ഓടി.

"ഹൊ... വിനഗർ, വിനഗർ?" അവൾ കരഞ്ഞുവിളിച്ചു. "നമ്മുടെ വൃത്തിയെല്ലാം നശിപ്പിച്ചു. ഈ പച്ചക്കറികളെ വിട്. അവയൊന്നും ഇനി വേണ്ട. കുറെ അച്ചാറുണ്ടായിട്ടെന്താ ഗുണം? അവ സൂക്ഷിക്കാൻ ഒരിടം ഇല്ലെങ്കിൽ? ഞാനെല്ലാം നശിപ്പിച്ചു.... കുഞ്ഞു കഷണങ്ങളായി എല്ലാം..." അവൾ ദീനമായി കരഞ്ഞുകൊണ്ട് പറഞ്ഞു.

പക്ഷേ, മിസ്റ്റർ വിനഗർ കുറെ പ്രത്യേകതകൾ ഉള്ള ഒരാളായിരുന്നു. അയാൾ എല്ലാറ്റിന്റെയും നല്ല വശങ്ങളാണ് ആദ്യം കാണുക. അങ്ങനെ അയാൾ പറഞ്ഞു: "അപകടങ്ങൾ സാധാരണയാണ്. കടയിൽ അതിലും നല്ല എത്രയോ അച്ചാറുഭരണികൾ ഉണ്ട്... നമുക്ക് ആകെ ആവശ്യം പുതിയതൊന്നു വാങ്ങാനുള്ള പണമാണ്. അതുകൊണ്ട് നമുക്കതിനുള്ള വകതേടിപോവാം."

"പക്ഷേ, നമ്മുടെ ഫർണിച്ചർ എന്തുചെയ്യും?" മിസിസ് വിനഗർ കരഞ്ഞുകൊണ്ട് ചോദിച്ചു.

"അതുകുഴപ്പമില്ല. നമുക്ക് നമ്മുടെ വീടിന്റെ വാതിൽകൂടെ കൊണ്ടുപോവാം. അപ്പോൾപിന്നെ അതുതുറന്ന് ആർക്കും നമ്മുടെ ഫർണിച്ചർ എടുത്തുകൊണ്ടുപോവാൻ കഴിയില്ലല്ലോ..." അനുസരണയുള്ള ആ ഭാര്യ മിസ്റ്റർ വിനഗർ പറഞ്ഞത് അതുപടി അംഗീകരിച്ചു.

അങ്ങനെ ഒച്ചിനെപ്പോലെ സ്വന്തംവീടിന്റെ വാതിലും ചുമന്നുകൊണ്ട് മിസ്റ്റർ വിനഗറും മിസിസ് വിനഗറും യാത്രപുറപ്പെട്ടു.

അവർ ഏറെദൂരം നടന്ന് ഒടുവിൽ ഒരു ഘോരവനത്തിനകത്ത് എത്തിപ്പെട്ടു. അത്യാവശ്യം ധൈര്യമുള്ള സ്ത്രീയായിരുന്നിട്ടും വനത്തിനകത്ത് വന്യമൃഗങ്ങളുണ്ടാവുമെന്ന ഭയംകൊണ്ട് മിസിസ് വിനഗർ പേടിച്ചുകരയാൻ തുടങ്ങി. പക്ഷേ മിസ്റ്റർ വിനഗർ എല്ലായ്പ്പോഴത്തേയും പോലെതന്നെ സന്തോഷവാനായിരുന്നു.

"നീ പേടിക്കേണ്ട പ്രിയേ" അയാൾ പറഞ്ഞു. "ഞാൻ ഒരു മരത്തിൽ കയറി അതിന്റെ മാളത്തിനു മുമ്പിൽ ഈ വാതിൽ പിടിപ്പിക്കാം. അപ്പോൾ നിനക്ക് പേടിക്കാതെ സുഖമായി അതിനകത്ത് ഉറങ്ങാമല്ലോ.

അങ്ങനെ അയാൾ മരത്തിനുമുകളിൽ കയറി ഭാര്യക്ക് ഉറങ്ങാൻ സ്ഥലമൊരുക്കി. കേറികിടന്ന ഉടൻ ക്ഷീണംകൊണ്ട് അവർ ഉറങ്ങിപ്പോവുകയും ചെയ്തു. പക്ഷേ, അവരുടെ ഭാരംകൊണ്ട് മരക്കമ്പ് താഴെവീണേക്കുമോ എന്നു സംശയംതോന്നിയ മിസ്റ്റർ വിനഗർ കൊമ്പിന്റെ മറുഭാഗത്ത് കയറി അവരെ നിരീക്ഷിച്ചുകൊണ്ടിരുന്നു.

അർധരാത്രിയായപ്പോൾ ആ മരത്തിനുചുവട്ടിൽ ഒരുകൂട്ടം കൊള്ളക്കാർ എത്തിച്ചേർന്നു. അവർ അവരുടെ കൊള്ളമുതൽ എണ്ണിതിട്ടപ്പെടുത്തുന്നതും കൊള്ളചെയ്തതിന്റെ കാര്യങ്ങൾ ചർച്ചചെയ്യുന്നതും എല്ലാം കേട്ട് മിസ്റ്റർ വിനഗർ ഭയന്നുവിറച്ചു.

"എന്നെ കുലുക്കാതെ..." ഉറക്കത്തിൽ മിസിസ് വിനഗർ മുരണ്ടു." നീ എന്നെ താഴെ ഇടും..."

"ഞാൻ കുലുക്കുന്നതല്ല പ്രിയെ... മരത്തിൽ കാറ്റുപിടിച്ചതാണ്. അയാൾ അടക്കിപ്പിടിച്ച് പറഞ്ഞു.

പുറമേക്ക് ധൈര്യംഭാവിച്ചിരുന്നുവെങ്കിലും മിസ്റ്റർ വിനഗർ ഉള്ളുകൊണ്ട് ഒരു പേടിത്തൊണ്ടനായിരുന്നു.... ഭയംകൊണ്ട് വിറച്ചുവിറച്ച് ഒടുവിലത് ശരിക്കും മരം പിടിച്ചുകുലുക്കുംപോലെയായി.... മിസിസ് വിനഗറിന്റെ ഭാരംകൂടി ആയപ്പോൾ വാതിലടക്കം അവർ താഴോട്ട് വീണു.... കൃത്യം കൊള്ളക്കാരുടെ തലയിൽതന്നെ അവർ വന്നുവീണു.

ആകാശമാകെ ഇടിഞ്ഞുവീഴുകയാണെന്നു കരുതി അവർ ഭയന്നുവിറച്ച് ജീവനുംകൊണ്ട് ഓടി.... വിനഗർമാർ കണ്ണുതുറന്നുനോക്കിയപ്പോൾ കണ്ടതോ......? കൊള്ളക്കാരിലൊരാൾ ചത്തുമലച്ച് കിടക്കുന്നു.

ബാക്കിയെല്ലാവരും ഓടിപ്പോയിട്ടുണ്ട്. അവരുടെ സമ്പാദ്യമാവട്ടെ, 40 സ്വർണനാണയങ്ങൾ ചുറ്റിനും ചിതറിക്കിടക്കുന്നു.

ദൈവമേ....! അവർ ഇരുവരും സന്തോഷംകൊണ്ട് തുള്ളിച്ചാടി.

വിനഗറും ഭാര്യയുംകൂടി എല്ലാ സ്വർണക്കട്ടികളും പെറുക്കികൂട്ടി." "നമ്മളെന്താ ചെയ്യേണ്ടതെന്നു ഞാൻ പറയാം" വിനഗർ പറഞ്ഞു. ഭാര്യ പറഞ്ഞു: നീ ഈ പണംകൊണ്ട് നാളെതന്നെ ചന്തയിൽ പോയി ഒരു പശുവിനെ വാങ്ങണം. അതു നമുക്ക് പാലുംനെയ്യും തരും. അതുവിറ്റ് നമുക്ക് ഇനിയുള്ള കാലം സുഖമായി ജീവിക്കാം."

"നീ നല്ല ബുദ്ധിശാലിയാണല്ലോ." വിനഗർ ഭാര്യയെ അഭിനന്ദിച്ചു. അയാൾ അപ്പോൾതന്നെ ചന്തയിലേക്ക് പുറപ്പെട്ടു.

"നല്ലോണം വിലപേശണേ." ഭാര്യ അയാളെ ഓർമിപ്പിച്ചു.

"ഞാൻ നല്ല ഒരുഭാര്യയെ തെരഞ്ഞെടുത്തു. പിന്നെ അവളെ മരത്തിൽനിന്നും കുലുക്കി താഴെയിട്ട് ഇത്രയും നേടി... ഞാൻ ലോകത്തിലെ ഏറ്റവും സന്തോഷവനായ മനുഷ്യനാണ്...." അയാൾ സ്വയം പുകഴ്ത്തിക്കൊണ്ട് പറഞ്ഞു.

40 സ്വർണ്ണക്കട്ടികളും പോക്കറ്റിലിട്ട് അയാൾ പുറപ്പെട്ടു.

മാർക്കറ്റിൽ ആദ്യമയാൾകണ്ടത് ഒരു ചുവന്ന വയസൻ പശുവിനെയാണ്.

അതിനെകണ്ടതും, ആ പശുവിനെ കിട്ടിയാൽ വലിയ ഭാഗ്യമാവും എന്നയാൾ കരുതി. അതിന്റെ ഉടമസ്ഥന്റെ അടുത്തെത്തി വിലചോദിച്ചു.

മിസ്റ്റർ വിനഗർ ഒരു കഥയില്ലാത്തവനാണെന്ന് മനസിലാക്കിയ കച്ചവടക്കാരൻ പോക്കറ്റിലുള്ളതെല്ലാം തന്നാൽ പശുവിനെതരാം എന്നായി. വിനഗർ അതു സമ്മതിച്ചു.

പശുവിനെയുംകൊണ്ട് സന്തോഷത്തോടെ മടങ്ങുംവഴി ഒരാൾ പുല്ലാങ്കുഴൽ ഊതി ആഹ്ലാദിക്കുന്നതു മിസ്റ്റർ വിനഗർ കണ്ടു. അയാൾക്കു ചുറ്റും ഊത്തിനൊത്ത് നൃത്തംവെക്കുന്ന ഒരു കൂട്ടം കുട്ടികൾ....

ഹൊ... പശുവിനെകറന്ന്, പുല്ലും, വൈക്കോലുംകൊടുത്ത്... ഈ പുല്ലാങ്കുഴൽ കിട്ടിയിരുന്നെങ്കിൽ അതായിരുന്നു നല്ലത്. പശുവിനെ നോക്കുന്നത്ര ബുദ്ധിമുട്ടില്ലായിരുന്നു വിനഗർ ചിന്തിച്ചു.

ഉടനെ അയാൾ പാട്ടുകാരന്റെ അടുത്തെത്തി പുല്ലാങ്കുഴലിനു വില ചോദിച്ചു. "ഇത്ര ഭംഗിയുള്ള ഈ പുല്ലാങ്കുഴൽ ഒരു ചുവന്ന പശുവിനെ തരാമെങ്കിൽ തന്നേക്കാം.' വിനഗറെ ശരിക്കും മനസിലാക്കിയ ആ സൂത്രക്കാരൻ പറഞ്ഞു. വിനഗർ സന്തോഷത്തോടെ പുല്ലാങ്കുഴൽ സ്വന്തമാക്കി.

പാട്ടുകാരൻ പശുവിനെയുംകൊണ്ട് അയാളുടെ വഴിക്കുപോയി. വിനഗർ ആവട്ടെ പുല്ലാങ്കുഴൽ ഊതാൻ തുടങ്ങി... ഒരു വരിപോലും

പാടാനറിയാത്ത അയാളുടെ പാട്ടിന്റെ അപശബ്ദംകേട്ട് കുട്ടികൾ ഓടിപ്പോയി! ആളുകൾ ചെവിപൊത്തി!

പാടാനറിയാത്ത അയാൾ ആ കുഴലുമായി പോവുന്നത് ഒരാൾ ശ്രദ്ധിച്ചു. അയാളുടെ കൈവശം ഒരു ജോഡി ഗ്ലോവ്സ് ഉണ്ടായിരുന്നു. അതു പിടിപ്പിച്ച് ആ കുഴൽസ്വന്തമാക്കാമെന്നയാൾ മനക്കണക്കുകൂട്ടി.

“നോക്കൂസാർ, രണ്ട് നല്ല ഗ്ലോവ്സുകളാണ് ഇവ തണുപ്പുകാലത്ത് കൈകൾ ചൂടാക്കാൻ വളരെ ഉത്തമം!” അയാൾ മി. വിനഗറെ പ്രലോഭിപ്പിച്ചു.

വിനഗർക്ക് അതു വാങ്ങിയാൽ കൊള്ളാമെന്നായി. അയാൾ വിലയായി ചോദിച്ചതോ, പുല്ലാങ്കുഴൽ തന്നെ! വിനഗർ അതു നൽകി ഗ്ലോവ്സ് വാങ്ങിച്ചു.

അങ്ങനെ ചൂടുകൈകളും, ചൂടു ഹൃദയവുമായി മി. വിനഗർ തന്റെ ഭാര്യയുടെ അടുത്തേക്ക് പുറപ്പെട്ടു.

നടന്നുനടന്ന് ക്ഷീണിച്ച് ഒടുവിലയാൾ വേച്ചുവേച്ചായി നടത്തം. അപ്പോൾ ഒരു തടിയൻ വടിയുമായി എതിരെ ഒരാൾ നടന്നുവരുന്നത് വിനഗർ കണ്ടു.

“ആ വടി കിട്ടിയിരുന്നെങ്കിൽ നന്നായേനെ” വിനഗർ മനസിൽ കരുതി.” കാലുവേദനിക്കുമ്പോൾ കൈകൾ ചൂടായിരുന്നിട്ട് എന്താ ഗുണം?” അയാൾ ചിന്തിച്ചു. ഈ വടിക്ക് എന്തു തരണം? അയാൾ അന്വേഷിച്ചു.

“ആ ഗ്ലോവ്സ് തന്നാൽ ഈ വടി തന്നേക്കാം.” അയാൾ മറുപടി പറഞ്ഞു.

“ശരി.” വിനഗർ സന്തോഷത്തോടെ ആ വടി വാങ്ങിച്ചു. താൻ ഒരു നല്ല വിലപേശലുകാരൻതന്നെ എന്നയാൾ സ്വയം അഭിമാനിച്ചു.

പക്ഷേ അയാൾ ഒരു പക്ഷിക്കൂട്ടത്തിനടുത്തു കൂടി നടന്നുപോയപ്പോൾ അവയെല്ലാം അയാളെനോക്കി അടക്കിപ്പിടിച്ച് ചിരിച്ചു. എന്തിനാ നിങ്ങൾ എന്നെ കളിയാക്കുന്നതെന്ന് മിസ്റ്റർ വിനഗർ കയർത്തു.

ഉടൻ ഒരു പക്ഷി പറഞ്ഞു. നീ എന്തൊരു വിഡ്ഢിയാണ് വിനഗർ? ഒരു പൊട്ടൻ തന്നെ. 10 സ്വർണ്ണക്കട്ടിക്കുപോലും ഇല്ലാത്ത ഒരു പശുവിനെ 40 സ്വർണ്ണക്കട്ടികൊടുത്ത് വാങ്ങിച്ചു. എന്നിട്ട് പാടാനറിയാത്ത നീ പശുവിനെകൊടുത്ത് പുല്ലാങ്കുഴൽ വാങ്ങിച്ചു. പിന്നെ അതുകൊടുത്ത് ഗ്ലോവ്സ്, ഗ്ലോവ്സ് കൊടുത്ത് ഒരുവടി..... ഹ്ഹ......ഹ്ഹ.......ഹ്ഹ... ഒന്ന് തട്ടിയാൽ ഒടിഞ്ഞുപോവുന്ന ഒരു വടിയാണ് 40 സ്വർണ്ണനാണയംകൊണ്ട് നീ വാങ്ങിച്ചത്. നീ എന്തൊരു പൊട്ടനാണ്? ഹൊ....”

ദേഷ്യംകൊണ്ടു വിറച്ച മി. വിനഗർ പക്ഷിക്കുനേരേ വടി ചുഴറ്റി എറിഞ്ഞു. വടിയാവട്ടെ അവനെത്താത്ത മരക്കമ്പിൽ കുരുങ്ങിപ്പോവുകയും ചെയ്തു. ഒടുവിൽ വെറുംകൈയ്യോടെ ആ വിഡ്ഢി ഭാര്യയുടെ അടുത്തേക്കു മടങ്ങിപ്പോയി.

പക്ഷേ കൈകൾ സ്വതന്ത്രമായതിൽ അയാൾക്ക് സന്തോഷം തോന്നി.

ഒടുവിൽ ഭാര്യയുടെ അടുത്തെത്തിയ മി. വിനഗർ ഇങ്ങനെ പറഞ്ഞ് അവരെ സമാധാനിപ്പിച്ചു. "പ്രിയേ നീ ഭരണി പൊട്ടിച്ചു. ഇപ്പൊ എന്റെ ശരീരം മൊത്തം പൊട്ടിയതുപോലെ വേദന തുടങ്ങി. ഇനി നമുക്ക് ആദ്യം മുതൽ തുടങ്ങാം. നീ വീട്ടുജോലിക്ക് പോകൂ. ഞാൻ ഒരു തോട്ട ക്കാരന്റെ ജോലിനോക്കാം. ഒരു പുതിയ ഭരണി വാങ്ങാനുള്ള പണം നമുക്ക് അങ്ങനെ സമ്പാദിക്കാം...."

ഇതാണ് മിസ്റ്റർ വിനഗറിന്റെയും മിസിസ് വിനഗറുടെയും കഥ!

സർ തോമസ് തമ്പിന്റെ യഥാർഥചരിത്രം

മഹാനായ ആർതർ രാജാവിന്റെ കൊട്ടാരം. കൊട്ടാരത്തിൽ സ്ത്രീ പുരുഷന്മാർ അനവധി ഉണ്ട്. കൂട്ടത്തിൽ ഏറ്റവും പ്രശസ്തൻ മാന്ത്രികൻ മെർലിൻ ആണ്. എല്ലാവർക്കും അവന്റെ മാന്ത്രികശക്തിയറിയാം. അവൻ നല്ല ഉപദേഷ്ടാവാണ്.

ഒരിക്കൽ മെർലിൻ ഒരു യാചകന്റെ വേഷത്തിൽ രാജ്യത്തിലൂടെ സഞ്ചരിക്കുകയായിരുന്നു. അദ്ദേഹം സത്യസന്ധനായ ഒരു കർഷകനെ കാണാൻ ഇടയായി. അയാളും ഭാര്യയും യാചകനെ വേണ്ടവിധത്തിൽ സ്വീകരിച്ചു. ഭക്ഷണമായി ഒരു പാത്രം പാലും ബ്രഡും നൽകി. ആ കൊച്ചു കുടിൽ നല്ല വൃത്തിയും വെടിപ്പുമായി സൂക്ഷിച്ചിരുന്നു. അവരുടെ മുഖത്തെ വിഷാദം കണ്ട് മാന്ത്രികൻ കാര്യമന്വേഷിച്ചു. കുട്ടികളില്ല എന്നതായിരുന്നു ആ ദമ്പതിമാരുടെ ദുഃഖത്തിനു കാരണം.

“എനിക്കൊരു മകനെ കിട്ടിയാൽ മാത്രംമതി... അവനൊരാളുടെ തള്ളവിരലോളം വലിപ്പമായാലും കുഴപ്പമില്ല.” ആ പാവം കർഷകസ്ത്രീ പറഞ്ഞു.

തള്ളവിരലോളം വലിപ്പമുള്ള കുഞ്ഞ് എന്ന ആശയം മെർലിൻ മാന്ത്രികനെ ആകർഷിച്ചു. അങ്ങനെ ഒരു കുഞ്ഞ് ഉടനെ ഉണ്ടാകും എന്ന യാൾ ആശംസിച്ചു. പിന്നീടവൻ പോയത് എല്ലാ ആഗ്രഹങ്ങളും ഫലി പ്പിക്കുന്ന മന്ത്രവാദിനികളുടെ രാജ്ഞിയുടെ അടുത്തേക്കായിരുന്നു. അച്ഛന്റെ തള്ളവിരലോളം പോന്ന ഒരു കുട്ടി നല്ല കൗതുകമാവും എന്നു റപ്പിച്ചുകൊണ്ടുതന്നെ അവർ ജോലി തുടങ്ങി.

ചെറുതിലും ചെറുതായ ഒരു കുഞ്ഞിനെ കിട്ടിയ കർഷകനും ഭാര്യയും രാജാവിനേക്കാളും രാജ്ഞിയേക്കാളും സന്തോഷിച്ചു. മാത്രവു മല്ല, മന്ത്രവാദിനി ആ കുഞ്ഞിനുള്ള ഉടയാടകളും എത്തിച്ചു.

ഓക്കുമരത്തിന്റെ ഇലകൊണ്ട് കിരീടം.
ചിലന്തിവലകൊണ്ടൊരു ജാക്കറ്റ്.
എലിയുടെ തൊലികൊണ്ട് ഒരു ഷൂ.
മൃദുലമായ തൂവലുകൾകൊണ്ട് അലങ്കാരങ്ങൾ.....

എല്ലാംകൂടി ആയപ്പോൾ അവനൊരു കുഞ്ഞുസുന്ദരനായി മാറി. മന്ത്രവാദിനി അവനെ വീണ്ടും വീണ്ടും ചുംബിച്ചു... എന്നിട്ടവന് ടോം തമ്പ് എന്നുപേരും നൽകി.

അവൻ വേഗം വളർന്നു. വളർന്നു എന്നു പറഞ്ഞാൽ നീളം ഒട്ടും കൂടിയതേ ഇല്ല! വലുപ്പക്കുറവുകാരണം പല അബദ്ധത്തിലും അവൻ ചെന്നുവീണു.

ഒരുദിവസം അവന്റെ അമ്മ പുഡിംഗ് ഉണ്ടാക്കിക്കൊണ്ടിരിക്കെ അവൻ അതിലേക്കു വീണുപോയി. ആളുചെറുതായതുകൊണ്ട് അമ്മ അതറിയാതെ പാചകം തുടർന്നു. വായിലെല്ലാം പുഡിംങ് കയറി അടഞ്ഞതുകൊണ്ട് പാവം ടോം തമ്പിന് നിലവിളിക്കാൻ കഴിഞ്ഞില്ല. ഒടുവിൽ അവൻ കിടന്നു തുള്ളിയതുകൊണ്ട് പാത്രത്തിന്റെ ഇളക്കം കാരണം അവന്റെ അമ്മ അതു പാത്രത്തോടെ എടുത്ത് ദൂരെ കളഞ്ഞു. വല്ല വിധേനയും റോഡിൽനിന്നും കേറിവന്ന അവനെ ഒരു കപ്പുവെള്ളത്തിലെടുത്തിട്ട് കഴുകി വൃത്തിയാക്കി കിടക്കയിൽകൊണ്ട് കിടത്തി അവൾ ആശ്വസിപ്പിച്ചു.

അങ്ങനെ പല പല അപകടങ്ങളിൽനിന്നും രക്ഷപ്പെട്ട് പാവം ടോം തമ്പ് വളർന്നു. ഒരു യുവാവായപ്പോഴും അവന് തള്ളവിരലോളമേ വലിപ്പമുണ്ടായിരുന്നുള്ളൂ. അവന്റെ ഭക്ഷണം അവൻ സ്വയം തേടി കണ്ടെത്തേണ്ട പ്രായമായി എന്നവന്റെ അച്ഛന് തോന്നി. ഒരു ചാട്ടവാറും കയ്യിൽ കൊടുത്ത് അച്ഛനവനെ കാലികളെ മേയ്ക്കാൻ വിട്ടു. പക്ഷേ കുത്തനെയുള്ള കയറ്റവും ഇറക്കവും തന്നെക്കാൾ നൂറ് ഇരട്ടി വലുപ്പമുള്ള പശുക്കളും. പാവം ടോംതമ്പ് നിലത്തുരുണ്ട് വീണുപോയി. അതുവഴിവന്ന ഒരു ഭീമൻ പരുന്താവട്ടെ, തവളയാണെന്നു കരുതി കൊത്തിതിന്നാനായി അവനെ കൊക്കിലൊതുക്കി പറന്നു. അമളി മനസിലായ പരുന്ത് അവനെ കടൽത്തീരത്തുള്ള ഒരു കൊട്ടാരത്തിന്റെ മുകളിലെത്തിയപ്പോൾ താഴേക്കിട്ടു. ആ കൊട്ടാരം ഗ്രംബ് എന്ന രാക്ഷസന്റേതായിരുന്നു. കൃത്യം അവന്റെ കയ്യിൽതന്നെ വന്നുവീണ ടോംതമ്പിന് മനുഷ്യമണമുണ്ടെന്നു കണ്ട രാക്ഷസൻ ഒരു ഗുളികവിഴുങ്ങുന്ന ലാഘവത്തിൽ അവനെ വിഴുങ്ങിക്കളഞ്ഞു!!

രാക്ഷസന്റെ വയറിനകത്തുകിടന്ന് ടോംതമ്പ് കൈയ്യും കാലും ഇട്ടടിച്ച് കരഞ്ഞു. രാക്ഷസൻ വേദനകൊണ്ട് പുളഞ്ഞു. ഒടുവിൽ രാക്ഷസൻ രോഗാതുരനായി. അങ്ങനെ ടോംതമ്പ് കടലിലേക്കു വീണുപോയി.

കടലിൽ മുങ്ങിയതോടെ ടോംതമ്പിന്റെ കഥ കഴിയേണ്ടതായിരുന്നു. പക്ഷെ വെള്ളത്തിൽ വീണ അവനെ ഉടൻതന്നെ ഒരു മത്സ്യം വിഴുങ്ങി!

ഭാഗ്യംകൊണ്ട് മീനിന്റെ വയറിനകത്ത് ഏറെ നേരെ ടോംതമ്പിനു കഴിയേണ്ടിവന്നില്ല. വലയുമായി കാത്തുനിന്ന മുക്കുവരുടെ വലയിൽ ടോംതമ്പിനെ വിഴുങ്ങിയ മത്സ്യം കുടുങ്ങി. നല്ല മുഴുത്ത മത്സ്യമായതു കൊണ്ട് അതിനെ നേരെ കൊട്ടാരത്തിലെ അടുക്കളയിലേക്കാണ് കൊണ്ടുപോയത്. മത്സ്യം വൃത്തിയാക്കുന്നതിനിടയ്ക്ക് ടോംതമ്പിനെ കണ്ടുകിട്ടിയ വേലക്കാർ അതിശയിച്ചു. പിന്നെ ചിരിയായി. ദിവസ ങ്ങൾക്കകം അവൻ കൊട്ടാരത്തിന്റെ പൊന്നോമനയായിത്തീർന്നു... രാജാവ് ചടങ്ങുകൾക്കായി പോവുമ്പോൾ ടോംതമ്പ് രാജപ്രൗഢിയോടെ രാജാവിന്റെ കോട്ടിനകത്ത് ഇരുന്നു.

കുറച്ചുനാളുകൾ കഴിഞ്ഞപ്പോൾ ടോംതമ്പിന് അച്ഛനമ്മമാരെ കാണാൻ ആഗ്രഹമായി. ആവശ്യത്തിനുപണവും എടുത്തുകൊണ്ട് അച്ഛ നമ്മമാരെ പോയി കണ്ടിട്ടുവരാൻ രാജാവ് അവനോടു പറഞ്ഞു. ടോംതമ്പ് മൂന്ന് അണയും എടുത്ത് ഒരു പേഴ്സിലിട്ട് അരമൈൽ അകലെയുള്ള തന്റെ വീട്ടിലേക്കു പുറപ്പെട്ടു.

അത്രയും ദൂരം പിന്നിടാൻതന്നെ അവന് രണ്ടുപകലും രാത്രിയും നടക്കേണ്ടിവന്നു. പേഴ്സും പിടിച്ച് നടന്ന ഇത്തിരിപ്പോന്ന ടോംതമ്പ് വീടെത്തുമ്പോഴേക്കും ക്ഷീണിച്ച് അവശനായി. അമ്മ അവനെ ഒരു ധാന്യത്തിന്റെ പുറംതോടിനകത്തിരുത്തി മറ്റൊന്ന് കഴിക്കാൻ കൊടുത്തു. അതൊന്നും ടോംതമ്പിന് പിടിച്ചതേയില്ല. തൂക്കവും വണ്ണവും എല്ലാം കുറഞ്ഞുപോയ അവന് തിരിച്ചുനടക്കാൻ ശേഷിയുണ്ടായിരുന്നില്ല. അതു കൊണ്ട് അവന്റെ അമ്മ അവനെ ഒരു കുതിരയുടെ പുറത്ത് വെച്ചുകെട്ടി. നിർഭാഗ്യവശാൽ, ആ കുതിര കൊട്ടാരമുറ്റത്തെത്തിയപ്പോൾ അതിന്റെ പുറത്തുനിന്നും തെറിച്ചുപോയ ടോംതമ്പ് രാജാവിന്റെ പ്രിയപ്പെട്ട ഭക്ഷണം വിളമ്പിയ പാത്രത്തിൽ വന്നുവീണു.

ദുഷ്ടനായ ആ വേലക്കാരൻ ഉടൻ രാജാവിനോട് പരാതിപ്പെട്ടു. തന്റെ പ്രിയപ്പെട്ട ഭക്ഷണം കേടാക്കിയ ടോംതമ്പിനെ ജയിലിലടയ്ക്കാൻ രാജാവ് കൽപ്പിച്ചു. കുഞ്ഞൻ മനുഷ്യനായതുകൊണ്ട് അവനെ ഒരു എലിപ്പെട്ടിയിലാണ് തടവിലിട്ടത്. കൂട്ടിനകത്തുള്ളത് എലിയാണെന്നു കരുതി ഒരു പൂച്ച അവനെ മാന്തിമുറിപ്പെടുത്താൻ തുടങ്ങി. ഒരാഴ്ചകഴി ഞ്ഞപ്പോൾ രാജാവിന്റെ ദേഷ്യം തണുത്തു. ഒരിക്കൽക്കൂടി ടോംതമ്പിനെ തന്റെ പ്രിയപ്പെട്ടവനാക്കാൻ രാജാവ് തീരുമാനിച്ചു. ഈ സംഭവത്തിനു ശേഷം ടോംതമ്പിന്റെ ജീവിതം വീണ്ടും സുഖസന്തുഷ്ടമായി കഴിഞ്ഞു പോന്നു. തന്റെ കുഞ്ഞു കുസൃതികളുമായി അവൻ കൊട്ടാരത്തിന്റെ ഓമനയായി ജീവിതം തുടർന്നു.

പക്ഷേ അവന്റെ ആ സൗഭാഗ്യത്തിന് അധികനാൾ ആയുസുണ്ടാ യില്ല. എലിയാണെന്നു കരുതി അവനെ ഒരു പൂച്ച കടിച്ചെടുത്തുകൊണ്ട് കടന്നുകളഞ്ഞു. പൂച്ചയോട് ഏറ്റുമുട്ടുന്നതിനിടെ സാരമായി പരിക്കേറ്റ ടോംതമ്പിനെ രക്ഷിക്കാൻ പഴയമന്ത്രവാദിനിതന്നെ വരേണ്ടിവന്നു. അവർ അവനെ അവരുടെ ലോകത്തേക്ക് കൊണ്ടുപോയി. അവിടെ അവനെപ്പോ

ലുള്ള പലരും ഉണ്ടായിരുന്നു. പരിക്കുകളെല്ലാം ഭേദമായി. കുറച്ചു ദിവസം അവിടെ തങ്ങിയതിനുശേഷമാണ് അവൻ മടങ്ങിയത്. പക്ഷേ, മന്ത്രവാദിനികളുടെ ലോകത്തെ സമയവും സാധാരണക്കാരുടെ ലോകത്തെ സമയവും തമ്മിൽ ഏറെ വ്യത്യാസമുണ്ട്.

അവൻ തിരച്ചെത്തിയപ്പോഴേക്കും കാലങ്ങൾ കഴിഞ്ഞുപോയിരുന്നു. അവന്റെ അച്ഛനും അമ്മയും ആർതർരാജാവും എല്ലാം മരിച്ചുപോയി. അവനു പരിചയമുള്ളവരാരും തന്നെ ഇപ്പോഴവിടെ ജീവിച്ചിരിപ്പില്ല. അതുകൊണ്ടുതന്നെ അവനെ കണ്ടതും ആളുകൾ ചിരിക്കാൻ തുടങ്ങി. തൺസ്റ്റൺ ആയിരുന്നു അപ്പോഴത്തെ രാജാവ്. അദ്ദേഹം അവനെ ചോദ്യം ചെയ്തു.

"എന്റെ പേര് പ്രശസ്തമാണ്!
ഞാൻ മാന്ത്രികലോകത്തുനിന്നു വരുന്നു.
ആർതർ രാജാവു ഭരിച്ച കാലത്ത്
ഈ കൊട്ടാരമെന്റെ ഭവനമായിരുന്നു.
അവനെന്റെ രക്ഷകനായിരുന്നു
ഞാനവന്റെ പ്രിയപ്പെട്ടവനും.

ഇതായിരുന്നു ടോംതമ്പ് രാജാവിനു നൽകിയ മറുപടി. അവന്റെ മറുപടി രാജാവിന്റെ പ്രീതിസമ്പാദിക്കാൻ കാരണമായി. അവനോട് ഇഷ്ടം തോന്നിയ രാജാവ് അവനിരിക്കാൻ തന്റെ അരികിലായി ഒരു കുഞ്ഞു സിംഹാസനവും താമസിക്കാൻ ഒരു കുഞ്ഞു സ്വർണക്കൊട്ടാരവും പണിയാനുത്തരവിട്ടു.

ആ കൊട്ടാരത്തിൽ സന്തോഷത്തോടെ ജീവിക്കുന്നതിനിടെ ഒരു ചിലന്തിയുടെ വിഷം തട്ടി ടോംതമ്പ് മരണപ്പെട്ടു. അവന്റെ മരണം കൊട്ടാരത്തെ മുഴുവൻ കണ്ണുനീരിലാഴ്ത്തി. അവനോടുള്ള ആദരവുപ്രകടിപ്പിക്കാൻ ഒരു വെള്ളമാർബിളിൽ അവരിപ്രകാരം എഴുതിവച്ചു....

ഇവിടെ ടോംതമ്പ് ഉറങ്ങുന്നുണ്ട്,
അവൻ ആർതർരാജാവിന്റെ പ്രിയപ്പെട്ടവനായിരുന്നു.
അവൻ ചിലന്തിവിഷംതീണ്ടി മരിച്ചു.
അവന്റെ മരണം ദുഃഖംമാത്രമേ ജനിപ്പിക്കുകയുള്ളു.
നിങ്ങളുടെ മിഴികൾ തുടയ്ക്കുക, തലകുലുക്കുക....
എന്നിട്ടു പറയുക 'പാവം ടോംതമ്പ് മരണപ്പെട്ടിരിക്കുന്നു.'

ഹെന്നിപെന്നി

ഒരുദിവസം ഹെന്നിപെന്നി എന്ന പിടക്കോഴി തോട്ടത്തിൽനിന്നും ചോളംപെറുക്കി തിന്നുകയായിരുന്നു. അപ്പോൾ അവളുടെ തലയിൽ ഒരു പഴം വന്നിടിച്ചുവീണു. ഉടനെ അവൾ കരഞ്ഞുവിളിച്ചു.... "ദൈവമേ ആകാശം ഇടിഞ്ഞുവീഴാൻ പോവുന്നു... ഞാൻ പോയി രാജാവിനെ വിവരം അറിയിക്കട്ടെ."

പോവുംവഴി അവൾ കോക്കിലോക്കിയെ കണ്ടു. "നീ എവിടെ പോവുന്നു ഹെന്നിപെന്നി?" കോക്കിലോക്കി ചോദിച്ചു. "ഹൊ! ഞാൻ രാജാവിനോട് ആകാശം ഇടിഞ്ഞുവീഴാൻ പോവുന്ന കാര്യം പറയാനായി പോവുകയാണ്" ഹെന്നിപെന്നി പറഞ്ഞു. "ഞാനുംകൂടി വരട്ടെ" കോക്കി ലോക്കി ചോദിച്ചു. "വന്നോളൂ" ഹെന്നിപെന്നി പറഞ്ഞു. അങ്ങനെ ഹെന്നിപെന്നിയും കോക്കിലോക്കിയും ആകാശം വീഴാൻ പോവുന്ന കാര്യം രാജാവിനോട് പറയാനായി ബദ്ധപ്പെട്ട് പോയി.

അങ്ങനെ അവർ നടന്നു നടന്ന് നടന്ന് ഡക്കിഡ്യൂഡിലിനെ കണ്ടുമുട്ടി.

"ഹെന്നിപെന്നി, കോക്കിലോക്കി നിങ്ങൾ എങ്ങോട്ടാപോവുന്നത്?" ഡക്കിഡ്യൂഡിൽ ചോദിച്ചു. "ഹൊ ഞങ്ങൾ ആകാശം ഇടിഞ്ഞുവീഴുന്ന കാര്യം രാജാവിനോട് പറയാനായി പോവുകയാണ്." ഹെന്നിപെന്നിയും കോക്കിലോക്കിയും പറഞ്ഞു. "ഞാനും കൂടി വരട്ടെ?" ഡക്കിഡ്യൂഡിൽ ചോദിച്ചു. "വന്നോളൂ" ഹെന്നിപെന്നിയും കോക്കിലോക്കിയും പറഞ്ഞു. അങ്ങനെ ഹെന്നിപെന്നിയും കോക്കിലോക്കിയും ഡക്കിഡ്യൂഡിലുംകൂടി ആകാശം വീഴാൻ പോവുന്നകാര്യം രാജാവിനോട് പറയാനായി പോയി.

അങ്ങനെ അവർ നടന്നു നടന്നു നടന്ന് ഗൂസീപൂസിയെ കണ്ടുമുട്ടി.

"ഹെന്നിപെന്നി, കോക്കിലോക്കി, ഡക്കിഡ്യൂഡിൽ നിങ്ങൾ എങ്ങോ

ട്ടാപോവുന്നത്?" ഗൂസിപൂസി അന്വേഷിച്ചു. "ഹൊ ഞങ്ങൾ ആകാശം ഇടിഞ്ഞുവീഴുന്നകാര്യം രാജാവിനോട് പറയാനായി പോവുകയാണ്." ഹെന്നിപെന്നിയും കോക്കിലോക്കിയും ഡക്കിഡ്യൂഡിലും പറഞ്ഞു.

"ഞാനും വരട്ടെ?" ഗൂസിപൂസി ചോദിച്ചു. "വന്നോളൂ" ഹെന്നിപെന്നിയും, കോക്കിലോക്കിയും, ഡക്കിഡ്യൂഡിലും പറഞ്ഞു. അങ്ങനെ ഹെന്നിപെന്നിയും കോക്കിലോക്കിയും ഡക്കിഡ്യൂഡിലും ഗൂസിപൂസിയും കൂടി ആകാശം ഇടിഞ്ഞുവീഴാൻ പോവുന്നകാര്യം രാജാവിനോട് പറയാനായി പോയി.

അങ്ങനെ അവർ നടന്നു നടന്നു നടന്ന് ടർക്കിലർക്കിയെ കണ്ടുമുട്ടി.

'ഹെന്നിപെന്നി, കോക്കിലോക്കി, ഡക്കിഡ്യൂഡിൽ, ഗൂസിപൂസി നിങ്ങൾ എവിടെ പോകുന്നു?" ടർക്കിലർക്കി ചോദിച്ചു. "ഹൊ, ഞങ്ങൾ ആകാശം ഇടിഞ്ഞുവീഴുന്ന കാര്യം രാജാവിനോട് പറയാനായി പോവുകയാണ്." ഹെന്നിപെന്നിയും കോക്കിലോക്കിയും ഡക്കിഡ്യൂഡിലും, ഗൂസിപൂസിയും പറഞ്ഞു.

"ഞാനും വരട്ടെ?" ടർക്കിലർക്കി ചോദിച്ചു. "വന്നോളൂ" ഹെന്നിപെന്നിയും, കോക്കിലോക്കിയും, ഡക്കിഡ്യൂഡിലും, ഗൂസിപൂസിയും പറഞ്ഞു. അങ്ങനെ ഹെന്നിപെന്നിയും, കോക്കിലോക്കിയും, ഡക്കിഡ്യൂഡിലും, ഗുസിപുസിയും, ടർക്കിലർക്കിയും കൂടി ആകാശം ഇടിഞ്ഞുവീഴാൻ പോവുന്ന കാര്യം രാജാവിനോട് പറയാനായി പോയി.

അങ്ങനെ അവർ നടന്നു നടന്ന് ഫോക്സിവോക്സി എന്ന കുറുക്കച്ചാരെ കണ്ടുമുട്ടി.

"ഹെന്നിപെന്നി, കോക്കിലോക്കി, ഡക്കിഡ്യൂഡിൽ, ഗൂസിപൂസി, ടർക്കിലർക്കി നിങ്ങൾ എവിടെ പോകുന്നു?" ഫോക്സിവോക്സി ചോദിച്ചു. "ഹൊ, ഞങ്ങൾ ഞങ്ങൾ ആകാശം ഇടിഞ്ഞുവീഴുന്ന കാര്യം രാജാവിനോട് പറയാനായി പോവുകയാണ്." ഹെന്നിപെന്നിയും കോക്കിലോക്കിയും ഡക്കിഡ്യൂഡിലും, ഗുസിപുസിയും, ടർക്കിലർക്കിയും പറഞ്ഞു.

"ഞാനും വരട്ടെ?" ഫോക്സിവോക്സി ചോദിച്ചു. "വന്നോളൂ" ഹെന്നിപെന്നിയും, കോക്കിലോക്കിയും, ഡക്കിഡ്യൂഡിലും, ഗൂസിപൂസിയും, ടർക്കിലർക്കിയും പറഞ്ഞു. അങ്ങനെ ഹെന്നിപെന്നിയും, കോക്കിലോക്കിയും, ഡക്കിഡ്യൂഡിലും, ഗൂസിപൂസിയും, ടർക്കിലർക്കിയും, ഫോക്സിവോക്സിയും കൂടി ആകാശം ഇടിഞ്ഞുവീഴാൻ പോവുന്നകാര്യം രാജാവിനോട് പറയാനായി പോയി.

അവർ നടന്ന്, നടന്നു നടന്ന് ഒരു ഇരുണ്ട മാളത്തിൽ എത്തിച്ചേർന്നു. അത് ഫോക്സിവോക്സിയുടെ മാളത്തിന്റെ വാതിലായിരുന്നു. എന്നാൽ ഹെന്നിപെന്നി, കോക്കിലോക്കി, ഡക്കിഡ്യൂഡിൽ, ഗൂസിപൂസി, ടർക്കിലർക്കി എന്നിവരോട് ഫോക്സിവോക്സി പറഞ്ഞത് ഇങ്ങനെയാണ്.... "ഇത് രാജാവിന്റെ കൊട്ടാരത്തിലേക്കുള്ള കുറുക്കുവഴിയാണ്. ഇതുവഴി പോയാൽ വേഗം അങ്ങെത്താം. ഞാനാദ്യം കയറാം എന്റെ പിറകെ

ഹെന്നിപെന്നിയും കോക്കിലോക്കിയും ഡക്കിഡ്യൂഡിലും, ഗൂസിപൂസിയും ടർക്കിലർക്കിയും വരണം."

"വരാം...." ഹെന്നിപെന്നിയും, കോക്കിലോക്കിയും, ഡക്കിഡ്യൂഡിലും, ഗൂസിപൂസിയും, ടർക്കിലർക്കിയും സമ്മതിച്ചു.

അങ്ങനെ ഫോക്സിവോക്സി മാളത്തിനകത്തു കയറിയതും പിറകെ കേറിയ ഹെന്നിപെന്നിയെ കഴുത്തിനു പിടിച്ച് കുഴിയിലേക്കു തള്ളി.

"ബ്ളും!"

പിന്നെ വന്ന ടർക്കിലർക്കിയുടെ തലപിടിച്ച് പിരിച്ചു... പിന്നെ വന്നത് ഗൂസിപൂസി ആയിരുന്നു. അവനെയും തള്ളിത്താഴെയിട്ടു. പിന്നെവന്ന ഡക്കിഡ്യൂഡിലിനെ അടിച്ചു താഴെയിട്ടു.

ഒടുവിൽ കോക്കിലോക്കി മാത്രം രക്ഷപ്പെട്ടു. അവൾ കൊക്കിപ്പിടഞ്ഞുകൊണ്ട് ഓടി.

അപ്പോഴാണ് ഹെന്നിപെന്നി കണ്ണുതുറന്നത്! അവൾ കോക്കിലോക്കിയുടെ കൊക്കരക്കോ കേട്ടു.... സ്വയം പറഞ്ഞു.

"ദൈവമേ.... നേരം വെളുത്തു. മുട്ടയിടാൻ സമയമായി!"

അവൾ മുട്ടയിടാനായി ഓടി.....

പക്ഷേ പിന്നീടൊരിക്കലും ആകാശമിടിയാൻ പോകുന്ന കാര്യം രാജാവിനോടു പറയാൻ അവൾ മെനക്കെട്ടിട്ടേയില്ല.

ഒരു കിണറിലെ മൂന്നുതലകൾ

കോൾചെസ്റ്ററിലെ രാജാവ് വീരശൂരപരാക്രമിയും ബുദ്ധിമാനും പ്രശസ്തനും ആയിരുന്നു.

എല്ലാ പ്രതാപത്തിനുമിടയ്ക്ക് അദ്ദേഹത്തെയും സുന്ദരിയായ രാജകുമാരിയെയും തനിച്ചാക്കി പെട്ടെന്നൊരുനാൾ രാജ്ഞി മരണപ്പെട്ടു. പിന്നെ ഉണ്ടായതെല്ലാം അതിവിചിത്രങ്ങളായ സംഭവങ്ങളായിരുന്നു. പ്രിയപത്നിയുടെ വേർപാടിനു തൊട്ടുപുറകെ രാജാവ് വിരൂപിയായ ഒരു സ്ത്രീയെ വിവാഹം ചെയ്തു. അവൾക്കാകട്ടെ അതിലും വിരൂപിയായ ഒരു മകൾ ഉണ്ടായിരുന്നു. ആ സ്ത്രീ വന്നുകയറിയ ഉടൻ സുന്ദരിയായ രാജകുമാരിയെ രാജാവ് വെറുക്കുന്നതിനായി രാജാവിന്റെ മനസിൽ വിഷംകുത്തിവെച്ചു. അത്രയ്ക്ക് അസൂയാലുക്കളായിരുന്നു ആ സ്ത്രീയും മകളും.

തന്റെ അച്ഛൻകൂടി എതിരായപ്പോൾ രാജകുമാരിക്ക് കൊട്ടാരത്തിലെ ജീവിതം ദുസ്സഹമായി. എങ്ങനെയെങ്കിലും കൊട്ടാരത്തിൽനിന്നും രക്ഷപെട്ടാൽമതി എന്നായി ആ പാവത്തിന്. ഒരുദിവസം പൂന്തോട്ടത്തിൽ അച്ഛനെ തനിച്ചു കാണാനായപ്പോൾ അവൾ കാലിൽവീണ് അച്ഛനോട് തന്നെ കൊട്ടാരംവിട്ടുപോവാൻ അനുവദിക്കണം എന്നപേക്ഷിച്ചു. വേണ്ട സന്നാഹങ്ങളോടെ അവളെ അയക്കാൻ രാജാവുത്തരവിട്ടെങ്കിലും പഴയ കീറച്ചാക്കും, ഒരു പൊട്ടക്കുപ്പിയിൽ വെള്ളവുമൊക്കയേ ദുഷ്ടയായ രാജ്ഞി അവൾക്കു നൽകിയുള്ളൂ.

ഒന്നിനും പരാതിപ്പെടാൻ പോകാതെ കിട്ടിയതുകൊണ്ട് നന്ദിപറഞ്ഞ് അവൾ കൊട്ടാരം വിട്ടിറങ്ങി. പിന്നെ കാടുകളും പുഴകളും തടാകങ്ങളും താണ്ടി അവൾ യാത്രതുടർന്നു.

ഒടുവിൽ അവളൊരു ഗുഹയ്ക്കു മുമ്പിലെത്തി. അവിടെ പ്രായംചെന്ന ഒരാൾ ഇരിപ്പുണ്ടായിരുന്നു.

"ഗുഡ്മോണിംഗ് രാജപുത്രി.... നീ എങ്ങോട്ടാണ്?"

അവൾ വിശേഷങ്ങളെല്ലാം പറഞ്ഞ് തന്റെ കൈവശമുണ്ടായിരുന്ന ഭക്ഷണമെല്ലാം ആ വൃദ്ധനു നൽകി.

പകരം അദ്ദേഹം അവൾക്കു നൽകിയത് ഒരു മാന്ത്രികദണ്ഡ് ആയിരുന്നു. എന്നിട്ടയാൾ ഇങ്ങനെ പറഞ്ഞു. "കുറച്ചുദൂരം പോവുമ്പോൾ നിനക്കു കടന്നുപോവാൻ കഴിയാത്ത മുള്ളുകളുള്ള ഒരു വേലികാണും. അവിടെ എത്തുമ്പോൾ ഇതുകൊണ്ട് മൂന്നുതവണ അടിച്ച് "പ്ലീസ്, എന്നെ പോകാനനുവദിക്കൂ" എന്നുപറയണം. അതു നിനക്കായി തുറക്കും. പിന്നെ നീ ഒരു കിണറിനടുത്തെത്തും, അതിന്റെ കരയിൽ നീ ഇരിക്കണം. എന്തു കണ്ടാലും ഞെട്ടരുത്, എന്താണോ ചെയ്യാനാവശ്യപ്പെടുന്നത് അതു നീ അവിടെ ചെയ്യണം."

അത്രയും പറഞ്ഞ് ആ വൃദ്ധൻ ഗുഹയ്ക്കകത്തേക്കു കയറിപ്പോയി. അദ്ദേഹം പറഞ്ഞപ്രകാരം അവൾ മാന്ത്രികദണ്ഡിന്റെ സഹായത്തോടെ വേലികടന്നുപോയി. കിണറ്റിനടുത്തെത്തിയപ്പോൾ അവൾ അതിന്റെ കരയിൽ ഇരുന്നു. ഉടൻ കിണറിൽനിന്നും ഒരു സ്വർണത്തല പൊങ്ങി വന്നു. ശരീരം കാണാനാവുമായിരുന്നില്ല. ആ തല അവളോടിപ്രകാരം ആവശ്യപ്പെട്ടു.

"എന്നെ കഴുകി, ചീകി, ഉണക്കൂ...."

അപ്രകാരം അവൾ ആ സ്വർണത്തലമുടി കഴുകി, ചീകി, ഉണക്കാനായി തീരത്തു കയറ്റിവെച്ചു.

ഉടൻ രണ്ടാമത്തെ തലയും പൊങ്ങിവന്ന് അവളോടിതുതന്നെ ആവശ്യപ്പെട്ടു. അതിനെയും ഉണക്കാൻവച്ചപ്പോൾ കിണറിൽനിന്നും മൂന്നാമത്തെ തല പൊങ്ങിവന്ന് അപ്രകാരംതന്നെ ആവശ്യപ്പെട്ടു. അവൾ അതും അനുസരിച്ചു. എല്ലാം കഴിഞ്ഞപ്പോൾ കൈവശം ബാക്കിയുണ്ടായിരുന്ന ഇത്തിരി ഭക്ഷണം അവൾ കഴിച്ചു.

അപ്പോൾ ഒന്നാമത്തെ തല സംസാരിച്ചു. "നമ്മളോടിത്രയ്ക്ക് കാരുണ്യംകാണിച്ച ഈ സുന്ദരിക്ക് നിങ്ങളൊക്കെ എന്താണ് പ്രതിഫലം നൽകുന്നത്?" "കണ്ടുമുട്ടുന്ന എല്ലാവരേയും സന്തോഷിപ്പിക്കാൻ അവൾക്കാവട്ടെ എന്നാശിക്കുന്നു."

രണ്ടാംതല പറഞ്ഞു: "ഞാൻ, അവളുടെ ശബ്ദം രാപ്പാടിയുടേതുപോലെ മനോഹരമാവട്ടെ എന്നാശംസിക്കുന്നു."

ഏറ്റവും മഹാനായ ഒരു ചക്രവർത്തിതന്നെ അവളെ വിവാഹം കഴിക്കാനിടയാവട്ടെ എന്നു ഞാനാശംസിക്കുന്നു" മൂന്നാമത്തെ തല പറഞ്ഞു.

"നന്ദി". അവൾ പറഞ്ഞു: "ഞാൻ പോവുംമുമ്പ് നിങ്ങളെ കിണറ്റിലേക്കുതന്നെ ആക്കിതരട്ടെ? നിങ്ങൾ സ്വർണമാണ്... വല്ലവരും കട്ടുകൊണ്ടു പോയ്ക്കളയില്ലേ?" അവൾ അന്വേഷിച്ചു.

അവർ സമ്മതിച്ചു. അങ്ങനെ അവരെ അവൾ തിരിച്ച് വെള്ളത്തിലിറക്കി, യാത്രചോദിച്ചുകൊണ്ട് നടപ്പു തുടർന്നു.

നടന്നുനടന്നു വനത്തിനകത്തെത്തിയ അവൾ നായാട്ടിനായി വനത്തിലെത്തിയ ആ നാട്ടിലെ രാജാവിന്റെ മുമ്പിൽ ചെന്നുപെട്ടു. അവളുടെ അഭൗമമായ സൗന്ദര്യംകണ്ട് രാജാവ് അത്ഭുതപ്പെട്ടു.

"നീയാരാണ് സുന്ദരീ... ഈ വനാന്തരത്തിലൂടെ, തനിച്ച് നീ എങ്ങോട്ടു പോവുന്നു?" രാജാവ് അന്വേഷിച്ചു.

"ഞാൻ കോൾചെസ്റ്ററിലെ രാജപുത്രിയാണ്. എന്റെ ഭാഗ്യംതേടി തനിച്ചിറങ്ങിയതാണു ഞാൻ." മനോഹരമായ ശബ്ദത്തിൽ അവൾ പറഞ്ഞു.

ഉടൻ കുതിരപ്പുറത്തുനിന്നും ചാടിയിറങ്ങിയ രാജാവ് മുട്ടിൽവീണുകൊണ്ട് അവളോട് വിവാഹാഭ്യർഥന നടത്തി.

അദ്ദേഹത്തിന്റെ സ്നേഹാഭ്യർഥനയ്ക്കു മുമ്പിൽ ഒടുവിലവൾ വഴങ്ങി. രാജാവിന്റെ കുതിരപ്പുറത്തേറി അകമ്പടികളോടെ അവൾ കൊട്ടാരത്തിലേക്ക് ആനയിക്കപ്പെട്ടു. അവിടെവച്ച് എല്ലാവിധ ആഘോഷങ്ങളോടെയും അവരുടെ വിവാഹം നടന്നു. കുറച്ചുനാളുകൾക്കുശേഷം ആ ദമ്പതികൾ സർവാഘോഷങ്ങളോടെയും കോൾചെസ്റ്റർ സന്ദർശിച്ചു. തങ്ങളുടെ പ്രിയകുമാരി ഭർത്തൃസമേതയായി തിരിച്ചെത്തിയതറിഞ്ഞ് രാജ്യം ഉത്സവത്തിമിർപ്പിലാറാടി. തങ്ങൾക്കും മീതെ വീണ്ടും കുമാരി എത്തിച്ചേർന്നതറിഞ്ഞ് വിരൂപിയായ രാജ്ഞിയും മകളും വീണ്ടും അസ്വസ്ഥരായി.

അവർ സന്ദർശനം കഴിഞ്ഞ് മടങ്ങിയപ്പോൾ വിരൂപിയും അസൂയാലുവുമായ കുമാരി അമ്മയോട് തനിക്കും തന്റെ ഭാഗ്യം തേടിപ്പോകാൻ അവസരം നൽകണം എന്നാവശ്യപ്പെട്ടു.

രാജപുത്രിക്കു കിട്ടിയതുപോലെ തന്റെ മകൾക്കും സൗഭാഗ്യങ്ങൾ ലഭിക്കും എന്നാഗ്രഹിച്ച് രാജ്ഞി പട്ടുവസ്ത്രങ്ങളും പലവിധ വിഭവങ്ങളും എല്ലാം നൽകി അവളെ യാത്രയാക്കി.

നടന്നു നടന്ന് അവളും രാജകുമാരി കണ്ട അതേ വൃദ്ധനെ കണ്ടുമുട്ടി.

പക്ഷേ, അദ്ദേഹത്തോടു സംസാരിക്കാനോ തന്റെ ഭക്ഷണത്തിൽ നിന്നും തരിമ്പും നൽകാനോ അവൾ തയാറായില്ല. പകരം ആ വൃദ്ധനോട് അവൾ കയർക്കുകയും ചെയ്തു.

അവൾക്കെതിരെ ശാപവചനങ്ങൾ ചൊരിഞ്ഞുകൊണ്ട് അയാൾ ഗുഹയ്ക്കകത്തേക്ക് കയറിപ്പോയി.

മുള്ളുവേലികൊണ്ടുള്ള മതിലിനടുത്തെത്തിയപ്പോൾ മുള്ളുകൾക്കിടയിൽകുത്തി അവളുടെ ദേഹം എല്ലായിടത്തും മുറിഞ്ഞു. ചോരവാർന്നു

കൊണ്ട് അവൾ കിണറ്റിൻകരയിൽ എത്തി. വെള്ളത്തിൽനിന്നും സ്വർണത്തല പൊങ്ങിവന്ന് അവളോട് "എന്നെ കഴുകി, ചീകി, ഉണക്കി ത്തരാമോ" എന്ന് അന്വേഷിച്ചു. പക്ഷേ അവൾ സമ്മതിച്ചില്ല. വെള്ള ത്തിലിറങ്ങി അവൾ സ്വയം കൈയും കാലും കഴുകി വൃത്തിയാക്കി. രണ്ടാമത്തെ സ്വർണത്തലയും മൂന്നാമത്തെ സ്വർണത്തലയും സഹായ മഭ്യർഥിച്ചപ്പോഴും അവൾ അതു നിരസിച്ചു.

മാത്രവുമല്ല ഞാൻ അലക്കുകാരന്റെയും ക്ഷൗരക്കാരന്റെയും മക ളല്ല. നിങ്ങൾക്ക് അത്തരം ജോലിയൊക്കെ ചെയ്യാൻ വേറെ ആളെത്തി രയൂ എന്നൊക്കെ അവൾ അവരോട് ദേഷ്യപ്പെടുകയും ചെയ്തു.

അവർക്കു മുമ്പിലിരുന്ന് വിഭവസമൃദ്ധമായ ഭക്ഷണം കഴിച്ചശേഷം ഒഴിഞ്ഞ കുപ്പികളും പാത്രങ്ങളും അവൾ അവർക്കു നേരെ എറിഞ്ഞു കളഞ്ഞു.

അവർ പരസ്പരം നോക്കി. എന്താണ് ഈ അഹങ്കാരിക്ക് പകരം നൽകുക എന്നാലോചിച്ചു.

"അവളുടെ മുഖത്ത് മായാത്ത കലകൾവന്ന് വൈരൂപ്യം വർധി ക്കട്ടെ!" ഒന്നാംതല പറഞ്ഞു.

"അവളുടെ ശബ്ദം കാക്കയുടേതുപോലെ ആയിത്തീരട്ടെ" രണ്ടാ മത്തെ തല പറഞ്ഞു.

"അവളൊരു ചെരുപ്പുകുത്തിയെ വിവാഹം ചെയ്യാനിടവരട്ടെ." മൂന്നാ മത്തെ സ്വർണത്തല ശപിച്ചു.

മൂന്നുതലകളും വെള്ളത്തിനടിയിലേക്കു അപ്രത്യക്ഷരായി. വിരൂ പിയായ ആ കുമാരി പിന്നെയും നടന്നുകൊണ്ടിരുന്നു.

നടന്നുനടന്ന് നഗരത്തിലെത്തിയതും അവളുടെ വൃത്തികെട്ട രൂപം കണ്ട് തെരുവുകുട്ടികൾ അവൾക്കു പിറകെ കൂടി കൂവി ആർത്തു. താൻ കോൾചെസ്റ്റർ രാജാവിന്റെ മകളാണെന്നു പറയാൻ ഒരുങ്ങിയപ്പോഴാവട്ടെ അവളുടെ ശബ്ദം കാക്കയുടേതുപോലെ ആയിരുന്നു.

നഗരത്തിൽ ഒരു ചെരുപ്പുകുത്തി ഉണ്ടായിരുന്നു. പണമില്ലാതെയാ യപ്പോൾ അയാൾ മുഖത്തെ കലകൾ മാറ്റാനുള്ള ചില ലേപനങ്ങളുടെ വിൽപ്പനയ്ക്കായി ഇറങ്ങിയിരിക്കുകയാണ്.

മുഖത്തെ പാടുകൾ കാരണം കരയുന്ന ആ വിരൂപിയെകണ്ട് അയാൾ അടുത്തുചെന്ന്, തന്റെ മരുന്ന് അവൾക്കു പകർന്നുനൽകി. അവ ളുടെ പെരുമാറ്റവും പൊങ്ങച്ചവുംകൊണ്ട് അവൾ രാജപുത്രിയാണെന്നു അയാൾ തിരിച്ചറിഞ്ഞു. തന്നെ വിവാഹംചെയ്യാമെങ്കിൽ മുഴുവൻ മരുന്നും തന്ന് രോഗം ഭേദമാക്കാമെന്ന് അയാൾ ഏറ്റു.

എന്തുവേണമെങ്കിലും ചെയ്യാം എന്ന് കരഞ്ഞുകൊണ്ട് അവൾ സമ്മതിച്ചു.

അവളും ഭർത്താവിനോടൊപ്പം കൊട്ടാരത്തിലെത്തി. പക്ഷേ, ആഘോഷമോ വരവേൽപ്പോ ഒന്നും ലഭിച്ചില്ല. മാത്രവുമല്ല ആളുകൾ അടക്കിപ്പിടിച്ച് ചിരിക്കുകയും ചെയ്തു. മകളുടെ ഗതികേടു കണ്ട അസൂയാലുവായ രാജ്ഞി ഉടൻ ആത്മഹത്യചെയ്തു. അവരുടെ മരണം ഒരു കണക്കിന് രാജാവിന് ആശ്വാസമായി. വേഗം തന്നെ 100 പൗണ്ട് നൽകി ചെരുപ്പുകുത്തിയെയും മകളെയും രാജാവു പറഞ്ഞയച്ചു.

പണവുമായി ആരുമറിയാത്ത ഒരിടത്തു ചെന്ന് ചെരിപ്പുകുത്തിക്കൊണ്ട് അവർ ജീവിതം തള്ളിനീക്കി.

ശ്രീമാൻ ഫോക്സ്

മേരി സുന്ദരിയായ യുവതിയാണ്. എണ്ണിയാൽ തീരാത്തത്ര കാമുകന്മാരും അവൾക്കുണ്ട്.

സ്നേഹസമ്പന്നരും അഭിമാനികളുമായ രണ്ട് സഹോദരന്മാർക്കൊപ്പമാണ് അവളുടെ ജീവിതം. അവൾ വരനെ സ്വയം തിരഞ്ഞെടുക്കണേ എന്നതാണ് ആ സഹോദരന്മാരുടെ എപ്പോഴത്തെയും പ്രാർഥന.

അവളോട് പ്രണയാഭ്യർഥനനടത്തിയവരിൽ ഏറ്റവും സുന്ദരനും മിടുക്കനും ശ്രീമാൻ ഫോക്സ് ആയിരുന്നു. അവന്റെ നിർബന്ധത്തിനു വഴങ്ങി അവനെ വിവാഹം കഴിക്കാൻ അവൾ സമ്മതിച്ചു. അവളെ കൊണ്ടുപോവാൻ ഒരുങ്ങുന്ന കൊട്ടാരത്തെപ്പറ്റിയൊക്കെ ഏറെ വർണിക്കുമായിരുന്നുവെങ്കിലും ഒരിക്കലും അവൻ അവളെയൊ സഹോദരങ്ങളെയോ അങ്ങോട്ട് ക്ഷണിച്ചില്ല.

ഇതു വളരെ വിചിത്രമായി തോന്നിയ മേരി എങ്ങനെയെങ്കിലും ആ കൊട്ടാരമൊന്നു കാണണം എന്നുറച്ചു.

അങ്ങനെ വിവാഹത്തിനുമുമ്പുള്ള ഒരുദിവസം മിസ്റ്റർ ഫോക്സ് തന്റെ സഹോദരന്മാർക്കൊപ്പം പുറത്തുപോയ ഒരുനേരത്ത് അവൾ രഹസ്യമായി വീടിനു പുറത്തിറങ്ങി മിസ്റ്റർ ഫോക്സിന്റെ കൊട്ടാരമന്വേഷിച്ച് പുറപ്പെട്ടു.

ഏറെ തിരഞ്ഞ്, അലച്ചിലുകൾക്കൊടുവിൽ അവൾ കൊട്ടാരം കണ്ടുപിടിച്ചു, ഉറപ്പുള്ള മനോഹരമായ ആ കൊട്ടാരത്തിന്റെ കവാടത്തിൽ ഇങ്ങനെ എഴുതിവെച്ചിരിക്കുന്നത് അവൾ കണ്ടു.

“ധൈര്യമായിരിക്കൂ ധൈര്യമായിരിക്കൂ...”

ധൈര്യം സംഭരിച്ച് അവൾ ആ കവാടം തുറന്ന് അകത്തുകടന്നു. വിശാലമായ വിജനമായ തുറസായ മുറ്റം, അതിന്റെ അവസാനം ഒരു ചെറിയവാതിൽ. അതിനുമുകളിൽ ഇങ്ങനെ എഴുതിയിരിക്കുന്നു.

"ധൈര്യമായിരിക്കൂ, ധൈര്യമായിരിക്കൂ പക്ഷേ ഒരുപാട് ധൈര്യമായിക്കൂടാ."

അവൾ ആ വാതിലും കടന്ന് തുറന്ന വിശാലമായ ഒഴിഞ്ഞുകിടക്കുന്ന ഹാളിലൂടെ ഗോവണിച്ചുവട്ടിലെത്തി. ഗോവണിക്കു മുകളിൽ ഒഴിഞ്ഞ ഗാലറി. അതിന്റെ അറ്റത്ത് സൂര്യവെളിച്ചം കടന്നുവരുന്ന ജനലുകൾ, ജനലിലൂടെ മനോഹരമായ ഉദ്യാനം കാണാം. ഒരറ്റത്ത് വീണ്ടുമൊരു വാതിൽ അതിനുമുകളിൽ ഇപ്രകാരം കൊത്തിവച്ചിരിക്കുന്നു.

"ധൈര്യമായിരിക്കൂ, ധൈര്യമായിരിക്കൂ പക്ഷേ ഒരുപാടുധൈര്യം വേണ്ട. ഒടുവിൽ നിങ്ങളുടെ ധൈര്യം ചോർന്നുപോവും."

അവൾ വീണ്ടും നടന്നു. ഒടുവിലവൾ എത്തിച്ചേർന്ന സ്ഥലത്തു കണ്ട കാഴ്ച അതിഭയാനകമായിരുന്നു.

ഒരുപാടു മെഴുകുതിരികൾ കത്തിച്ചുവെച്ച വിശാലമായ ഹാൾ....! ചുറ്റിനും ആളുകളുടെ തല തൂങ്ങിക്കിടക്കുന്നു. കസേരകളിലും തറയിലും മനുഷ്യരുടെ അസ്ഥികൂടങ്ങൾ പരന്നുകിടക്കുന്നു. വിവാഹവസ്ത്രത്തോടെതന്നെ മരിച്ചുകിടക്കുന്ന സുന്ദരികളായ യുവതികളുടെ ശവശരീരങ്ങൾ.

ആ കാഴ്ച കൂടുതൽ നേരം നോക്കിനിൽക്കാൻ അവൾക്കായില്ല. ഭയംകൊണ്ട് വിറച്ച് അവൾ തിരിഞ്ഞോടി. ഓരോ വാതിലുകളും കടന്ന് ഓടുന്നതിനിടയ്ക്ക് ആ കാഴ്ച അവൾ കണ്ടു. ഒരു പാവം യുവതിയുടെ തലമുടിയിൽ പിടിച്ച് വലിച്ചിഴച്ചുകൊണ്ടുവരുന്ന ഫോക്സ്! ഹാളിലൂടെ ഗോവണിക്കു മുകളിലൂടെ അവളെ വലിച്ചു കയറ്റുന്നു. ഗോവണിയുടെ കൈവരിയിൽ അള്ളിപ്പിടിച്ച് കുതറി രക്ഷപ്പെടാൻ ശ്രമിച്ച അവളുടെ കൈ ഫോക്സ് നിഷ്കരുണം വാളുകൊണ്ട് വെട്ടിക്കളഞ്ഞു. വിവാഹമോതിരമണിഞ്ഞ ആ മനോഹരമായ കൈപ്പത്തി തെറിച്ച്, ഭയന്നുമാറി ഒളിഞ്ഞിരുന്ന മേരിയുടെ മടിയിൽത്തന്നെ വന്നുവീണു.

തന്നെ അയാൾ കണ്ടതുതന്നെ എന്നവൾ ഭയന്നു. പക്ഷേ ഫോക്സ് വീണ്ടും ആ പാവത്തിനെ വലിച്ചും ഇഴച്ചും വെട്ടിയും മുകൾനിലയിലേക്കു കയറ്റിക്കൊണ്ടുപോയി.

ആ തക്കംനോക്കി മേരി ജീവനുംകൊണ്ട് ഓടി രക്ഷപ്പെട്ടു. ഓടുന്നതിനിടയിൽ ആ യുവതിയുടെ ദീനരോദനം മേരിക്ക് കേൾക്കാമായിരുന്നു. വീട്ടിലെത്തിയപ്പോഴും ആ മോതിരമിട്ട കൈ മേരിയുടെ കൈവശം ഉണ്ടായിരുന്നു.

അടുത്തദിവസം വിവാഹകരാർ ഒപ്പിട്ടശേഷം മേരിയുടെ സഹോദരന്മാർക്കൊപ്പം ഫോക്സും മടങ്ങിവന്നു. എല്ലാ അയൽവാസികളേയും പ്രാതലിന് അവരുടെ വീട്ടിലേക്കു ക്ഷണിച്ചിരുന്നു. മേരി വധുവിന്റെ വേഷവിധാനങ്ങളോടെ ഫോക്സിന് അഭിമുഖമായി വന്നിരുന്നു.

"നീ എന്താ പ്രിയേ ക്ഷീണിച്ചിരിക്കുന്നത്?" അവൻ അന്വേഷിച്ചു.

മേരി അവന്റെ മുഖത്തുനോക്കി. ശാന്തമായി പറഞ്ഞു. "അതെ! ഞാനിന്നലെ രാത്രി ഒരു ഭീകരസ്വപ്നം കണ്ടു, അതിന്റെ ക്ഷീണമാണ്."

"സ്വപ്നങ്ങൾ വ്യർഥമാണ് പ്രിയേ.... എന്നാലും പറയ്.... എന്തായിരുന്നു ആ സ്വപ്നം?'

മേരി ശാന്തമായി പറഞ്ഞുതുടങ്ങി. തന്റെ പ്രിയതമന്റെ കൊട്ടാരമന്വേഷിച്ച് പോയതും... ഓരോന്നും വിശദമായി അവൾ വർണിച്ചു... ഓരോഘട്ടത്തിലും ഫോക്സ് അത് നിഷേധിക്കാൻ ശ്രമിച്ചു.

ഒടുവിൽ ഫോക്സ് ആ യുവതിയെ വലിച്ചിഴച്ചുകൊണ്ടുവരുന്നതിന്റെ വിവരണമെത്തിയപ്പോൾ അയാൾ പതിയെ ഇരിപ്പിടത്തിൽ നിന്നെഴുന്നേറ്റു... താനല്ല... എല്ലാം വെറും സ്വപ്നമാണ് എന്നൊക്കെ അയാൾ പറയുന്നുണ്ടായിരുന്നു... പക്ഷേ മേരി വിവരണം തുടർന്നു.

ഒടുവിൽ അവളുടെ മുഖത്തെ ചിരി മാഞ്ഞു, ശാന്തത മാഞ്ഞു.... ദേഷ്യം കൊണ്ടവൾ അലറി.....

താനല്ല അതൊന്നും ചെയ്തത്, താനൊരു പാവമാണ് എല്ലാം നിന്റെ സ്വപ്നങ്ങൾ മാത്രമാണ് എന്നൊക്കെ പറഞ്ഞു തടിയൂരാൻ നോക്കിയ ഫോക്സിനു നേരെ ജീവനറ്റ ആ കൈപ്പത്തിയവൾ ഉയർത്തിക്കാട്ടി. പിന്നെ വർധിച്ച കോപത്തോടെ അവനെ ശപിച്ചു.

അതോടെ കേട്ടിരുന്ന അയൽവാസികളും നാട്ടുകാരും ഇളകിമറിഞ്ഞു.

അവർ ഉയർത്തിപ്പിടിച്ച വാളുമായി ഫോക്സിനുനേരെ തിരിഞ്ഞു.... അവർ അവനെ നുറുക്കി കഷണം കഷണമാക്കിക്കളഞ്ഞു.

അങ്ങനെ അർഹിച്ച ശിക്ഷയും അവനു ലഭിച്ചു.

ഡിക്ക് വിനിങ്ട്ടണും അവന്റെ പൂച്ചയും

അഞ്ഞൂറു വർഷങ്ങൾക്കുമുമ്പ് ഡിക്ക് വിനിംഗ്ട്ടൺ എന്ന ഒരു കുട്ടി ജീവിച്ചിരുന്നു. അച്ഛനും അമ്മയും നേരത്തെ മരിച്ചുപോയ അവൻ ചെറുപ്പത്തിൽ ഭക്ഷണത്തിന് നന്നേ കഷ്ടപ്പെട്ടു. ഉരുളക്കിഴങ്ങും, ഉണങ്ങിയ ധാന്യങ്ങളുമൊക്കെ പെറുക്കിത്തിന്നാണ് അവൻ വളർന്നുവന്നത്. ഗ്രാമവാസികൾ എല്ലാം ദരിദ്രരായിരുന്നതുകൊണ്ട് അവനെ സഹായിക്കാൻ ആരും തന്നെ ഉണ്ടായിരുന്നില്ല.

അക്കാലത്ത് ഗ്രാമവാസികൾ കൂട്ടംകൂടിയിരുന്ന് സംസാരിച്ചിരുന്നതൊക്കെയും ലണ്ടനിലെ സമ്പത്തിനെക്കുറിച്ചായിരുന്നു. എന്നും പാട്ടും നൃത്തവും എല്ലാം നടക്കുന്ന ആ രാജ്യത്തുള്ളവരെല്ലാം സമ്പന്നരാണെന്നും അവിടത്തെ നിരത്തുകൾവരെ സ്വർണം പാകിയതാണെന്നും വരെ ആളുകൾ പറഞ്ഞു. ഇതെല്ലാം കേട്ട ഡിക്കിന് ഈ ദാരിദ്ര്യം പിടിച്ച ഗ്രാമംവിട്ട് അങ്ങോട്ടു പോയാൽ കൊള്ളാമെന്ന് മോഹമുദിച്ചു.

അങ്ങനെ ഇരിക്കെ ഒരുദിവസം എട്ട് കുതിരകളെ കെട്ടിയ ഒരു വലിയ വാഹനം അവരുടെ ഗ്രാമത്തിലെത്തി. ഡിക്ക് ആ വണ്ടിക്കാരനോടു കൂട്ടുകൂടി; തന്നെക്കൂടി ലണ്ടനിലേക്കു കൊണ്ടുപോകണമെന്നഭ്യർഥിച്ചു. അച്ഛനും അമ്മയും ഇല്ലാത്ത ഒരു പാവമാണവൻ എന്നറിഞ്ഞ് അലിവു തോന്നിയ അയാൾ അവനെ കൂടെക്കൂട്ടാം എന്നുസമ്മതിച്ചു.

ദിവസങ്ങൾ നീണ്ടയാത്രയ്ക്കൊടുവിൽ ഡിക്ക് ആ സ്വപ്നനഗരിയിൽ എത്തിച്ചേർന്നു. പക്ഷേ അവിടെ കണ്ട കാഴ്ച അവനെ നിരാശനാക്കി എന്നു പറഞ്ഞാൽപ്പോരാ, അവന്റെ ഹൃദയം കിടുങ്ങിപ്പോയി. സ്വർണ്ണം പാകിയ വീഥികൾക്കുപകരം, നാറുന്ന, അഴുക്കുചാലുകൾ നിറഞ്ഞു കവിഞ്ഞ വഴികൾ.... പാട്ടും നൃത്തവും ആഘോഷവുമായി ജീവിക്കുന്ന സമ്പന്നർക്കുപകരം രോഗവും പകർച്ചവ്യാധികളുമായി കഷ്ടപ്പെ

ടുന്ന ചേരിപ്രദേശനിവാസികൾ....സ്വർണം പാകിയ പാതകൾപോയിട്ട് മനോഹരമായതൊന്നും എത്ര അലഞ്ഞുനടന്നിട്ടും ഡിക്കിന് കാണാൻ കഴിഞ്ഞില്ല.

നടന്നു നടന്നു ക്ഷീണിച്ച ഡിക്ക് തെരുവോരത്തുതന്നെ വീണു കിടന്ന് ഉറങ്ങിപ്പോയി. രാവിലെ ഉറക്കമുണർന്ന്, വയറുവിശന്നപ്പോൾ അവൻ വഴിയാത്രക്കാരോട് കൈനീട്ടി യാചിച്ചു. കിട്ടിയ ചില്ലറ തുട്ടുകൾ കൊണ്ട് വിശപ്പടക്കി. കുറച്ചുദിവസത്തേക്ക് അവനൊരു വയലിൽ ജോലിചെയ്തു. പക്ഷേ അതു കുറച്ചുനാളുകൊണ്ട് തീർന്നു. അവൻ വീണ്ടും പട്ടിണിയിലായി.

ഇനി എന്തുചെയ്യണം എന്നറിയാതെ അവൻ വീണ്ടും അലച്ചിൽ തുടർന്നു. ഒരുദിവസം അലച്ചിലുകൾക്കൊടുവിൽ അവൻ ഫിറ്റ്സ് വാറൻ എന്ന ഒരു മുതലാളിയുടെ വീടിനു മുമ്പിൽക്കിടന്ന് ഉറങ്ങിപ്പോയി. പക്ഷേ ദുഷ്ടയായ അവിടത്തെ വേലക്കാരിക്ക് അവന്റെ കിടപ്പ് സുഖിച്ചില്ല. അവൾ അവനെ അസഭ്യം പറയുകയും എഴുന്നേറ്റു പോവാഞ്ഞപ്പോൾ അഴുക്കു വെള്ളം അവന്റെമേൽ കോരിയൊഴിക്കുകയും ചെയ്തു. എന്നിട്ടും അവൻ അനങ്ങാഞ്ഞപ്പോൾ അവൾ ചൂടുവെള്ളം കോരി ഒഴിച്ചു. അതിനിടയിൽ അങ്ങോട്ടുവന്ന മുതലാളി അവനെ കണ്ടു. ദയാലുവായ അയാൾ കാര്യങ്ങൾ അന്വേഷിച്ചു. താൻ ലണ്ടനിൽ എത്തിപ്പെട്ട കഥകളും ജോലി അന്വേഷിച്ച് വലഞ്ഞതും എല്ലാം ഡിക്ക് അദ്ദേഹത്തോടു പറഞ്ഞു. നാളുകളായി ഒന്നും കഴിക്കാൻ കിട്ടാതെ ക്ഷീണിച്ചതുകൊണ്ടാണ് അവന് എഴുന്നേറ്റു മാറാൻ കഴിയാത്തത് എന്നുകൂടി കേട്ടപ്പോൾ അദ്ദേഹം അവനെ എടുത്ത് വീടിനകത്തേക്ക് കൊണ്ടുവരാൻ ഭൃത്യന്മാരോട് ആവശ്യപ്പെട്ടു. അവിടന്നു അവന് കഴിക്കാൻ നല്ല ഭക്ഷണം കിട്ടി. പിന്നീട് ആ മുതലാളി അവന് അടുക്കളയിൽ പാചകക്കാരിയുടെ സഹായി ആയി അവിടെത്തന്നെ ജോലിയും നൽകി.

ആ വീട്ടിൽ ഡിക്കിന് പരമസുഖമായിരുന്നു. പക്ഷേ ദുഷ്ടയായ ആ പാചകക്കാരി ആവുംപോലെ അവനെ ഉപദ്രവിച്ചു കൊണ്ടിരുന്നു. രാവും പകലും അവൾ അവനെശാസിച്ചു. അവൻ ചെയ്യുന്നതിനെയെല്ലാം അവൾ കുറ്റപ്പെടുത്തി. കയ്യിൽ കിട്ടുന്നതെന്തോ-ചൂലോ, വടിയോ എന്താണെങ്കിലും അതുവെച്ച് അവൾ അവനെ അടിച്ചു.

ഒടുവിൽ ഡിക്കിന്റെ കഷ്ടപ്പാടുകളെക്കുറിച്ച് ഫിറ്റ്സ് വാറന്റെ മകൾ ആലീസ് അറിയാനിടയായി. ഡിക്ക് അവരുടെ എല്ലാവരുടേയും പ്രിയപ്പെട്ടവനായിരുന്നു. അതുകൊണ്ടുതന്നെ അവനോട് ദുഷ്ടത്തരം കാണിച്ചാൽ ജോലിയിൽനിന്നും പിരിച്ചുവിടും എന്നവൾ പാചകക്കാരിയെ താക്കീതു ചെയ്തു.

അതിനുശേഷം പാചകക്കാരിയുടെ സ്വഭാവത്തിൽ ലേശം മാറ്റങ്ങൾവന്നു. പക്ഷേ ഡിക്കിന്റെ കഷ്ടപ്പാട് മറ്റൊരുവിധത്തിൽ തുടർന്നു. രാത്രി അവൻ ഉറങ്ങുന്ന മുറിയുടെ ചുമരിന് കുറേ അധികം ദ്വാരങ്ങൾ ഉണ്ടായിരുന്നു. അവയ്ക്കുള്ളിലൂടെ ധാരാളം എലികൾ ഓടിക്കളിച്ചു. അവ

അവനെ മാന്തിയും കടിച്ചും ഉപദ്രവിച്ചു. ചിലദിവസം അവന് ഉറങ്ങാനേ സാധിച്ചില്ല.

അങ്ങനെ ഇരിക്കെ ഒരുദിവസം ഷൂ വൃത്തിയാക്കിക്കൊടുത്തതിന് അവന് ഒരണ പ്രതിഫലം കിട്ടി. അതുമായി അവൻ ഒരു പെൺകുട്ടിയുടെ കൈയ്യിൽനിന്നും ഒരു പൂച്ചയെ വാങ്ങിച്ചു. ആ പൂച്ച നല്ലവണ്ണം എലികളെ പിടിക്കുന്ന ഒന്നായിരുന്നു. അങ്ങനെ ഡിക്ക് ആ പൂച്ചയെ തന്റെ മുറിക്കകത്ത് വളർത്തുവാൻ തുടങ്ങി. തന്റെ അത്താഴത്തിൽനിന്നും ഒരുപങ്ക് അവനതിനു ഭക്ഷണമായി നൽകി. കുറച്ചുനാളുകൾക്കകം അവന് എലികളെക്കൊണ്ടുള്ള ശല്യം മാറിക്കിട്ടി. അവൻ എല്ലാ ദിവസവും രാത്രി നന്നായിട്ടുറങ്ങി.

കുറച്ചുനാളുകൾ കഴിഞ്ഞപ്പോൾ ഫിറ്റ്സ് വാറൻ മുതലാളിയുടെ കപ്പൽ, വ്യാപാരത്തിനു പോവുന്ന കാലം വന്നു. തന്റെ വ്യാപാരത്തിനൊപ്പം തന്റെ തൊഴിലാളികൾക്ക് വല്ലതും വിൽപ്പനയ്ക്കായി ഉണ്ടെങ്കിൽ അതുകൂടി കൊണ്ടുപോകുന്ന പതിവ് അദ്ദേഹത്തിനുണ്ടായിരുന്നു. അത്രയും അവർക്കു ലാഭംകിട്ടിക്കോട്ടെ എന്ന നല്ല മനസുള്ള ആളായിരുന്നു അദ്ദേഹം.

അങ്ങനെ ഓരോരുത്തരും തങ്ങളുടെ കൈവശമുള്ള പലതും നൽകി. പാവം ഡിക്കിനുമാത്രം ഒന്നും കൊടുക്കാനുണ്ടായിരുന്നില്ല. അവനൊരു പൂച്ചമാത്രമെ സ്വന്തമായിട്ട് ഉണ്ടായിരുന്നുള്ളൂ. ഒടുവിൽ മുതലാളിയുടെ ആവശ്യപ്രകാരം ദുഃഖത്തോടെ അവൻ അതിനെ വിൽപ്പനയക്കായി കൊടുത്തയച്ചു. അതിനെ പിരിയുന്നതിനുള്ള അവന്റെ വിഷമം കണ്ട ആലീസ് മറ്റൊരു പൂച്ചയെ വാങ്ങാനുള്ള പണം നൽകിക്കൊണ്ട് അവനെ സഹായിച്ചു.

വീട്ടുകാർക്കും ആലീസിനും ഡിക്കിനോടുള്ള ഇഷ്ടം കണ്ട പാചകക്കാരി വീണ്ടും അസൂയ മൂത്തു. പൂച്ചയെ വിൽപ്പനക്കയച്ചതും പറഞ്ഞ് അവൾ ഡിക്കിനെ കുത്തുവാക്കുകൾ പറഞ്ഞ് നോവിക്കാനും പരിഹസിക്കാനും തുടങ്ങി. “പൂച്ചയെവിറ്റുകിട്ടുന്ന പണം നിനക്കൊരു വടിവാങ്ങാൻ തികയുമോ?” എന്നൊക്കെയായിരുന്നു അവളുടെ പരിഹാസം.

അവളുടെ പരിഹാസം കേട്ടു മടുത്ത ഡിക്ക് അവിടംവിടാൻ തീരുമാനിച്ചു. ഭാണ്ഡംകെട്ടി അവൻ യാത്രക്കൊരുങ്ങി. നവംബർ മാസം 17-ാം തീയതി ഒരു ആഘോഷദിവസമാണ് അവൻ യാത്ര പുറപ്പെട്ടത്. കുറെ നടന്ന് ക്ഷീണിച്ചപ്പോൾ അവൻ ഒരു കല്ലിനുമുകളിൽ ഇരുന്നു. ഇനി ഏതു വഴിപോകണം എന്ന് ആലോചിച്ചു. അപ്പോൾ ബോ ചർച്ചിലെ പള്ളിമണികൾ മുഴങ്ങുന്നത് അവൻ കേട്ടു. അവ പറയുന്നതനുസരിച്ചു ചെയ്യാം എന്നവൻ ഉറപ്പിച്ചു. മണിമുഴങ്ങിയതിങ്ങനെ ആയിരുന്നു.

“മടങ്ങിപ്പോവൂ, വിനിംഗ്ട്ടൺ...

ലണ്ടൻ നഗരത്തിന്റെ പ്രഭു...”

“ലണ്ടണിലെ പ്രഭു... താനോ?” ഡിക്ക് അത്ഭുതസ്തബ്ധനായി. എന്ത്, താൻ ലണ്ടനിലെ മേയറാവുമെങ്കിൽ പിന്നെ ആ ദുഷ്ടയുടെ

പരിഹാസം കേട്ടു മടങ്ങുന്നതെന്തിന്? അവിടെ തുടരുകതന്നെ" അവൻ ഉറച്ചു.

അങ്ങനെ ഡിക്ക് മടങ്ങി, തന്റെ അടുക്കള ജോലികളിൽ മുഴുകി.

ഇനി നമുക്ക് പാവം ഡിക്കിന്റെ പ്രിയപ്പെട്ട പൂച്ചയ്ക്ക് എന്തുസംഭവിച്ചു എന്നുനോക്കാം. യൂണിക്കോൺ എന്ന വ്യാപാരക്കപ്പൽ കടലിലൂടെ ഏറെ ദൂരം പോയി ബാർബറി തീരത്തണഞ്ഞു. വെറും അപരിഷ്കൃതർ ആയിരുന്നു അവിടത്തെ താമസക്കാർ. വ്യാപാരത്തിൽ തൽപ്പരനായ അവിടത്തെ രാജാവ് ഇംഗ്ലണ്ടിൽനിന്നുള്ള വിൽപ്പനസാധനങ്ങൾ വിശദമായി കാണാനായി കപ്പൽ നാവികനെ കൊട്ടാരത്തിലെ അത്താഴവിരുന്നിന് ക്ഷണിച്ചു. രാജാവിനോടൊപ്പം അത്താഴത്തിനിരുന്ന നാവികൻ കണ്ടതാവട്ടെ.... കൊട്ടാരത്തിലെ തീൻ മുറിക്കകത്ത് ഇഷ്ടംപോലെ ഓടിക്കളിക്കുന്ന എലികൾ. വിലപിടിച്ച പരവതാനികളും മേശവിരിപ്പുകളും, ഭക്ഷണസാധനങ്ങളും വരെ അവ നശിപ്പിക്കുന്നു.....

നാവികൻ രാജകുംടുംബാംഗങ്ങളോട് കാര്യം അന്വേഷിച്ചു. ആ ജിവികളുടെ ശല്യം ഒഴിവാക്കികൊടുക്കുന്നവർക്ക് പാതിരാജ്യംവരെ നൽകുമെന്നുവരെ രാജാവ് പ്രഖ്യാപിച്ചിട്ടുണ്ടത്രെ! അവ അദ്ദേഹത്തിന്റെ ഉറക്കറയിൽവരെ എത്തി, ഉറക്കംകെടുത്തുകകൂടി ചെയ്യുമെന്നും നാവികൻ അറിഞ്ഞു.

എല്ലാംകേട്ട നാവികനു സന്തോഷമായി. അയാൾ പാവം ഡിക്കിനെയും അവന്റെ ഏകസമ്പാദ്യമായ എലിയെ പിടിക്കാൻ മിടുക്കനായ പൂച്ചയെയും ഓർത്തു. പിന്നെ അയാൾ തന്റെ അടുത്ത് ഈ എലിശല്യത്തിനു പരിഹാരമുണ്ടെന്നും പറഞ്ഞു പൂച്ചയുടെ കാര്യം അവതരിപ്പിച്ചു. ആ കാര്യം കേട്ടതും ആ അത്ഭുതജീവിയെ കാണാനും സ്വന്തമാക്കാനും രാജാവിന് ധൃതിയായി.

പക്ഷേ നല്ലവണ്ണം കച്ചവടം പഠിച്ച ആളായതുകൊണ്ട് നാവികൻ ആ പൂച്ച കപ്പലിലെ എലികളെ നശിപ്പിക്കും, വലിയ ഉപകാരിയാണ്, വിൽക്കാൻ മനസുണ്ടായിട്ടല്ലാ, എന്നെല്ലാം പറഞ്ഞ് പരമാവധി വിലകിട്ടത്തക്കവിധം കാര്യങ്ങൾ കൊണ്ടെത്തിച്ചു.

അതിനുശേഷം അയാൾ പൂച്ചയെ കൊട്ടാരത്തിലേക്കു കൊണ്ടുവന്നു. കൊട്ടാരത്തിലെമ്പാടും ഓടിത്തിമർക്കുന്ന എലികളെ കണ്ടതും ആരും ആവശ്യപ്പെടാതെതന്നെ പൂച്ച ജോലി തുടങ്ങി. ഓടിക്കിതച്ചു എലികൾ മിക്കതും നിമിഷങ്ങൾക്കകം ചത്തുമലച്ചു. അല്ലാത്തവ നിമിഷാർധംകൊണ്ട് ഓടി ഒളിച്ചു.

കൂർത്ത നഖങ്ങളും പല്ലുമെല്ലാമുള്ള അവനെ കയ്യിലെടുക്കാൻ ആദ്യം രാജ്ഞി അടക്കം എല്ലാവരും ഭയന്നെങ്കിലും പതിയെ അവൻ അവരുടെ മടിയിൽ കയറിപ്പറ്റി. രാജ്ഞിയുടെ മടിയിലിരുന്നുതന്നെ അവൻ ഉറങ്ങുകയും ചെയ്തു.

ഒരു മടിയും കൂടാതെ ധാരാളം പണം രാജാവ് നാവികനു നൽകി. പൂച്ചയുടെ കുഞ്ഞുങ്ങൾ കൂടി പെറ്റുപെരുകുന്നതോടെ രാജ്യം മുഴുവൻ എലിശല്യത്തിൽനിന്നും രക്ഷപ്പെടുമെന്ന് രാജാവ് കണക്കുകൂട്ടിയിരുന്നു.

കപ്പലുമുഴുവൻ സമ്പാദ്യവുമായി നാവികൻ ഫിറ്റ്സ് വാറന്റെ വീട്ടിൽ തിരിച്ചെത്തി. സംഭവങ്ങളെല്ലാം കേട്ട ഫിറ്റ്സ്വാറൻ പാവം ഡിക്കിനു കൈവന്ന ഭാഗ്യമോർത്ത് സന്തോഷിച്ചു. അദ്ദേഹം എല്ലാ തൊഴിലാളികളെയും വിളിച്ചുകൂട്ടി. അവരിൽ അസൂയാലുക്കളായ പലരും ഒരു ചെറിയ പയ്യനായ ഡിക്കിന് ഇത്രയും പണം ആവശ്യമില്ലെന്നൊക്കെ സൂത്രമിറക്കിയെങ്കിലും ഫിറ്റ്സ് വാറൻ അതൊന്നും വകവെച്ചില്ല. അദ്ദേഹം ആ സന്തോഷവാർത്ത അറിയിക്കാനായി ഡിക്കിനെ വിളിപ്പിച്ചു.

അടുക്കളയിൽ ചെളിയും കരിയും പുരണ്ട് നിന്നിരുന്ന ഡിക്ക് മടിച്ചു മടിച്ചാണ് മുതലാളിയുടെ അടുത്തെത്തിയത്. കാര്യങ്ങൾ കേട്ടതും എല്ലാവരുംകൂടി തന്നെ കളിയാക്കുകയാണെന്നേ ഡിക്ക് കരുതിയുള്ളൂ.

"സത്യമാണ് ഡിക്ക്." നാവികൻ പറഞ്ഞു. "ഞങ്ങൾക്കെല്ലാം നിന്നെ ഓർത്ത് അഭിമാനം തോന്നുന്നു. ഈ കച്ചവടം നടന്നപ്പോൾ ഞാനെത്ര സന്തോഷിച്ചുവെന്നോ.... നിന്റെ പൂച്ചയെ ഞാൻ ബാർബറി രാജാവിനു വിറ്റു. അദ്ദേഹം പകരംതന്നതാണ് ഇക്കണ്ടതെല്ലാം. ഇത് നമ്മുടെ മുതലാളിയുടെ എല്ലാസമ്പത്തിനെക്കാളും അധികം വരും. നീ ശരിക്കും സന്തോഷിക്ക്...."

"ഇനിയിപ്പൊ ഇതെല്ലാം സൂക്ഷിക്കാൻ ഒരു സുരക്ഷിതമായ ഇടമാണ് നിനക്കാവശ്യം." മുതലാളി പറഞ്ഞു.

പാവം ഡിക്കിന് സന്തോഷിക്കേണ്ടത് എങ്ങനെ എന്നുപോലും അറിയില്ലായിരുന്നു. അത്രയും സമ്പത്ത് എന്തുചെയ്യുമെന്നും അവന് അറിയില്ലായിരുന്നു. അതുകൊണ്ട് തന്നെ ഇത്രയുംനാൾ സഹായിച്ചതിന് പകരമായി മുതലാളി അതെല്ലാം എടുത്തോളൂ എന്നായി അവൻ. പക്ഷേ, ഫിറ്റ്സ് വാറൻ സമ്മതിച്ചില്ല. "വേണ്ട, വേണ്ട, ഇതെല്ലാം നിനക്കർഹമായതാണ്. എല്ലാം നന്നായി നോക്കാൻ നിനക്കാവും. എനിക്കുറപ്പാണ്."

എന്നിട്ടും നല്ലവനായ ഡിക്ക് തന്റെ സ്വത്തിൽ നല്ലൊരു പങ്ക് തന്റെ സഹപ്രവർത്തകർക്കും ആലീസിനും എല്ലാമായി വീതംവെച്ചുകൊടുത്തു. അവനെ അത്രയും നാൾ ഉപദ്രവിച്ച പാചകക്കാരിക്കുപോലും അവൻ കുറച്ച് വക ദാനമായിട്ട് കൊടുത്തു.

പിന്നീട് അവനോട് നല്ല വസ്ത്രങ്ങൾ വാങ്ങി ധരിക്കാൻ മുതലാളി ആവശ്യപ്പെട്ടു. സ്വന്തമായി വീടുണ്ടാക്കുംവരെ അവിടെത്തന്നെ താമസിച്ചോളാനും മുതലാളി അവന് അനുവാദം കൊടുത്തു.

കുളിച്ച്, വൃത്തിയായി, മുടി ഒതുക്കിവെട്ടി, ഒന്നാന്തരം കോട്ടും സ്യൂട്ടുമെല്ലാം ധരിച്ച ഡിക്ക് വിനിംഗ്ട്ടണൺ ഇപ്പോൾ ഒരുത്തമ പുരുഷനായി. സുന്ദരൻ, മാന്യൻ. ഒറ്റക്കാഴ്ചയിലേ ആരും ഇഷ്ടപ്പെട്ടുപോവും. അവന്റെ അപ്പോഴത്തെ ഭാവങ്ങൾ കണ്ടപ്പോൾ അത്രയുംനാൾ അവനോട് ദയാവായ്പു തോന്നിയ ആലീസിന്റെ മനസിൽ അവനോട് അനുരാഗം ഉദിച്ചു. തനിക്കു പറ്റിയ വരൻ അവനാണെന്ന് അവൾ മനസിലുറച്ചു. ഡിക്കിന്റെ മനസിലും മോഹമുദിക്കാതിരുന്നില്ല.

ഒടുവിൽ കാര്യം മുതലാളിയുടെ ചെവിയിലെത്തി. സന്തോഷ ത്തോടെ അദ്ദേഹം അവരുടെ വിവാഹം നിശ്ചയിച്ചു. വിവാഹദിനം വന്നെത്തി. പള്ളിയിലെ പുരോഹിതർ, മേയർ, രാജകുടുംബാംഗങ്ങൾ, വലിയ വ്യാപാരികൾ, വ്യവസായ പ്രമുഖർ തുടങ്ങി എല്ലാവരും ചടങ്ങിൽ സംബന്ധിച്ചു സൽക്കാരം സ്വീകരിച്ചു.

മിസ്റ്റർ വിനിംഗ്ട്ടണും ഭാര്യയും ഏറെക്കാലും സന്തോഷത്തോടെ ജീവിച്ചു. അവർക്ക് കുറെ മക്കളും ജനിച്ചു എന്നാണ് ചരിത്രം പറയുന്നത്.

വൃദ്ധയും പന്നിയും

ഒരുദിവസം വീടു വൃത്തിയാക്കുന്നതിനിടയ്ക്ക് വൃദ്ധയ്ക്ക് ഒരു കുഞ്ഞു ആറുരൂപാ നാണയം കിട്ടി. “എന്ത്, ഇത്ര ചെറിയ നാണയം കൊണ്ട് ഞാനെന്തുചെയ്യും? ചന്തയിൽ പോയി ഒരു ചെറിയ പന്നിക്കുട്ടിയെ വാങ്ങിക്കാം.” അവർ ചിന്തിച്ചു.

അങ്ങനെ അവർ ഒരു ചെറിയ പന്നിയെ വാങ്ങി. അതിനെയുംകൊണ്ട് വീട്ടിലേക്കു നടന്നു. വരുന്നവഴിക്ക് ഒരു പാലം ഉണ്ട്, പന്നി അതിനു മുകളിലൂടെ നടക്കില്ല.

അങ്ങനെ വൃദ്ധ കുറച്ച് മുമ്പോട്ടു നടന്നു. അവർ ഒരു നായയെ കണ്ടു. “നായേ, നായേ... പന്നിയെ കടിക്കാമോ? പന്നി പാലം കടക്കുന്നില്ല. എനിക്കു രാത്രിയായാലും വീട്ടിൽ എത്താൻ കഴിയില്ല.” പക്ഷേ നായ തയാറായില്ല.

കുറച്ചുകൂടി നടന്നപ്പോൾ അവൾ ഒരു വടി കണ്ടു. “വടിയേ, വടിയേ... നായയെ അടിക്ക്; നായ പന്നിയെ കടിക്കുന്നില്ല. പന്നി പാലം കടക്കുന്നില്ല. എനിക്ക് രാത്രിയായാലും വീട്ടിലെത്താൻ കഴിയില്ല.” പക്ഷേ വടി തയ്യാറായില്ല.

കുറച്ചുകൂടി നടന്നപ്പോൾ വൃദ്ധ കുറച്ച് തീ കണ്ടു. “തീയേ, തീയേ, വടിയെ കത്തിക്ക്, വടി നായയെ അടിക്കുന്നില്ല, നായ പന്നിയെ കടിക്കുന്നില്ല. പന്നി പാലം കടക്കുന്നില്ല. എനിക്കു രാത്രിയായാലും വീടെത്താൻ കഴിയില്ല.” പക്ഷേ തീ തയാറായില്ല.

കുറച്ചുകൂടി നടന്നപ്പോൾ വൃദ്ധ കുറച്ചു വെള്ളം കണ്ടു. “വെള്ളം, വെള്ളം... തീ കെടുത്ത്, തീ വടിയെ കത്തിക്കുന്നില്ല, വടി നായയെ അടിക്കുന്നില്ല, നായ പന്നിയെ കടിക്കുന്നില്ല. പന്നി പാലം കടക്കുന്നില്ല.

എനിക്കു രാത്രിയായാലും വീടെത്താൻ കഴിയില്ല." പക്ഷേ വെള്ളം തയാറായില്ല.

കുറച്ചുകൂടി നടന്നപ്പോൾ വൃദ്ധ ഒരു പശുവിനെ കണ്ടു. "പശുവെ, പശുവേ, വെള്ളം കുടിക്ക്, വെള്ളം തീ കെടുത്തുന്നില്ല, തീ വടിയെ കത്തിക്കുന്നില്ല, വടി നായയെ അടിക്കുന്നില്ല, നായ പന്നിയെ കടിക്കുന്നില്ല. പന്നി പാലം കടക്കുന്നില്ല. എനിക്കു രാത്രിയായാലും വീടെത്താൻ കഴിയില്ല." പക്ഷേ പശു തയാറായില്ല.

കുറച്ചുദൂരംകൂടി നടന്നപ്പോൾ വൃദ്ധ ഒരു കശാപ്പുകാരനെ കണ്ടു. "കശാപ്പുകാരാ, കശാപ്പുകാരാ, പശുവിനെ കൊല്ല്, പശു വെള്ളം കുടിക്കുന്നില്ല, വെള്ളം തീ കെടുത്തുന്നില്ല, തീ വടിയെ കത്തിക്കുന്നില്ല, വടി നായയെ അടിക്കുന്നില്ല, നായ പന്നിയെ കടിക്കുന്നില്ല. പന്നി പാലം കടക്കുന്നില്ല. എനിക്കു രാത്രിയായാലും വീടെത്താൻ കഴിയില്ല." പക്ഷേ കശാപ്പുകാരൻ തയാറായില്ല.

കുറച്ചുദൂരംകൂടി നടന്നപ്പോൾ വൃദ്ധ ഒരു കയറിനെ കണ്ടു. "കയറേ, കയറേ, കശാപ്പുകാരനെ തൂക്കിക്കൊല്ല്. കശാപ്പുകാരൻ പശുവിനെ കൊല്ലുന്നില്ല. പശു വെള്ളം കുടിക്കുന്നില്ല, വെള്ളം തീ കെടുത്തുന്നില്ല, തീ വടിയെ കത്തിക്കുന്നില്ല, വടി നായയെ അടിക്കുന്നില്ല, നായ പന്നിയെ കടിക്കുന്നില്ല, പന്നി പാലം കടക്കുന്നില്ല. എനിക്കു രാത്രിയായാലും വീടെത്താൻ കഴിയില്ല." പക്ഷെ കയർ തയാറായില്ല.

കുറച്ചുദൂരംകൂടി നടന്നപ്പോൾ വൃദ്ധ ഒരു എലിയെ കണ്ടു. "എലിയേ, എലിയേ, കയറുകടിച്ചു മുറിക്ക്. കയർ കശാപ്പുകാരനെ തൂക്കിക്കൊല്ലുന്നില്ല, കശാപ്പുകാരൻ പശുവിനെ കൊല്ലുന്നില്ല. പശു വെള്ളം കുടിക്കുന്നില്ല, വെള്ളം തീ കെടുത്തുന്നില്ല, തീ വടിയെ കത്തിക്കുന്നില്ല, വടി നായയെ അടിക്കുന്നില്ല, നായ പന്നിയെ കടിക്കുന്നില്ല, പന്നി പാലം കടക്കുന്നില്ല, എനിക്കു രാത്രിയായാലും വീടെത്താൻ കഴിയില്ല." പക്ഷേ എലി തയാറായില്ല.

കുറച്ചുകൂടി നടന്നപ്പോൾ വൃദ്ധ ഒരു പൂച്ചയെ കണ്ടു. "പൂച്ചേ, പൂച്ചേ.. എലിയേ കൊല്ല്. എലി കയറ് പൊട്ടിക്കുന്നില്ല, കയർ കശാപ്പുകാരനെ തൂക്കിക്കൊല്ലുന്നില്ല, കശാപ്പുകാരൻ പശുവിനെ കൊല്ലുന്നില്ല, പശു വെള്ളം കുടിക്കുന്നില്ല, വെള്ളം തീ കെടുത്തുന്നില്ല, തീ വടിയെ കത്തിക്കുന്നില്ല, വടി നായയെ അടിക്കുന്നില്ല, നായ പന്നിയെ കടിക്കുന്നില്ല. പന്നി പാലം കടക്കുന്നില്ല. എനിക്കു രാത്രിയായാലും വീടെത്താൻ കഴിയില്ല." പക്ഷേ പൂച്ച അവരോട് പറഞ്ഞു: "നിങ്ങൾ പോയി പശുവിന്റെ അടുത്തുനിന്നും കുറച്ചു പാലുവാങ്ങി കൊണ്ടുവരൂ. ഞാൻ എലിയെ കൊല്ലാം." അതുകൊണ്ട് വൃദ്ധ നേരെ പശുവിന്റെ അടുത്തേക്കു ചെന്നു.

"നിങ്ങൾ പോയി കുറച്ച് വൈക്കോൽ കൊണ്ടുതരൂ. ഞാൻ പാലുതരാം." പശു പറഞ്ഞു. വൃദ്ധ നേരെ വൈക്കോൽക്കൂനയുടെ അടുത്തേക്കു പോയി. പശുവിന് വൈക്കോൽ കൊണ്ടുകൊടുത്തു. വൈക്കോൽ തിന്നതും പശു പാലുകൊടുത്തു. പാലുമായി വൃദ്ധ പൂച്ചയ്ക്കടുത്തെത്തി.

പാലുകിട്ടിയപ്പോൾ പൂച്ച എലിയെ കൊല്ലാനൊരുങ്ങി. ഉടൻ എലി കയറുമുറിക്കാൻ തുടങ്ങി. ഉടനെ കയറ് കശാപ്പുകാരനെ തൂക്കാനൊരുങ്ങി, ഉടനെ കശാപ്പുകാരൻ പശുവിനെ കൊല്ലാനൊരുങ്ങി, ഉടനെ പശു വെള്ളം കുടിക്കാനൊരുങ്ങി, ഉടനെ വെള്ളം തീ കെടുത്താനൊരുങ്ങി, ഉടനെ തീ വടിയെ കരിക്കാനൊരുങ്ങി, ഉടനെ വടി നായയെ അടിക്കാനൊരുങ്ങി, ഉടനെ നായ പന്നിയെ കടിക്കാനൊരുങ്ങി, ഉടനെ പന്നിക്കുട്ടൻ പാലത്തിലൂടെ നുഴഞ്ഞുകയറി അപ്പുറത്തേക്കു ചാടി! അങ്ങനെ രാത്രിക്കുമുമ്പെ വൃദ്ധ വീട്ടിലെത്തി.

ജാക്ക് തന്റെ ഭാഗ്യംതേടി പുറപ്പെട്ട കഥ

ഒരിക്കൽ ഒരിടത്ത് ജാക്ക് എന്നുപേരുള്ള ഒരു പയ്യൻ ഉണ്ടായിരുന്നു. ഒരുദിവസം രാവിലെ അവൻ തന്റെ അന്നംതേടി യാത്രപുറപ്പെട്ടു.

കുറേദൂരംപോകും മുമ്പ് അവൻ ഒരു പൂച്ചയെ കണ്ടുമുട്ടി.

“നീ എവിടെപ്പോവുന്നു ജാക്ക്?” പൂച്ച ചോദിച്ചു.

“ഞാൻ എന്റെ ഭാഗ്യംതേടി പോവുകയാണ്.”

“ഞാനും വരട്ടെ കൂടെ?”

“വന്നോളൂ, ആളു കൂടുന്തോറും സന്തോഷംകൂടും.” ജാക്ക് പറഞ്ഞു.

അങ്ങനെ ജാക്കും പൂച്ചയും നടന്നു. കുറച്ചുദൂരം പോയപ്പോൾ അവർ ഒരു നായയെ കണ്ടുമുട്ടി.

“നിങ്ങൾ എവിടെ പോവുന്നു ജാക്ക്?” നായ ചോദിച്ചു.

“ഞാൻ എന്റെ ഭാഗ്യംതേടി പോവുന്നു.”

“ഞാൻകൂടെ വരട്ടെ?”

“വന്നോളൂ. ആളു കൂടുന്തോറും സന്തോഷംകൂടും.” ജാക്ക് പറഞ്ഞു.

ജാക്കും പൂച്ചയും പട്ടിയുംകൂടി അങ്ങനെ നടന്നു. കുറച്ചുദൂരം പോയപ്പോൾ അവർ ഒരു ആടിനെ കണ്ടു.

“നീ എവിടെപോകുന്നു ജാക്ക്?” ആട് ചോദിച്ചു.

“ഞാൻ എന്റെ ഭാഗ്യംതോടി പോവുകയാണ്.”

“ഞാനും കൂടെ വരട്ടെ?’

“വന്നോളൂ. ആളു കൂടുന്തോറും സന്തോഷവും കൂടും.”

അങ്ങനെ ജാക്കും പൂച്ചയും പട്ടിയും ആടും കൂടെ നടപ്പു തുടർന്നു. കുറച്ചു ദൂരം പോയപ്പോൾ അവർ ഒരു കാളയെ കണ്ടു.

“നീ എവിടെ പോകുന്നു ജാക്ക്?” കാള ചോദിച്ചു.

"ഞാൻ എന്റെ ഭാഗ്യം തിരഞ്ഞുപോവുകയാണ്."

"ഞാനും കൂടി വരട്ടെ?"

"വന്നോളൂ. ആളു കൂടുന്തോറും സന്തോഷം കൂടും."

അങ്ങനെ ജാക്കും പൂച്ചയും പട്ടിയും ആടും കാളയും കൂടി നടപ്പു തുടർന്നു. കുറച്ചുദൂരം പോയപ്പോൾ അവർ ഒരു പൂവൻകോഴിയെ കണ്ടു.

"നീ എവിടെ പോകുന്നു ജാക്ക്?" പൂവൻകോഴി ചോദിച്ചു.

"ഞാൻ എന്റെ ഭാഗ്യംതിരഞ്ഞു പോവുകയാണ്."

"ഞാനുംകൂടി വരട്ടെ."

"വന്നോളൂ, ആളു കൂടുന്തോറും സന്തോഷം കൂടും."

അങ്ങനെ ജാക്കും പൂച്ചയും നായയും ആടും കാളയും പൂവൻ കോഴിയുംകൂടി നടപ്പുതുടർന്നു.

അവർ രാത്രിയാവുവോളം നടന്നു. അവർക്കു രാത്രി തങ്ങാൻ ഒരിടം അന്വേഷിക്കേണ്ട നേരമായി. നടന്നുനടന്ന് അവർ ഒരു വീടു കണ്ടു. കൂട്ടുകാരെ പുറത്തുനിർത്തി ജാക്ക് ജനലിലൂടെ വീടിനകത്തു താമസിക്കാമോ എന്നെത്തിനോക്കി. അവിടെ കണ്ട കാഴ്ചയോ? ഒരുസംഘം കൊള്ളക്കാർ വലിയ ബാഗുകൾ നിറയെ സ്വർണക്കട്ടികൾ എണ്ണുന്നു.

"ആ സ്വർണം എന്റേതാവും." ജാക്ക് സ്വയം പറഞ്ഞു. "ഞാനെന്റെ ഭാഗ്യം കണ്ടെത്തിക്കഴിഞ്ഞു."

അങ്ങനെ അവൻ തിരിച്ചുവന്ന് തന്റെ സുഹൃത്തുക്കളോട് താൻ പറയുംവരെ ആരും ശബ്ദിക്കുരുത്, താനടയാളം കാട്ടുമ്പോൾ ആവുന്നത്ര ഉച്ചത്തിൽ ശബ്ദംവയ്ക്കണം എന്നെല്ലാം ശട്ടംകെട്ടി.

അങ്ങനെ ജാക്ക് അടയാളംകാട്ടിയതും പൂച്ച കരഞ്ഞു, നായ കുരച്ചു, ആട് കരഞ്ഞു, പശു അമറി, പൂവൻകോഴി കൂവി. എല്ലാംകൂടി അതിഭയാനകമായ ഒച്ചയായി. കൊള്ളക്കാർ ഞെട്ടിവിറച്ച് ചാടി എഴുന്നേറ്റ്, സ്വർണക്കട്ടികളെല്ലാം ഉപേക്ഷിച്ച് ഓടി. ഉടനെ ജാക്കും കൂട്ടുകാരും സ്വർണവും വീടും എല്ലാം കൈക്കലാക്കി.

ജാക്ക് ബുദ്ധിമാനായിരുന്നു. കൊള്ളക്കാർ സ്വർണംതിരിച്ചെടുക്കാൻ രാത്രി വൈകുമ്പോൾ വരാതിരിക്കില്ല എന്നവൻ ഊഹിച്ചു. അതുകൊണ്ട് ഉറങ്ങാൻ പോയപ്പോൾ അവൻ പൂച്ചയെ ആടുന്ന കസേരയ്ക്കടിയിൽ കിടത്തി, നായയെ മേശക്കടിയിൽ, ആടിനെ മുകൾനിലയിൽ, കാളയെ ചിമ്മിനിക്കകത്ത്, പൂവൻകോഴിയെ മേൽക്കൂരയിലേക്കും കയറ്റിവിട്ടു.

എന്നിട്ടവൻ ഉറങ്ങാൻ പോയി.

കൊള്ളക്കാരിൽ ഒരാൾ രാത്രി വൈകിയപ്പോൾ സ്വർണം തിരിച്ചെടുക്കാനായി പതുങ്ങി വന്നു. പക്ഷേ അവൻ മടങ്ങിച്ചെന്ന് അവരോടു പറഞ്ഞത് ഭയാനകമായ ഒരു കഥയായിരുന്നു.

"ഞാൻ തിരിച്ചുചെന്നപ്പോൾ..." അയാൾ പറഞ്ഞു, "ഞാൻ നടന്നു ക്ഷീണിച്ചതുകൊണ്ട് ആ ചാരുകസേരയിൽ ഒന്നിരുന്നു... ഹൊ.... അമ്മൊ

അവിടെ ഒരു വയസി ഇരുന്ന് തുന്നുന്നു. അവരുടെ സൂചി എന്റെ മേൽ തറച്ചുകയറി." (അതു പൂച്ചയാണ്, നിങ്ങൾക്ക് അറിയാമല്ലോ.)

പിന്നെ പണം തിരഞ്ഞ് ഞാനൊരു മേശയ്ക്കടുത്തു ചെന്നു. അവിടെ ഒരു ചെരുപ്പുകുത്തി അവന്റെ കത്തി എന്റെ കാലിൽ കുരുങ്ങി. (നിങ്ങൾക്കറിയാമല്ലോ അതു നായയാണ്.)

"ഞാൻ മുകൾനിലയിലേക്കു കേറാൻ നോക്കി, അവിടെ ഒരാളുണ്ട്, ഹൊ അവനെന്നെ ചവിട്ടി തെറിപ്പിച്ചു. (നിങ്ങൾക്കറിയാമല്ലോ അത് ആടായിരുന്നു.)

ചിമ്മിനിയിലേക്കു കയറാൻ നോക്കിയപ്പോളോ അവിടെ ഇരുന്ന ആൾ എന്നെ ചവിട്ടി താഴെയിട്ടു. (അത് പശുവാണ്.)

ഒടുവിൽ മേൽക്കൂരയിലേക്കു കേറാൻ നോക്കിയപ്പോഴാവട്ടെ അവിടെനിന്നും ഒരാൾ കൂവിവിളിച്ചു. (അറിയാലോ, അത് കോഴിയാണ്)

ഒടുവിൽ എല്ലാവരും ചേർന്ന് സ്വർണവും പണവും ജാക്കിന് നേടിക്കൊടുത്തു.

റെഡ് റൈഡിങ് ഹുഡ്

ഒരിടത്ത് ഒരു ചെറിയപെൺകുട്ടി ജീവിച്ചിരുന്നു. അവളുടെ മുത്തശ്ശി തുന്നിക്കൊടുത്ത ചുവന്ന ശിരോവസ്ത്രമടക്കമുള്ള ഒരു കോട്ടും ധരിച്ചാണ് അവളെപ്പോഴും നടന്നിരുന്നത്. അതുകൊണ്ട് അവളെ എല്ലാവരും ലിറ്റിൽ റെഡ് റൈഡിംഗ് ഹുഡ് എന്നുവിളിച്ചു.

ഒരുദിവസം കേക്കുണ്ടാക്കിക്കൊണ്ടിരിക്കുന്നതിനിടയ്ക്ക് അവളുടെ അമ്മ അവളോടിങ്ങനെ പറഞ്ഞു.

"നീ നിന്റെ കോട്ടും എടുത്തിട്ട് പോയി മുത്തശ്ശിക്ക് ഈ കേക്കു കൊണ്ടുകൊടുത്തിട്ട് വാ. അവർക്ക് സുഖമാണോ എന്നും അന്വേഷിക്കൂ."

അതുകേട്ടതും അവൾ പുറപ്പെട്ടു. മുത്തശ്ശിയെ അവൾക്ക് വലിയ ഇഷ്ടമായിരുന്നു. അവർ അവൾക്കു വേണ്ടി പലതും ഉണ്ടാക്കിക്കൊടുക്കും. പക്ഷേ അവളുടെ മുത്തശ്ശി താമസിക്കുന്നിടത്തേക്ക് ഒരു വലിയ വനം കടന്നുവേണം പോവാൻ. വനത്തിനകത്ത് മരംവെട്ടുകാരെല്ലാം ഉള്ളതുകൊണ്ട് പോകാൻ അവൾക്കു വലിയ ഭയമൊന്നും തോന്നിയില്ല. തനിക്കെതിരെ ചെന്നായ നടന്നുവരുന്നത് അവൾ കണ്ടു. ചെന്നായ എതിരെ വന്നിട്ടും അവൾ ഭയമൊന്നുംകൂടാതെ തന്നെ മുന്നോട്ടു നടന്നു.

ചെന്നായ പാവമാണെന്ന് അവൻ വരുന്നതുകണ്ടപ്പോഴേ അവളങ്ങ് ഉറപ്പിച്ചു. കാഴ്ചയ്ക്കും സംസാരത്തിനും അവൻ ഒരു പാവത്താനായിരുന്നുതാനും.

"ഞാൻ എന്റെ മുത്തശ്ശിക്ക് ഈ കേക്ക് കൊണ്ടുകൊടുക്കാനും അവരുടെ ക്ഷേമമന്വേഷിക്കാനും ഒക്കെയായിട്ട് പോവുകയാണ്." ലിറ്റിൽ റെഡ് റൈഡിംഗ് ഹുഡ് പറഞ്ഞു.

"അവർ ഒരുപാടു ദൂരെയാണോ താമസം?" ചെന്നായ സൂത്രത്തിൽ അന്വേഷിച്ചു.

“റോഡിനു നേരെ നടന്നാൽ അത്രദൂരമൊന്നുമില്ല” അവൾ പറഞ്ഞു. പക്ഷെ ഞാനീ വനത്തിലെ പൂക്കളേയും പൂമ്പാറ്റകളേയും ഒക്കെ കാണാനായി വനത്തിലൂടെ പോകുന്നെന്നേ ഉള്ളൂ.”

“ശരി, ഗുഡ് ലക്ക്” ചെന്നായ ആശംസിച്ചു. “നിന്റെ മുത്തശ്ശിയോട് എന്റെ അന്വേഷണംകൂടി അറിയിക്കണേ....” അവൻ ഓർമിപ്പിച്ചു.

എന്നിട്ടവൻ വേഗം പോയി മറഞ്ഞു. പക്ഷെ അവൻ നേരെ റോഡു വഴി മുത്തശ്ശിയുടെ അടുത്തേക്കാണ് വച്ചുപിടിച്ചത്. ഒരാഴ്ചയായിട്ട് ഇരയൊന്നും കിട്ടാതെ അവൻ പട്ടിണിയിലായിരുന്നു. അവിടെ ചെന്ന് അവൻ കതകിനു മുട്ടി.

“ഡും, ഡും, ഡും....”

“ആരാണ്?” കിടക്കയിൽ കിടന്ന് മുത്തശ്ശി വിളിച്ചുചോദിച്ചു.

“ഞാനാണ്, ലിറ്റിൽ റെഡ് റൈഡിംഗ് ഹുഡ്. ഞാൻ കേക്കുകൊണ്ടു തരാനും മുത്തശ്ശിയുടെ സുഖവിവരം തിരക്കാനുമായിട്ട് വന്നതാണ്” തന്റെ സ്വരം ആവുന്നത്ര മാറ്റി ചെന്നായ വിളിച്ചുപറഞ്ഞു.

“വാതിൽപ്പിടി തിരിക്ക്.... അപ്പോൾ കതകുതുറന്നു വരും.” മുത്തശ്ശി സന്തോഷത്തോടെ പറഞ്ഞു.

വാതിൽ തുറന്ന് അകത്തു കടന്ന ദുഷ്ടൻ ചെന്നായ പാവം മുത്തശ്ശിയെ മുഴുവനും തിന്നുകളഞ്ഞു!

പിന്നെ പോയി കതകടച്ച് അവൻ മുത്തശ്ശിയുടെ കിടക്കയിൽ കയറി പുതച്ചുമൂടി കിടന്നു.

പൂമ്പാറ്റകളുടെ പിറകെ ഓടിയും പൂക്കളിറുത്തും പഴങ്ങൾ പറിച്ച് തിന്നും ആടിപ്പാടി ലിറ്റിൽ റെഡ് റൈഡിംഗ് ഹുഡ് അപ്പോഴേക്കും അവിടെ എത്തിച്ചേർന്നു. അവൾ കതകിൽ മുട്ടി വിളിച്ചു...

“ഡും! ഡും! ഡും!”

“ആരാണത്?” തന്റെ സ്വരംമാറ്റി ചെന്നായ വിളിച്ചുചോദിച്ചു.

മുത്തശ്ശിയുടെ സ്വരം മാറിപ്പോയതുപോലെ അവൾക്കു തോന്നി. അവർക്കു പനി പിടിച്ചുകാണും. അവൾ കരുതി.

“ഞാനാണ്, ലിറ്റിൽ റെഡ് റൈഡിംഗ് ഹുഡ്. ഒരു പാത്രം കേക്കും തന്ന് മുത്തശ്ശിയുടെ സുഖവിവരം തിരക്കാൻ അമ്മ പറഞ്ഞു വിട്ടതാണ് എന്നെ” അവൾ വിളിച്ചുപറഞ്ഞു.

“വാതിൽപ്പിടി തിരിക്ക്...കതകു തുറന്നുവരും.”

അവൾ കതകുതുറന്ന് അകത്തുകയറി. മുത്തശ്ശി കിടക്കയിൽ കിടക്കുകയാണെന്നു തന്നെ അവൾ കരുതി. കുടിലിനകത്ത് ഇരുട്ടായിരുന്നു. ശരിക്കങ്ങോട്ടു കാണാൻ വയ്യ. മാത്രവുമല്ല ചെന്നായ സൂത്രത്തിൽ മുഖം ചുമരിനുനേരേ തിരിച്ചാണ് കിടന്നത്. ആകാവുന്നത്ര സ്വരം മാറ്റി അവൻ പറഞ്ഞു:

“വന്നെനിക്കൊരു ഉമ്മ താ മോളേ....”

തന്റെ കോട്ടഴിച്ചുവച്ച് അവൾ കിടക്കയിലേക്കു കയറി.

"മുത്തശ്ശി.... മുത്തശ്ശി... മുത്തശ്ശിയുടെ കയ്യിനെന്തു വണ്ണം."

"അതുനിന്നെ കെട്ടിപ്പിടിക്കാനാണു മോളെ."

"മുത്തശ്ശി..... മുത്തശ്ശി... മുത്തശ്ശിയുടെ കാലിനെന്തു വണ്ണം."

"അതു നിന്റെ ഒപ്പം ഓടാനാണു മോളെ."

"മുത്തശ്ശി....മുത്തശ്ശി... മുത്തശ്ശിയുടെ ചെവിക്കെന്തു വലുപ്പം."

"അതു നീ പറയുന്നതു ശരിക്ക് കേൾക്കാനാണു മോളെ..."

"മുത്തശ്ശി.....മുത്തശ്ശി.... മുത്തശ്ശിയുടെ പല്ലെന്ത്ര വലുത്."

"അതു നിന്നെ തിന്നാനാണ് മോളെ." അതും പറഞ്ഞ് ദുഷ്ടനായ ആ ചെന്നായ അവളെയും കടിച്ചുമുറിച്ച് തിന്നുകളഞ്ഞു.

ചിൽദെ റോളണ്ട്

ചിൽദെ റോളണ്ടും അവന്റെ സഹോദരങ്ങളുംകൂടി കളിക്കുകയായിരുന്നു. അവരുടെ സഹോദരി ബർദ് ഹെലൻ അവർക്കിടയിൽ കളിക്കുന്നുണ്ട്.

ബർദ് ഹെലന് സഹോദരൻമാരോടും, സഹോദരന്മാർക്ക് തിരിച്ചും വലിയ സ്നേഹമാണ്. കളിയിൽ അവളായിരുന്നു എപ്പോഴും അവർക്ക് കൂട്ട്. ഒരുദിവസം അവർ പള്ളിമുറ്റത്ത് കളിച്ചുകൊണ്ടിരിക്കുകയായിരുന്നു. ചിൽദെ റോളണ്ട് പന്ത് കാലുകൊണ്ടു തട്ടി മുട്ടിൻമേലിട്ട് പിടിച്ച് വീണ്ടും പള്ളിക്കപ്പുറത്തേക്ക് തട്ടിക്കളഞ്ഞു. അവനാണ് ബർദ് ഹെലന്റെ താഴെയുള്ള, അവളുടെ പ്രിയപ്പെട്ട സഹോദരൻ. അതുകൊണ്ടുതന്നെ ആരു ജയിക്കും എന്നതിനെ ചൊല്ലി അവർക്കിടയിൽ ഒരു സൗഹാർദമത്സരം ഉണ്ടായിരുന്നു. ഒരു ചിരിയോടെ ബർദ് ഹെലൻ പള്ളിയുടെ മറുവശത്തേക്ക് പന്തെടുക്കാനായി ഓടി.

പന്ത് പള്ളിയുടെ വലതുവശത്തേക്കാണു പോയത്. ബർദ് ഹെലൻ അതെടുക്കാൻ എളുപ്പത്തിലെത്തുന്ന വഴിയിലൂടെ ഓടി. അവൾ സൂര്യന് എതിർദിശയിലാണ് ഓടിയത്. അവൾക്കു പിറകിൽ നിഴൽ നീണ്ടു കിടന്നു.

ബർദ് ഹെലന്റെ മൂന്നു സഹോദരങ്ങളും അവൾ മടങ്ങിവരുന്നതും കാത്തു നിന്നു. അവർ ഏറെനേരം കാത്തുനിന്നിട്ടും അവൾ മടങ്ങി വന്നില്ല. അവർ പരിഭ്രമിച്ചു. അവർ അവളെ തിരഞ്ഞ് കിഴക്കും വടക്കും മേലോട്ടും കീഴോട്ടും എല്ലാം നടന്നു. അവരുടെ ഹൃദയമിടിപ്പ് കൂടിവന്നു... അവളെ കണ്ടില്ല.

അവളെ എങ്ങും കണ്ടില്ല— അവൾ മെയ്മാസത്തിലെ മഞ്ഞുതുള്ളി പോലെ അപ്രത്യക്ഷയായി.

ഒടുവിൽ അവളുടെ മൂത്തസഹോദരൻ മെർലിൻ എന്ന മഹാമാന്ത്രികന്റെ അടുത്തെത്തി. ആ മാന്ത്രികന് എല്ലാം മുൻകൂട്ടി കാണാനും പറയാനുമുള്ള കഴിവുണ്ട്. സൂര്യനു കീഴിലുള്ള സകലതിനെക്കുറിച്ചും അയാൾക്കറിവുണ്ട്. ബർദ് ഹെലൻ എവിടെ ഉണ്ട് എന്നറിഞ്ഞ് പറഞ്ഞുതരാൻ സഹോദരൻ അദ്ദേഹത്തോടാവശ്യപ്പെട്ടു.

“ബർദ് ഹെലൻ” മാന്ത്രികൻ പറഞ്ഞു തുടങ്ങി. “അവളുടെ നിഴലിനെയടക്കം മന്ത്രവാദിനികൾ തട്ടിയെടുത്തിരിക്കുന്നു. വെളിച്ചത്തിനെതിർദിശയിൽ ഓടുന്നവരെ പിടിച്ചുകൊണ്ടു പോവാൻ അവർക്ക് പ്രത്യേക സിദ്ധിയുണ്ട്. പള്ളിക്കു ചുറ്റും ഓടിക്കൊണ്ടിരിക്കുമ്പോഴായിരിക്കും അവളെ തട്ടിയെടുത്തിട്ടുണ്ടാവുക. ഇപ്പോഴവൾ എൻഫലാന്റിലെ രാജാവിന്റെ കറുത്തഗോപുരത്തിലാണ് ഉള്ളത്. ക്രിസൻഡത്തിലെ ധൈര്യശാലിയായ യോദ്ധാവിനു മാത്രമെ അവളെ അവിടെനിന്നും രക്ഷിക്കാനാവൂ.”

“അവളെ അവിടെനിന്നും തിരിച്ചുകൊണ്ടുവരാൻ കഴിയുമെങ്കിൽ അത് ഞാൻ ചെയ്യും” സഹോദരൻ പറഞ്ഞു.

“കഴിയും” മാന്ത്രികൻ പറഞ്ഞു. “പക്ഷേ അതിനൊരുങ്ങിപ്പുറപ്പെടുന്നയാൾ എന്താണ് താൻ ചെയ്യാൻ പോകുന്നത് എന്നു മുൻകൂട്ടി പഠിച്ചിരിക്കണം.”

അയാൾ നല്ല ധൈര്യശാലിയായിരുന്നു. മാത്രവുമല്ല സഹോദരിയോടുള്ള അദമ്യമായ സ്നേഹത്താൽ അവളെ നേടാനായി എന്തും ചെയ്യാനും അവൻ ഒരുക്കമായിരുന്നു. അതുകൊണ്ട് താനെന്തൊക്കെയാണ് അവളെ രക്ഷിക്കാനായിട്ട് ചെയ്യേണ്ടത് എന്നവൻ മാന്ത്രികനോട് ചോദിച്ചറിഞ്ഞു. മാന്ത്രികൻ അവന് വിശദമായ ഒരു ക്ലാസുതന്നെ നൽകി. അതിനുശേഷം തന്റെ വാളുമായി മറ്റു രണ്ട് സഹോദരങ്ങളോടും അമ്മയോടും യാത്രപറഞ്ഞ് അവൻ ഇറങ്ങി. എൻഫലാന്റിലെ കറുത്തഗോപുരത്തിൽ തടവിലിടപ്പെട്ട തന്റെ സഹോദരി മാത്രമായിരുന്നു അവന്റെ ഏകലക്ഷ്യം.

ഹൃദയം പിടയുന്ന വേദനയോടെ, ആകാംക്ഷയോടെ, അതിലേറെ ഭയത്തോടെ വീട്ടുകാർ കാത്തിരുന്നു.... പക്ഷേ അവൻ മടങ്ങി വന്നില്ല.

പിന്നീട് ബർദ്ഹെലന്റെ രണ്ടാമത്തെ സഹോദരൻ മെർലിൻ മാന്ത്രികന്റെ മുമ്പിലെത്തി തനിക്ക് സഹോദരനെത്തേടി പോകണമെന്നും, അതിനാവശ്യമായ കാര്യങ്ങൾ പഠിപ്പിച്ചുതരണമെന്നും അപേക്ഷിച്ചു. അയാളും ധൈര്യശാലിയായിരുന്നു. ഭയം അയാളെ പിന്തിരിപ്പിച്ചില്ല.

അവനും മാന്ത്രികൻ എല്ലാകാര്യങ്ങളും നന്നായി പഠിപ്പിച്ചുകൊടുത്തു. എല്ലാം പഠിച്ച് ഒരുങ്ങിയശേഷം അവൻ ചിൽദെ റോളണ്ടിനോടും അമ്മയോടും യാത്രപറഞ്ഞ്പുറപ്പെട്ടു. എൻഫലാന്റിലെ കറുത്തഗോപുരവും തടവിലാക്കപ്പെട്ട സഹോദരിയും മാത്രമായിരുന്നു അവന്റെ ലക്ഷ്യം.

പക്ഷേ, അവരുടെ ആ കാത്തിരിപ്പ് വെറുതെയായി. എൻഫലാന്റിലെ കറുത്ത ഗോപുരത്തിലേക്കുപോയവർ ആരും മടങ്ങിവന്നില്ല... ഒടുവിൽ ബർദ് ഹെലന്റെ സഹോദരങ്ങളിൽ അവൾക്കേറ്റവും പ്രിയപ്പെട്ട ചിൽദെ റോളണ്ട് യാത്രക്കൊരുങ്ങി. പക്ഷേ അമ്മ അവനെ തടഞ്ഞു... അവസാനത്തെ മകനെക്കൂടി പരീക്ഷണത്തിനായി അയക്കാൻ മൂന്നു മക്കളെ നഷ്ടപ്പെട്ട ആ അമ്മ ഒരുക്കമല്ലായിരുന്നു.

അമ്മയിൽനിന്നും യാത്രാനുമതി കിട്ടാൻ ചിൽദെ റോളണ്ടിന് ഏറെ വാശിപിടിക്കേണ്ടതായി വന്നു. ഒടുവിൽ അച്ഛന്റെ വാളുമെടുത്ത് അവൻ അമ്മയുടെ സമ്മതം ചോദിച്ചുവാങ്ങി യാത്രയ്ക്ക് ഒരുങ്ങി.

അങ്ങനെ ചിൽദെ റോളണ്ടും അമ്മയോട് യാത്ര പറഞ്ഞ് മാന്ത്രികൻ മെർലിന്റെ ഗുഹയിലെത്തി.

"പറയൂ മാന്ത്രികാ..... എങ്ങനെയാണ് കറുത്തഗോപുരത്തിനകത്തുനിന്നും എനിക്കെന്റെ പ്രിയപ്പെട്ട അനിയത്തിയെയും സഹോദരന്മാരേയും രക്ഷിക്കാനാവുക?" അവൻ ആരാഞ്ഞു.

"കുഞ്ഞേ" മാന്ത്രികൻ പറഞ്ഞു തുടങ്ങി. "അവിടെ കാര്യങ്ങൾക്ക് രണ്ടു വശമുണ്ട്. പറയുമ്പോൾ എല്ലാം നിസ്സാരമായി തോന്നും. പക്ഷേ പ്രവർത്തിക്കാൻ വലിയ ബുദ്ധിമുട്ടാണ്. മാന്ത്രികലോകത്തേക്കു പ്രവേശിച്ചുകഴിഞ്ഞാൽ നിന്നോട് ആരാണോ സംസാരിക്കുന്നത് അവരുടെ തല നീ കൊയ്യണം. അതിൽ നീ പരാജയപ്പെടില്ല. രണ്ടാമത്തെ കാര്യം എന്താണെന്നുവെച്ചാൽ നീ അവിടെ പ്രവേശിച്ചുകഴിഞ്ഞാൽ പിന്നെ ഒരു കഷണംപോലും തിന്നാൻ പാടില്ല. ഒരുതുള്ളിപോലും കുടിക്കാൻ പാടില്ല. ഒരു കഷണം തിന്നുകയോ ഒരുതുള്ളി കുടിക്കുകയോ ചെയ്താൽ പിന്നെ നീ ഒരിക്കലും പുറംലോകം കാണില്ല."

ചിൽദെ റോളണ്ട് ഈ രണ്ട് പാഠങ്ങളും വീണ്ടും വീണ്ടും കേട്ട് മനപ്പാഠമാക്കി. പിന്നെ മാന്ത്രികനോട് യാത്ര പറഞ്ഞ് കറുത്തഗോപുരം ലക്ഷ്യമാക്കി നടന്നു.

അവൻ വളരെ വേഗത്തിൽ ദൂരങ്ങൾ താണ്ടി സഞ്ചരിച്ചു. ഒടുവിൽ ഒരു കുതിരക്കാരൻ കുതിരയ്ക്കൊപ്പം വരുന്നതു കണ്ടു.... ഭീകരന്മാരായ കുതിരകൾ, തീഗോളംപോലത്തെ കണ്ണുകൾ.

അത് എൻഫലന്റ് രാജാവിന്റെ കുതിരകളാവും എന്ന് ചിൽദെ റോളണ്ട് ഊഹിച്ചു. എവിടെയാണ് എൻഫലന്റ് രാജാവിന്റെ കറുത്ത ഗോപുരം എന്ന് ചിൽദെ റോളണ്ട് ആ കുതിരക്കാരനോട് അന്വേഷിച്ചു?

"എനിക്കറിയില്ല... കുറച്ചുകൂടിപോയാൽ ഒരു പശുനോട്ടക്കാരനെ കാണാം. ഒരുപക്ഷെ അയാൾ നിങ്ങൾക്കു വഴി പറഞ്ഞുതരുമായിരിക്കും." കുതിരക്കാരൻ പറഞ്ഞു.

അയാൾ പറഞ്ഞു തീർന്നതും ചിൽദെ തന്റെ അച്ഛന്റെ വാളൂരി അയാളുടെ തലവെട്ടി! അതുകണ്ട് രാജാവിന്റെ കുതിരകൾ ഭയചകിതരായി.... അയാൾക്കതു ചെയ്തേ പറ്റൂ... കാരണം അയാൾ മാന്ത്രികലോകത്തെത്തിക്കഴിഞ്ഞിരിക്കുന്നു.

കുറച്ചുദൂരം പോയപ്പോൾ തീ പാറുന്ന കണ്ണുകളുള്ള ഒരു പറ്റം കാലികളെ മേയ്ക്കുന്ന ഒരാളെ ചിൽദെ റോളണ്ട് കണ്ടു.

"എൻഫലാന്റ് രാജാവിന്റെ, കറുത്തഗോപുരം എവിടെയാണെന്ന റിയാമോ?" അവൻ അന്വേഷിച്ചു.

"എനിക്കറിയില്ല. പക്ഷേ കുറച്ചു മുന്നോട്ടു പോയാൽ ഒരു കോഴി നോട്ടക്കാരിയെ കാണും. അവർക്ക് നിങ്ങളെ സഹായിക്കാനായേക്കും." അയാൾ മറുപടി പറഞ്ഞു.

തന്റെ ഗുരു പറഞ്ഞുതന്ന പാഠം ഓർത്തുകൊണ്ട് അയാളുടെ തലയും ചിൽദെ വെട്ടി എടുത്തു... കാലിക്കൂട്ടം ഭയന്നുവിറച്ച് നാലുപാടും ചിതറി ഓടി.

കുറച്ചുദൂരം മുമ്പോട്ടു പോയപ്പോൾ നരച്ച വസ്ത്രങ്ങൾ ധരിച്ച വയ സായ ഒരു സ്ത്രീ കോഴിക്ക് തീറ്റ നൽകിക്കൊണ്ടിരിക്കുന്നത് അവൻ കണ്ടു.

കോഴിയുടെ കണ്ണുകൾ തീകട്ടപോലെ തിളങ്ങി. അപ്പോഴേ ചിൽദെ റോളണ്ടിന് അവ എൽഫ്ലാന്റിന്റേതാണ് എന്നു മനസിലായി.

"എൻഫലാന്റ് രാജാവിന്റെ കറുത്തഗോപുരം എവിടെയാണെന്ന റിയാമോ?" അവൻ അവരോടു ചോദിച്ചു.

"പറയാല്ലോ?" അവൾ അവനെ നോക്കി ചിരിച്ചുകൊണ്ട് പറഞ്ഞു. "കുറച്ചുകൂടി മുമ്പോട്ട് നടക്കുക. അപ്പോൾ ഒരു നീലക്കുന്നു കാണാം. ആകാശത്തിലേക്ക് അതങ്ങനെ തല ഉയർത്തിനിൽക്കുകയാണ്. കുന്നിന് താഴെനിന്നും മുകളിലേക്ക് മൂന്നു വളയങ്ങൾ ഉണ്ട്. ആദ്യത്തേതിനു ചുറ്റും പോവണം എന്നിട്ടിങ്ങനെ പറയണം.

"തുറക്കൂ, തുറക്കൂ

"എന്നെ അകത്തു കയറ്റൂ, അകത്തു കയറ്റൂ"

രണ്ടാമത്തേതിനു ചുറ്റും നടന്നിട്ടിങ്ങനെ പറയണം.

"വിശാലമായി തുറക്കൂ, തുറക്കൂ....

"എന്നെ അകത്തു കയറ്റൂ....."

മൂന്നാമത്തേതിനു ചുറ്റും നടന്നിട്ടിങ്ങനെ പറയണം.

"വേഗം തുറക്കൂ തുറക്കൂ...

എന്നെ അകത്തുകയറ്റൂ...."

അപ്പോൾ എൻഫലാന്റ് രാജാവിന്റെ കറുത്തഗോപുരത്തിലേക്കുള്ള വാതിൽ തുറക്കും. ഒരു കാര്യം ശ്രദ്ധിക്കണം.

സൂര്യഭ്രമണത്തിനൊപ്പമാണ് ചുറ്റുന്നതെങ്കിൽ ഒരിക്കലും വാതിൽ തുറക്കുകയില്ല. നന്മകൾ വരട്ടെ." ആശംസയോടെ അവർ പറഞ്ഞുനിർ ത്തി.

അവരുടെ തുറന്ന പെരുമാറ്റവും ചിരിയും എല്ലാം കണ്ടപ്പോൾ ചിൽദെ റോളണ്ട് ഒരു നിമിഷം തന്റെ ഗുരുവിന്റെ പാഠങ്ങളെല്ലാം മറന്ന് മുമ്പോട്ടു നടന്നു.... പക്ഷേ ഒരു നിമിഷം.... അവൻ തന്റെ ഗുരുവിന്റെ

ഉപദേശം ഓർത്തു. തിരിഞ്ഞു നടന്നുചെന്ന് അവൻ അവരുടെ തല യറുത്തു... ശരീരത്തിൽനിന്നും വേർപെട്ട തല ചോളമരങ്ങൾക്കിടയിലൂടെ ഉരുണ്ടുപോയി.

അതിനുശേഷം അവൻ കുന്നിനെ ലക്ഷ്യമാക്കി നടന്നു. തല ഉയർത്തിനിൽക്കുന്ന കുന്ന് അവൻ കണ്ടെത്തി. കോഴിനോട്ടക്കാരി പറ ഞ്ഞതുപോലെ അവൻ കുന്നിനുചുറ്റും നടന്നു... സൂര്യന് അഭിമുഖമായി വേണം നടക്കാൻ എന്ന കോഴിനോട്ടക്കാരിയുടെ ഉപദേശം അവൻ മറന്നില്ല... സൂര്യവെളിച്ചം എപ്പോഴും അവന്റെ കണ്ണുകളെ മഞ്ഞളിപ്പിച്ചു.

മൂന്നാമത്തെ വളയത്തിലൂടെ നടന്ന് അവൻ പറഞ്ഞു...

"വേഗം തുറക്ക്, വേഗം തുറക്ക്...

എന്നെ അകത്തു കയറ്റ്."

കുന്നിൻ ചെരിവിൽ ഒരു വാതിൽ തുറന്നു വരുന്നത് അവൻ അത്ഭു തത്തോടെ കണ്ടു. അവൻ അതിനകത്തേക്ക് കയറിയതും വാതിൽ അട ഞ്ഞു.... ഗോപുരത്തിനകത്തെ ഇരുട്ടിൽ അവൻ തനിച്ചായി.... അത്രയും നേരം സൂര്യനഭിമുഖമായി നടന്നതുകൊണ്ടോ എന്തോ അവന് ഒന്നും കാണാനേ സാധിച്ചില്ല. പിന്നെ പതിയെ കാഴ്ചകൾ തെളിഞ്ഞുവന്നു..... കല്ലുകൾ കൊണ്ടുള്ള മേൽക്കൂരയുള്ള ഒരു നീളൻവഴി.... പലതരത്തി ലുള്ള വലിയ കല്ലുകൾ... എൻഫലാന്റിലെ കാറ്റ് പതിവുപോലെ നല്ല ചൂടുള്ളതായിരുന്നു. അവൻ ആ വഴിയിലൂടെ മുമ്പോട്ടുനടന്നു. ഒടുവി ലവൻ ഇരുമ്പുകൊണ്ട് അഴികളുള്ള രണ്ട് വലിയ വാതിലുകൾക്കു മുമ്പിലെത്തി. പക്ഷേ അവൻ തൊട്ടതും, ആ വാതിൽ തുറന്നു വന്നു.... അവൻ അതിനകത്തേക്കു കയറി, എത്തിയത് അതിവിശാലവും മനോ ഹരവുമായ ഒരു ഹാളിനകത്താണ്. ആ കുന്നോളം തന്നെ വിശാലമാണാ മുറി എന്ന് ചിൽദെ റോളണ്ടിനു തോന്നി. പൂക്കളാൽ അലംകൃതമായ വലിയ തൂണുകളാണ് അതിന്റെ മേൽക്കൂരയെ താങ്ങി നിർത്തുന്നത്. ഒരു പള്ളിയുടെ ഓർമ ഉണർത്തുംവിധത്തിൽ സ്വർണംകൊണ്ടും വെള്ളി കൊണ്ടും ഉള്ള തൂണുകൾ... ധാരാളം രത്നങ്ങളും വജ്രങ്ങളും അല ങ്കാരത്തിനായി ഉപയോഗിച്ചിരിക്കുന്നു. മേൽക്കൂരയിൽനിന്നും തൂങ്ങി നിൽക്കുന്ന ആഡംബരവിളക്ക്....

അതിനെല്ലാം ഒടുവിൽ അവൻ ആ കാഴ്ച കണ്ടു. അതി മനോഹര മായ വെൽവെറ്റും സിൽക്കും സ്വർണവും കൊണ്ടുള്ള ഒരിരിപ്പിടം... അതിൽ തന്റെ സ്വർണത്തലമുടിയും ചീകിക്കൊണ്ടിരിക്കുന്ന ബർദ്ഹെ ലൻ! പക്ഷേ അവളുടെ മുഖം.... കല്ലുകൊണ്ടുണ്ടാക്കിയതുപോലെ നിശ്ചലം! ചിൽദെ റോളണ്ടിനെ കണ്ടിട്ടും അവൾ അനങ്ങിയതുപോലു മില്ല. മരവിച്ചതുപോലെയുള്ള ആ ശബ്ദം ചിൽദെ റോളണ്ട് കേട്ടു:

"ഹൊ എന്റെ ഭാഗ്യംകെട്ട വിഡ്ഢി.....! കഷ്ടം... നീ എന്തിനിവിടെ വന്നു?"

കണ്ടമാത്രയിൽ അവളെ കെട്ടിപിടിച്ച് മാറോടണയ്ക്കാനാണ് ചിൽദെ റോളണ്ടിന്റെ ഹൃദയം തുടിച്ചത്...... പക്ഷേ അയാൾ ഉടനെതന്നെ

തന്റെ ഗുരുവിനെ ഓർമിച്ചു. തന്നോടു സംസാരിക്കുന്ന ആരുടെയും തല യറുക്കുക! അവൻ വാളെടുത്ത് ആഞ്ഞുവെട്ടി....

അത്ഭുതം ബർദ് ഹെലൻ അവളുടെ പൂർണരൂപത്തിൽ, ജീവനോടെ അവനു മുമ്പിൽ നിൽക്കുന്നു. ചിൽദെ റോളണ്ടിനെ കെട്ടിപ്പിടിച്ച് അവൾ കരഞ്ഞു.

കുറേനേരത്തെ കരച്ചിലിനുശേഷം അവന്റെ അരികിലിരുന്ന് അവൾ കഥകൾ പറഞ്ഞു. എങ്ങനെയാണ് അവൻ എൻഫലാന്റിൽ എത്തിയ തെന്ന് അവനും വിവരിച്ചു. താനെങ്ങനെയാണ് തട്ടി എടുക്കപ്പെട്ടതെ ന്നെല്ലാം അവൾ വിവരിച്ചു. മറ്റു രണ്ട് സഹോദരങ്ങളും വന്നതും, തന്റെ തലവെട്ടാനാവാതെ പരാജിതരായതും എല്ലാം അവൾ പറഞ്ഞു.

അത്രയുമൊക്കെ ആയപ്പോഴേക്കും ചിൽദെ റോളണ്ട് ക്ഷീണിച്ചവശ നായിരുന്നു.... തന്റെ സഹോദരിയുടെ സാമീപ്യംകൂടി ആയപ്പോൾ എന്തെ ങ്കിലും കഴിക്കാം എന്നവൻ തീരുമാനിച്ചു. അവൻ അവളോടിത്തിരി ഭക്ഷ ണം ആവശ്യപ്പെട്ടു..... ഗുരുവിന്റെ ഉപദേശം മറന്ന്, അവൾ നൽകിയ പാൽ അവൻ കയ്യിലെടുത്തു.... പാൽക്കപ്പ് ചുണ്ടോടടുപ്പിച്ചപ്പോഴേക്കും ആ വാക്കുകൾ അവന്റെ ചെവിയിൽ മുഴങ്ങി..." ഒരു കഷ്ണംപോലും കഴിക്കരുത്, ഒരുതുള്ളിപോലും കുടിക്കരുത്... അങ്ങനെ ഉണ്ടായാൽ നീ പിന്നീട് പുറംലോകം കാണില്ല."

അവൻ അതു ദൂരെ എറിഞ്ഞു..... എന്നിട്ട് ഒരു പ്രതിജ്ഞപോലെ അവൻ അലറി.....

"ബർദ്ഹെലനെ സ്വതന്ത്രയാക്കുംവരെ ഞാൻ ഒരു കഷണം പോലും കഴിക്കില്ല.... ഒരു തുള്ളിപോലും കുടിക്കില്ല."

ഉടനെ ഇടിവെട്ടുംപോലെ ഒരു ശബ്ദം അവിടെ മുഴങ്ങി.

"ഹ്ഹാ......ഹ്ഹാ....

ഒരു ക്രിസ്ത്യാനിയുടെ മണം എനിക്കു കിട്ടുന്നുണ്ട്.

അവൻ ജീവിക്കുകയോ മരിക്കുകയോ ചെയ്യട്ടെ......

ഇന്നവന്റെ തലച്ചോറ് ഞാൻ തകർക്കും..."

വാതിലുകൾ തള്ളിത്തുറന്ന് എൻഫലന്റ് രാജാവ് ഒരു കൊടുങ്കാറ്റു പോലെ കടന്നുവന്നു. അയാളുടെ മുഖം ശരിക്കും കാണാൻകൂടി നിൽ ക്കാതെ ചിൽദെ റോളണ്ട് ചാടിവീണു. അവർ തമ്മിൽ പൊരിഞ്ഞയുദ്ധം തന്നെ നടന്നു. കൈകൾ കൂട്ടിത്തിരുമ്മി, ഭയത്തോടെയും പ്രതീക്ഷ യോടെയും ബർദ് ഹെലൻ മൂലയ്ക്കു മാറിനിന്നു..

ഒടുവിൽ എൻഫലന്റ് രാജാവ് ചിൽദെ റോളണ്ടിന്റെ കാലിൽ വീണു കരഞ്ഞു..."ഞാൻ കീഴടങ്ങുന്നു... നീ എന്നെ വീഴ്ത്തിയിരിക്കുന്നു."

"നീ എന്റെ രണ്ടു സഹോദരന്മാരെയും സഹോദരിയെയും എല്ലാ മാന്ത്രികകെട്ടുകളിൽനിന്നും പൂർണസ്വതന്ത്രരാക്കൂ. എന്നിട്ട് ഞങ്ങളെ പോകാനനുവദിക്ക്.... എങ്കിൽ ഞാൻ നിന്നോട് ക്ഷമിക്കാം."

അയാൾ അത് സമ്മതിച്ചു. രാജാവുപോയി ചുവന്ന നിറത്തിലുള്ള

ദ്രാവകം നിറഞ്ഞ ഒരു പാത്രം എടുത്തുകൊണ്ടുവന്നു. രണ്ടുസ്വർണ കസേരകളിൽ മരിച്ചതുപോലെ കിടന്ന രണ്ടു സഹോദരന്മാരുടെ കണ്ണുകളിൽ, മൂക്കിൽ, ചുണ്ടിൽ, വിരലറ്റങ്ങളിലെല്ലാം എൻഫലാന്റ് രാജാവ് ആ ദ്രാവകം പുരട്ടി.....

ഉടൻ അവർക്ക് തങ്ങളുടെ തടവിലാക്കപ്പെട്ട ആത്മാവ് തിരിച്ചുകിട്ടി. അവർ ജീവനോടെ എഴുന്നേറ്റു.

രാജാവിന്റെ അനുമതിയോടെ അവർ ആ മാന്ത്രികഗോപുരം കടന്ന്.. കുന്നിൻ നെറുകയിൽനിന്നും താഴെ എത്തി കുറച്ചു നേരത്തിനകം വീട്ടിലും.

പിന്നീടൊരിക്കലും ബർദ് ഹെലൻ പള്ളിഗോപുരത്തിനു ചുറ്റും സൂര്യനൊപ്പം വലംവച്ചിട്ടില്ല.

ഗോതംരാജ്യത്തെ ഏറ്റവും ബുദ്ധിമാൻ

ഗോതം വിഡ്ഢികളുടെ രാജ്യമാണ്. അവിടത്തെ മഹാവിഢ്ഢിത്ത ങ്ങളുടെ ഏതാനും കഥകൾ.

ആടിനെ വാങ്ങാൻപോയവർ

ഗോതം എന്ന സ്ഥലത്ത് രണ്ട് ആളുകൾ ഉണ്ടായിരുന്നു. അവരി ലൊരാൾ നോട്ടിങ് ഹാമിലെ ചന്തയിലേക്ക് ചെമ്മരിയാടിനെ വാങ്ങാൻ പോവുകയായിരുന്നു. മറ്റെയാൾ ചന്തയിൽനിന്നും വരികയുമാണ്. അവർ രണ്ടുപേരും നോട്ടിംങ് ഹാം പാലത്തിനു മുകളിൽ വച്ച് കണ്ടുമുട്ടി.

"നീ എങ്ങോട്ടു പോവുന്നു." വരുന്നയാൾ ചോദിച്ചു.

"ഞാൻ ആടിനെ വാങ്ങാൻ പോവുന്നു."

"ആടിനെ? നീ എങ്ങനെ അതിനെ വീട്ടിൽ കൊണ്ടുപോകും?"

"ഞാനീ പാലത്തിലൂടെ കൊണ്ടുപോകും."

"വേണ്ട.." നോട്ടിംങ് ഹാമിൽനിന്നും വരുന്നയാൾ പറഞ്ഞു. "നിനക്ക തിനാവില്ല."

"ആവും."

"കഴിയില്ല."

"കഴിയും."

ചുറ്റിനും നൂറുകണക്കിന് ചെമ്മരിയാടുകൾ ഉണ്ട്. എന്നതുപോലെ അവർ രണ്ടുപേരും വടി ചുഴറ്റി.... വഴക്കുകൂടാൻ ആരംഭിച്ചു.

"പിടിക്ക്.... എന്റെ ആട് വീണു പോവുമേ......"

"അതിനെനിക്കെന്താ?" അടുത്തയാൾ "നിന്റെ ആടുകൾ ഇതുവഴി വരുന്നതെന്തിന്?"

"അവർ വരും"

"അങ്ങനെയാണെങ്കിൽ നിന്റെ വായിൽ ഞാനെന്റെ വിരലുകൾ കുത്തിക്കയറ്റും."

"ആണോ?"

അവരുടെ കലഹം തുടരുന്നതിനിടയ്ക്ക് ഗോതമിലുള്ള മറ്റൊരാൾ കുതിരപ്പുറത്ത് ഒരു ചാക്ക് ധാന്യങ്ങളുമായി അതുവഴി വന്നു. ചെമ്മരി യാടുകളെ പറ്റി പറഞ്ഞ് പരസ്പരം വഴക്കടിക്കുന്ന അവർക്കു രണ്ടു പേർക്കുമൊപ്പം ഒറ്റയാടുപോലുമില്ലെന്നു കണ്ട് അയാൾ ചോദിച്ചു.

"വിഡ്ഢികളെ.... നിങ്ങൾ എന്താണീ ചെയ്യുന്നത്? കൈയ്യിലില്ലാത്ത സാധനത്തിന്റെ പേരിൽ വഴക്കടിക്കുന്നോ? അയാൾ ചോദിച്ചു. "വാ വന്ന് കുതിരപ്പുറത്തുനിന്നു ആ ചാക്കെടുത്ത് എന്റെ ചുമലിലേക്കു വെച്ചുതാ..." അവർ അതു ചുമലിൽ വെച്ചുകൊടുത്തതും, അയാൾ ആ ധാന്യചാക്കു മുഴുവൻ കൊണ്ടുപോയി പുഴയിലേക്കു ചെരിഞ്ഞു.... എന്നിട്ട് കാലിചാക്ക് ഉയർത്തികാട്ടി ചോദിച്ചു—"നോക്കൂ, ഈ ചാക്കിലിപ്പോൾ വല്ലതും ഉണ്ടോ?" "ഇല്ല" വഴക്കടിച്ചുകൊണ്ടിരുന്ന വിഡ്ഢികൾ മറുപടി പറഞ്ഞു..

"ആ, അതുപോലെതന്നെയാണ് നിങ്ങളുടെ തലയ്ക്കകത്തും. ഇല്ലാത്ത കാര്യത്തിനു വഴക്കടിക്കുന്ന അതിനകത്തും ഒന്നുമില്ല..."

ആരാണ് കൂട്ടത്തിൽ ഏറ്റവും ബുദ്ധിമാൻ? സ്വയം തീരുമാനിക്കൂ!!!

കൂട്ടിലിട്ട കുയിൽ

ഒരിക്കൽ ഗോതമിലുള്ള ആളുകൾക്ക് ഒരു കുയിലിനെ കിട്ടി. നഗരത്തിന് നടുവിൽ ഒരു വലിയ വേലികെട്ടിയുണ്ടാക്കി അവർ അതിനെ അതിന്റകത്തിട്ടു. എന്നിട്ടു പറഞ്ഞു "വർഷം മുഴുവൻ അവിടെ ഇരുന്ന് പാടൂ..." "തുള്ളിവെള്ളമോ ഭക്ഷണമോ നിനക്കു തരില്ല. "വേലിക്കകത്തു തനിച്ചായതും കുയിൽ അതിന്റെ പാട്ടിന് പറന്നുപോയി. "നമുക്കവളെ ഒരു പാഠം പഠിപ്പിക്കണം." അവർ പറഞ്ഞു. "നമ്മളൊരിക്കലും നമ്മുടെ വേലി കൂടുതൽ ഉയർത്തുകയില്ല!" വിഡ്ഢികളായ അവർ പറഞ്ഞു.

ചീസ് വിൽപ്പന

ഗോതമിലുള്ള ഒരു മനുഷ്യൻ ചന്തയിലേക്കു ചീസുവിൽക്കാൻ പോവുകയായിരുന്നു. നോട്ടിംങ്ഹാം പാലത്തിലൂടെ കുന്നിൻചെരുവി ലേക്കു നടക്കുമ്പോൾ അയാളുടെ കൂട്ടിൽനിന്നും ഒരു ചീസ് ഉരുണ്ടു താഴേക്കു വീണു...."ഹാ നീ അത്രയ്ക്കായോ? ചന്തയിലേക്ക് ഒറ്റയ്ക്കങ്ങ് പോകുന്നോ? എല്ലാ ചീസിനെയും നിന്റെ പിറകെ ഞാൻ പറഞ്ഞുവിടും. ആ....ഹാ" അയാൾ പറഞ്ഞു. പിന്നെ തന്റെ കവറിലുള്ള എല്ലാ ചീസും ആ ഒന്നിന്റെ പിറകെ ഉരുട്ടിവിട്ടു.... ചിലത് കുറ്റിക്കാട്ടിലേക്ക് ഉരുണ്ടു പോയി. പലതും പലേടത്തും പോയി.

"നിങ്ങൾ അങ്ങ് ചന്തയിൽ എന്റെ അടുത്ത് വരാതിരിക്ക്. അപ്പൊ ഞാൻ കാണിച്ചുതരാം." അതും പറഞ്ഞ് അയാൾ ചന്തയിൽ പോയി. ചീസുകൾ വരുന്നതും കാത്ത് നിൽപ്പായി. അയാൾ തന്റെ സുഹൃത്തുക്കളോടും അയൽക്കാരോടും എല്ലാം തന്റെ ചീസിനെകണ്ടോ എന്നന്വേഷിച്ചു.

"അവയെ ആരു കൊണ്ടുവരും?" അവരിൽ ഒരാൾ ചോദിച്ചു.

"അവർ ഒറ്റയ്ക്കു വരും. അവർക്കു വഴി ഒക്കെ നന്നായി അറിയാം...." അയാൾ പറഞ്ഞു.

"അവർ അത്ര വേഗത്തിലാണ് ഓടിപ്പോയതെങ്കിൽ..... അവർ ചന്തയും കടന്ന് പോയിക്കാണും. മിക്കവാറും അവരിപ്പോൾ യോർക്കിൽ എത്തിയിട്ടുണ്ടാവും...." അയാളുടനെ കുതിരപ്പുറത്തുകയറി യോർക്കിലെക്കുപോയി. അവിടെയും ചീസിനെ കണ്ടില്ല. ഇന്നേവരെ അയാളുടെ ചീസിനെ കണ്ടു കിട്ടിയിട്ടില്ല.

വരാലിനെ മുക്കിക്കൊന്നവർ

ദുഃഖവെള്ളി ദിവസം വന്നെത്തിയപ്പോൾ ഗോതമിലെ ആളുകൾ എല്ലാംകൂടി ചേർന്ന് അവരുടെ മത്സ്യങ്ങളെ എല്ലാംകൂടി എന്തുചെയ്യണം എന്നു കൂടിയാലോചിച്ചു. ഓരോരുത്തരും പരസ്പരം അഭിപ്രായം ആരാഞ്ഞു. ഒടുവിൽ എല്ലാറ്റിനെയും നഗരത്തിനു നടുക്കുള്ള തടാകത്തിൽ കൊണ്ടിടാൻ തീരുമാനമായി. അടുത്തവർഷമാവുമ്പോഴേക്കും അവ പെറ്റുപെരുകും എന്നായിരുന്നു അവരുടെ കണക്കുകൂട്ടൽ.

"എനിക്കൊരുപാട് ആഫ്രിക്കൻ മത്സ്യം ഉണ്ട്" ഒരാൾ പറഞ്ഞു.

"എനിക്ക് ഒരുപാട് നെയ്മീൻ ഉണ്ട്." അടുത്ത ആൾ പറഞ്ഞു.

"എനിക്ക് കുറേ മത്സ്യം ഉണ്ട്, അടുത്ത വർഷമാവുമ്പോഴേക്കും നമുക്ക് ഇഷ്ടംപോലെ പണമാവും."

അടുത്തവർഷം എല്ലാവരുംകൂടി തങ്ങളുടെ മീനിനെ തിരഞ്ഞ് തടാകത്തിനു ചുറ്റും കൂടി. പക്ഷെ അതിൽ ഒരു വലിയ വരാൽ മാത്രമേ ഉണ്ടായിരുന്നുള്ളൂ.

"ഈ വരാലിന് എന്തോ മന്ത്രശക്തിയുണ്ട്. ഇതു നമ്മുടെ മറ്റെല്ലാം മത്സ്യങ്ങളെയും വിഴുങ്ങിക്കളഞ്ഞു."

"നമ്മളിതിനെ എന്തു ചെയ്യും?" ഒരാൾ ചോദിച്ചു.

"അവനെ കൊല്ലണം" ഒരാൾ പറഞ്ഞു.

"കഷണം കഷണം നുറുക്കണം" അടുത്ത ആൾ പറഞ്ഞു.

"വേണ്ട" ഒരാൾ പറഞ്ഞു, "നമുക്കവനെ മുക്കിക്കൊല്ലാം.

"അതാ നല്ലത്" അവർ എല്ലാവരും സമ്മതിച്ചു. അവർ വരാലിനെ കുളത്തിലേക്കു മുക്കി! "നീ മുങ്ങിച്ചത്തൊ... ഞങ്ങളാരും സഹായിക്കില്ല" അതുംപറഞ്ഞ് അവർ പിരിഞ്ഞുപോയി.

കാപ്പറോഷസ്

വളരെ വളരെ കാലങ്ങൾക്കു മുമ്പ് ലോകത്ത് പല വിചിത്രസംഭവങ്ങളും നടന്നിരുന്ന ഒരുകാലത്ത് ഒരു ധനികനും അയാളുടെ മൂന്നും പെൺമക്കളും ജീവിച്ചിരുന്നു. സ്നേഹനിധികളായ മൂന്നുമക്കളെ സമ്മാനിച്ച് അയാളുടെ ഭാര്യ അയാളെ വിട്ടുപിരിഞ്ഞു. മൂന്നുമക്കളെയും കണ്ണിലെ കൃഷ്ണമണിയെപ്പോലെ അയാൾ സ്നേഹിച്ചു.

ഏതു മകളാണ് തന്നെ ഏറ്റവും കൂടുതൽ സ്നേഹിക്കുന്നത് എന്നറിയാൻ അയാൾക്ക് ആഗ്രഹം തോന്നി.

“നീ എന്നെ എത്രയ്ക്കു സ്നേഹിക്കുന്നുണ്ട് മോളേ?’ അയാൾ മൂത്ത മകളോട് ചോദിച്ചു.

“എന്റെ ജീവനു തുല്യം” അവൾ മറുപടി പറഞ്ഞു.

“ഗുഡ്” അയാൾ അവൾക്ക് ഒരു ചുംബനം നൽകിക്കൊണ്ട് പറഞ്ഞു.

പിന്നെ രണ്ടാമത്തെ മകളോട് ചോദ്യമാവർത്തിച്ചു.

“ലോകത്തെ മറ്റെന്തിനെക്കാളും ഞാൻ അച്ഛനെ സ്നേഹിക്കുന്നു. അവൾ മറുപടി നൽകി.

“ഗുഡ്” അയാൾ അവളുടെ കവിളിൽ തലോടിക്കൊണ്ട് പറഞ്ഞു.

ഒടുവിൽ അയാൾ ഏറ്റവും ഇളയമകളോട് ചോദ്യം ആവർത്തിച്ചു. കൂട്ടത്തിൽ ഏറ്റവും സുന്ദരി അവളാണ്.

അവൾ സുന്ദരി മാത്രമല്ല, ബുദ്ധിമതികൂടിയായിരുന്നു. അതുകൊണ്ട് ഒരുനിമിഷം ചിന്തിച്ചതിന്റെ ശേഷം ഇങ്ങനെ മറുപടി പറഞ്ഞു.

“പച്ചമാംസം ഉപ്പിനെ സ്നേഹിക്കുന്ന അത്രയ്ക്ക് ഞാൻ അച്ഛനെ സ്നേഹിക്കുന്നു.”

ആ മറുപടി കേട്ടതും, അദ്ദേഹം കോപിഷ്ഠനായി. കാരണം അയാൾക്ക് ഏറ്റവും പ്രിയപ്പെട്ട മകൾ അവളായിരുന്നു.

"എന്ത് അത്രയ്ക്കായോ? ഞാൻ തന്നതെല്ലാം തിരിച്ചിങ്ങ് തന്നിട്ട്, എന്റെ വീടുവിട്ട് പൊയ്ക്കൊള്ളണം" അയാൾ അലറി. താൻ വളർന്ന വീടും പരിസരവും വിട്ട്, പ്രിയപ്പെട്ടവരെ ഉപേക്ഷിച്ച് അവൾ പടിയിറങ്ങി. അവൾക്കു പുറകിൽ അച്ഛൻ വാതിലുകൾ കൊട്ടിയടച്ചു.

എവിടേക്കു പോകണം എന്നറിയാതെ കുറെ അലഞ്ഞുതിരിഞ്ഞതിനുശേഷം ഒടുവിലവൾ ഒരു വലിയ വയലിൽ എത്തിച്ചേർന്നു. അവിടെ എമ്പാടും ചോളമരം വളർന്നുനിൽക്കുന്നു. തന്റെ വിലപിടിച്ച വസ്ത്രങ്ങളും കേശാലങ്കാരങ്ങളും എല്ലാം അവൾ അതിനകത്ത് ഒളിപ്പിച്ചുവച്ചു. വല്ല കൊള്ളക്കാരും വിജനമായ സ്ഥലത്തുവച്ച് തന്നെ കണ്ടാൽ എല്ലാം കൊള്ളയടിച്ച് കളയും എന്നവൾക്കറിയാമായിരുന്നു.

എല്ലാം ഒളിപ്പിച്ച് വയ്ക്കുമ്പോൾ അവൾ ഒരു ചെറിയ പാട്ടു പാടി.

"എന്റെ മുടിയെ ഒളിപ്പിക്ക്.....
എന്റെ ഹൃദയം ഒളിപ്പിക്ക്.....
എന്റെ ഉത്തരത്തിൽ ഒരു തെറ്റുമില്ല...
ഞാനവനെ ഉപ്പിനെക്കാളും സ്നേഹിക്കുന്നു"

അതുകേട്ട് കിളികൾ അവളെ ആശ്വസിപ്പിച്ചു. അവൾ പറഞ്ഞതിൽ ഒരുതെറ്റും ഇല്ല എന്നവർ ധൈര്യം പകർന്നു.

എല്ലാം ഒളിപ്പിച്ചശേഷം അവൾ ഒരു സാധാരണ ഗ്രാമീണപെൺകുട്ടിയുടേതുപോലെ വേഷംകെട്ടി. അപ്പോഴേക്കും അവൾ വിശന്നു തളർന്നിരുന്നു. വീണ്ടും അവൾ അലച്ചിൽ തുടർന്നു. ഒരു കുടിലോ വീടൊ ഒന്നും അവൾ കണ്ടില്ല. ഒടുവിൽ സൂര്യനസ്തമിക്കാറായപ്പോൾ അവൾ ഒരു വലിയവീടിന്റെ അടുത്ത് എത്തിച്ചേർന്നു. മനോഹരമായ പൂമുഖം... അവൾ തന്റെ വേഷവിധാനത്തെക്കുറിച്ച് ബോധവതിയായിരുന്നു. അതുകൊണ്ടവൾ പതുക്കെ അടുക്കളവശത്തേക്കു നടന്നു. അവിടെ ഒരു സ്ത്രീ ഇരുന്ന് കരിപിടിച്ച പാത്രങ്ങൾ തേച്ചു കഴുകുന്നു... ബുദ്ധിശാലിയായ അവൾ ആ സ്ത്രീയുടെ മനസ്സ് വായിച്ചുകൊണ്ടാണ് സംസാരിച്ചത്.

"എനിക്ക് രാത്രി തങ്ങാനൊരിടം തരുമോ? എങ്കിൽ ഈ പാത്രങ്ങളൊക്കെ ഞാൻ തേച്ചു കഴുകിത്തരാം...."

"ഭാഗ്യം..." അവൾ സന്തോഷത്തോടെ പറഞ്ഞു. "എനിക്കെന്റെ കാമുകന്റെ ഒപ്പം ഇത്തിരി സമയം ചെലവിടണം. നീ ഈ ജോലിചെയ്തു തീർക്കുമെങ്കിൽ കിടക്കാനെന്റെ ഒപ്പം ഒരിടവും, എന്റെ അത്താഴത്തിൽ നിന്നും ഒരു പങ്കും ഞാൻ തന്നേക്കാം... പാത്രം നന്നായിട്ട് കഴുകണേ...." പോകുംമുമ്പ് അവൾ ഓർമിപ്പിച്ചു.

അടുത്തപ്രഭാതത്തിൽ പാത്രങ്ങൾ വെള്ളിപൂശിയതുപോലെ വെട്ടിത്തിളങ്ങുന്നതുകണ്ട് പാചകക്കാരൻ പാത്രം കഴുകുന്ന സ്ത്രീയെ വിളിപ്പിച്ചു. "സത്യം പറയ്, ഇതു കഴുകിയതാരാണ്? നീ അല്ല. അതെനി

ക്കുറപ്പാണ്" അയാൾ പറഞ്ഞു. സത്യം പറയുകയേ നിവൃത്തി ഉണ്ടായിരുന്നുള്ളൂ. അത്ര നന്നായി പാത്രങ്ങൾ വൃത്തിയാക്കിയ ആ പെൺകുട്ടിയെ ജോലിക്കു നിർത്താനും പഴയ ആളെ പിരിച്ചു വിടാനും പാചകക്കാരൻ ആലോചിച്ചു. പക്ഷേ അത് സ്വീകരിക്കാൻ അവൾ തയാറായില്ല.

"വേണ്ട.... എനിക്ക് അഭയവും അത്താഴവും നൽകിയ ഇവരുടെ ജോലി കളഞ്ഞിട്ട് എനിക്ക് ഒന്നുംവേണ്ട... കൂലി ഒന്നും തരേണ്ട ഞാൻ ഇവരുടെ സഹായി ആയി കൂടിക്കൊള്ളാം."

അങ്ങനെ 'കാപ്പറോഷസ്' അതാണ് അവർ അവൾക്കു നൽകിയ പേര്. അവിടെ താമസിച്ച് പാത്രങ്ങൾ വൃത്തിയാക്കി അവർക്കൊപ്പംകൂടി.

അതിനിടയിൽ ഒരുദിവസം ആ വീട്ടിലെ യജമാനന്റെ മകന്റെ പിറന്നാളുത്സവം വന്നെത്തി. അയൽവാസികളും മറ്റുപലരും ഒത്തുകൂടി. ആ യുവാവാണെങ്കിൽ ഒരു നല്ല നർത്തകൻ ആണ്. പാർട്ടിക്കൊടുവിൽ വേലക്കാർക്കും ഡാൻസുകാണാൻ അവസരം ഒരുക്കിയിരുന്നു.

പക്ഷേ കാപ്പറോഷസ് പോകാൻ മെനക്കെട്ടില്ല. കാരണം അവളും നന്നായി നൃത്തം ചെയ്യും. താളവും മേളവും കേൾക്കുമ്പോൾ അറിയാതെ താനെങ്ങാനും നൃത്തം ചവിട്ടിപ്പോവുമോ എന്നവൾക്കു ഭയം തോന്നി. അതുകൊണ്ട് പാത്രങ്ങൾ കഴുകിവയ്ക്കാനുണ്ടെന്നും പറഞ്ഞ് എല്ലാവരും പോയിക്കഴിഞ്ഞപ്പോൾ അവൾ മെല്ലെ കിടപ്പുമുറിയിൽ പോയി, കിടക്കയിലേക്കു ചുരുണ്ടു.

പക്ഷേ, അത്ഭുതം വാതിൽ തുറന്നുവന്നു! നൃത്തത്തിന്റെ താളമേളം മുറിക്കകത്ത് അവളുടെ കാതുകളിൽ മുഴങ്ങി.

അവൾ ചാടി എഴുന്നേറ്റു... ഉടയാടകൾ മാറ്റി വൃത്തിയായി... അത്ര വെടിപ്പോടെ അതിനു മുമ്പൊരിക്കലും അവിടെ ആരും അവളെ കണ്ടിട്ടില്ല.....

അവൾ ഓടി ഡാൻസ് ഹാളിലെത്തി. അവിടെ ആരും അത്ര നല്ല നൃത്തം അതിനുമുമ്പ് കണ്ടിട്ടില്ലായിരുന്നു. അവളെ ആ രൂപത്തിൽ കണ്ടപ്പോൾ കൂടെ ജോലി ചെയ്യുന്നവർക്കുപോലും അവളെ തിരിച്ചറിയാനായില്ല.

അപരിചിതയായ ആ സുന്ദരിയുടെ നൃത്തം അവരേവരും കണ്ണുമിഴിച്ച് കണ്ടുനിന്നു, മനംകുളിർക്കെ ആസ്വദിച്ചു. മുതലാളിയുടെ മകൻ ആ സുന്ദരിയായ നർത്തകിയിൽ ആകൃഷ്ടനായി. ആരാണാ സുന്ദരി എന്നറിയാൻ മറ്റുള്ളവരെപോലെതന്നെ അവനും ആകാംക്ഷയുണ്ടായിരുന്നു. പക്ഷേ പാർട്ടിതീരുംമുമ്പെ അവൾ അവിടെനിന്ന് ഒഴികഴിവുകൾ പറഞ്ഞ് രക്ഷപ്പെട്ടു. പിന്നെ സ്വന്തം മുറിയിലേക്കു മടങ്ങി.... പാർട്ടി കഴിഞ്ഞ് മുറിയിലെത്തിയ വേലക്കാരികൾ ഒന്നുമറിയാതെ കിടന്നുറങ്ങുന്ന 'കാപ്പറോഷസി'നെയാണ് കണ്ടത്. ഗാഢഉറക്കം നടിച്ച് അവൾ അവിടെ മൂടിപ്പുതച്ചുകിടന്നു.

അടുത്തപ്രഭാതത്തിൽ എല്ലാവരുടെയും സംസാരം ആ അജ്ഞാത സുന്ദരിയെക്കുറിച്ചുമാത്രമായിരുന്നു.

"നീയവളെ കാണണമായിരുന്നു" അവർ പറഞ്ഞു. "അത്രയ്ക്കൊരു സുമുഖിയെ നീ കണ്ടിട്ടുണ്ടാവുകയേ ഇല്ല....ഹൊ...സ്വർണത്തലമുടി നിറയെ രത്നങ്ങൾ കൊണ്ടലങ്കരിച്ച് പളപളാ തിളങ്ങുന്ന ഉടുപ്പ്.... മുതലാളിയുടെ മകൻ അവളുടെ മേലിൽനിന്ന് കണ്ണെടുത്തിട്ടേയില്ല. അവർ അവളെ തലേന്നത്തെ സംഭവങ്ങൾ വർണിച്ചു കേൾപ്പിച്ചു.

"എനിക്കും അവളെ കാണണമെന്നുണ്ട്..... പക്ഷേ പറ്റുമോന്ന് അറിയില്ല." കാപ്പറോഷസ് ചിരിയോടെ പറഞ്ഞു.

"കാണാം.... യജമാനന്റെ മകൻ അവൾ വരുമെന്ന പ്രതീക്ഷയിൽ മറ്റൊരു പാർട്ടികൂടി ഏർപ്പാടുചെയ്യുന്നുണ്ട്."

പക്ഷേ അന്നത്തെ പാർട്ടിയിലും പാത്രം കഴുകി ക്ഷീണിച്ചു എന്നുപറഞ്ഞ് അവൾ സ്വന്തം മുറിയിലേക്കുപോയി. പിന്നെ പതിയെ ആടയാഭരണങ്ങൾ എടുത്തണിഞ്ഞ് ഡാൻസ്ഹാളിലേക്കു നടന്നു. അവിടെ വാതിൽക്കൽതന്നെ സുന്ദരനായ ആ യുവാവ് തലേ ദിവസം നൃത്തം ചെയ്യാൻ വന്ന സുന്ദരിയെ കാത്തുനിൽപ്പുണ്ടായിരുന്നു. ഇന്ന് അവളോടൊപ്പമേ നൃത്തം ചെയ്യുന്നുള്ളൂ, അയാൾ മനസിൽ ഉറപ്പിച്ചു.

അവളെ കണ്ടതും അവൻ അവളുടെ കരം ഗ്രഹിച്ചു. പിന്നെ അവർ നൃത്താലയത്തിലേക്കിറങ്ങി, ചുവടുവച്ചുതുടങ്ങി...എല്ലാ കാഴ്ചകളിലും വച്ചേറ്റവും നല്ല കാഴ്ചയായിരുന്നു അത്.. ഒരു നൃത്ത വിസ്മയംതന്നെ അവർ ഒരുക്കി. നയനാനന്ദകരമായ ഒരുത്സവക്കാഴ്ചയാണ് ആ യുവതിയും യുവാവും കാഴ്ചക്കാർക്കു മുമ്പിൽ അവതരിപ്പിച്ചത്.

പക്ഷേ ഒരിക്കൽക്കൂടി പിടികൊടുക്കാതെ അവൾ രക്ഷപ്പെട്ടു.... നേരമില്ലെന്നു പറഞ്ഞ് നേരത്തേ മുങ്ങിയ അവൾ കൂടെയുള്ളവർ എത്തുമ്പോഴേക്കും മൂടിപ്പുതച്ചുറക്കമായിരുന്നു. "ഹൊ.... അവൾ സുന്ദരസ്വപ്നം കണ്ടുറങ്ങുന്നതു കണ്ടില്ലേ...." അവളുടെ ചുവന്നകവിളുകളിലെ തിളക്കം കണ്ട് മറ്റുവേലക്കാരികൾ പരസ്പരം പറഞ്ഞു.

കണ്ണുതിരുമ്മി തുറന്നുകൊണ്ടവൾ പറഞ്ഞു: "എനിക്കവളെ കാണണം എന്നുണ്ടായിരുന്നു.... സാധിക്കുമോ ആവോ...."

"കാണാമെന്നേ" അവർ പറഞ്ഞു. "നമ്മുടെ യജമാനന്റെ മകൻ അവളോട് പ്രേമത്തിലായിക്കഴിഞ്ഞു. അവൾ ആരാണെന്നറിയാനാവും, നാളെയും ഡാൻസ് പാർട്ടി നടത്തുന്നുണ്ട്."

പക്ഷേ അന്ന് നൃത്തം ചെയ്യാൻ പോകേണ്ട എന്നുതന്നെ അവൾ തീരുമാനിച്ചു... ഒരു വേലക്കാരിയായ തന്നോട് മുതലാളിയുടെ മകനു പ്രണയം... അതൊട്ടും ശരിയാവില്ലെന്ന് അവൾക്ക് തോന്നി.... അങ്ങനെ സ്വയം ഉൾവലിയാൻ അവൾ തീരുമാനിച്ചു. പക്ഷേ ഡാൻസ്ഹാളിലെ താളമേളങ്ങൾ കേട്ടതും അവൾ സ്വയം മറന്നു. ഒരുങ്ങിയിറങ്ങി പുറപ്പെട്ടു. നൃത്തംചെയ്യുന്നതിനിടയിൽ താനാരാണെന്ന് യുവാവിനോട് തുറന്നു പറഞ്ഞാലോ എന്ന് ഒരുനിമിഷം ചിന്തിച്ചു. പിന്നെ അതുവേണ്ടെന്നു വച്ചു. ഇനി ഒരിക്കലും താൻ നൃത്തം ചെയ്യാൻ വരില്ല എന്നുമാത്രം പറഞ്ഞ് അവൾ മടങ്ങി. പക്ഷേ ധൃതിയിൽ അവന്റെ കൈവിടുവിക്കുന്നതിനിടെ

അവന്റെ വിരലിൽ കിടന്ന മോതിരം അവളുടെ കൈവശം വന്നുപെട്ടു. ഓടി സ്വന്തം മുറിയിലെത്തിയപ്പോൾ കയ്യിൽ അവന്റെ മോതിരം ഇരിക്കുന്നത് അവൾ കണ്ടു. വസ്ത്രങ്ങളെല്ലാം ഊരിമാറ്റിയെങ്കിലും മറ്റുള്ള ജോലിക്കാർ വന്നപ്പോൾ അവൾ കിടക്കയിൽ ഇരിക്കുന്ന കാഴ്ചയാണ് കണ്ടത്.

"നിങ്ങൾ വരുന്ന ശബ്ദംകേട്ട് ഉണർന്നതാണ്" അവൾ പറഞ്ഞു. "കുഴപ്പമില്ല... ഈ കൊട്ടാരം മുഴുവനും ഉണർന്നിരിക്കുകയാണ്.... ആ നൃത്തക്കാരി ഇന്നും മുങ്ങിക്കളഞ്ഞു.... നമ്മുടെ മുതലാളിപ്പയ്യൻ അവളെ കണ്ടുപിടിക്കും എന്നു ശപഥം ചെയ്തിരിക്കുകയാണ്. അവളെ കണ്ടെത്താനായില്ലെങ്കിൽ മരിച്ചു കളയും എന്നാണവൻ പറയുന്നത്."

"യുവാക്കൾ പ്രണയത്തിന്റെ പേരിൽ മരിച്ചുകൂടാ. അവർക്ക് മറ്റാരെയെങ്കിലും തേടിക്കൂടെ?" അവൾ ചിരിച്ചുകൊണ്ട് പറഞ്ഞു.

പക്ഷേ അവനത്തരക്കാരനായിരുന്നില്ല. രാവും പകലും അറിയുന്നവരോടും കാണുന്നവരോടും എല്ലാം അവൻ അവളെ അന്വേഷിച്ചു.... തിരഞ്ഞു നടന്നു. പല ദിക്കിലും അലഞ്ഞു. പക്ഷേ അങ്ങനെ ഒരു സുന്ദരിയെ അറിയുന്നവർ ആരുംതന്നെ ഉണ്ടായിരുന്നില്ല. ഒടുവിൽ ആ യുവാവ് ക്ഷീണിച്ചു ക്ഷീണിച്ചുവന്നു. ചോരവറ്റി വിളർത്തു വിളർത്ത്, നന്നേ ശോഷിച്ച് അവൻ കിടപ്പിലായി.

"ഏറ്റവും നല്ല ഭക്ഷണം തന്നെ ഒരുക്കൂ, യജമാനന്റെ മകൻ ഒന്നും കഴിക്കുന്നില്ല.. അദ്ദേഹത്തിനു വിശപ്പേ ഇല്ല. നല്ല രുചിയുള്ള ഭക്ഷണം ഉണ്ടാക്കൂ..." കാര്യസ്ഥൻ വന്ന് പാചകക്കാരിയെ താക്കീതു ചെയ്തു.

പാചകക്കാരിയുടനെ രുചികരമായ സൂപ്പും ജാമും ക്രീമും കോഴി പൊരിച്ചതും എല്ലാം തയാറാക്കി.... പക്ഷേ അതൊന്നും ആ യുവാവ് തൊട്ടുനോക്കിയതുപോലും ഇല്ല.

അവൾ ഒന്നും മിണ്ടാതെ പാത്രങ്ങൾ തേച്ചുകഴുകുന്ന ജോലി തുടർന്നു.

"വേഗം കുറച്ച് ഓട്ട്സ് പായസം ഉണ്ടാക്കുക. ഒരുപക്ഷേ അവനതു കഴിക്കുമായിരിക്കും. ഒന്നുംകഴിച്ചില്ലെങ്കിൽ പ്രണയജ്വരം മൂത്തു ക്ഷീണിച്ച് അവൻ മരിക്കും. ആ സുന്ദരി ഇപ്പോഴവനെ കാണുകയാണെങ്കിൽ തീർച്ചയായും ദയതോന്നിപ്പോകും."

അങ്ങനെ പാചകക്കാരൻ പായസം ഉണ്ടാക്കാൻ തുടങ്ങി. അവൾ അതും നോക്കിനിന്നു.

"ഇനി കുറച്ചുനേരം ഞാനിളക്കാം... നിങ്ങൾ പോയി കുറച്ചു വെള്ളം കൊണ്ടുവരൂ" അവൾ പറഞ്ഞു.

പാചകക്കാരി പോയതും അവൾ സൂത്രത്തിൽ തന്റെ കൈയ്യിൽ കിടന്ന മോതിരം ആ പായസത്തിലേക്ക് ഇട്ടു...

കാര്യസ്ഥൻ വന്ന് ഓട്സ് കൊണ്ടുണ്ടാക്കിയ പായസം വെള്ളിക്കപ്പിലാക്കി മുകളിലേക്ക് കൊണ്ടുപോയി. പക്ഷേ യുവാവ് അതു കുടിക്കാൻ

തയാറായില്ല... ഒന്നു രുചിച്ചുനോക്കാനെങ്കിലും എല്ലാവരും അവനെ നിർബന്ധിച്ചു.

ഒടുവിൽ ഒരു വെള്ളിക്കരണ്ടി എടുത്ത് അവൻ അതിൽ വെറുതെ ഇളക്കിക്കൊണ്ടിരുന്നു. അടിയിൽ കനമുള്ള എന്തോ കിടക്കുന്നെന്ന് അവനു തോന്നി. കരണ്ടികൊണ്ട് പൊക്കിയെടുത്തതോ തന്റെ പ്രിയപ്പെട്ടവളുടെ കയ്യിൽപ്പെട്ടുപോയ അതേ മോതിരം.... അയാൾ കിടക്കയിൽ നിന്നും ചാടി എഴുന്നേറ്റു.... "പാചകക്കാരിയെ വിളിക്കൂ" പാചകക്കാരി വന്ന ഉടനെ പായസം ഉണ്ടാക്കിയതാരാണെന്ന് അവൻ അന്വേഷിച്ചു.

"ഞാൻ തന്നെ." പകുതി സന്തോഷത്തോടെയും പകുതി ഭയത്തോടെയും അവൾ പറഞ്ഞു.

അവൻ അവളെ അടിമുടി നോക്കി.... "അല്ല... നീയല്ല. നീ കുറെക്കൂടി തടിച്ചിട്ടാണ്! സത്യം പറയ് ആരാ അതുണ്ടാക്കിയത്? പറയ് നിന്നെ ഞാൻ ഉപദ്രവിക്കില്ല."

ഉടനെ അവൾ കരയാൻ തുടങ്ങി. "ഞാൻ തന്നെയാണു സാർ അതുണ്ടാക്കിയത്. പക്ഷേ അവൾ അത് ഇളക്കിയിരുന്നു."

"ആര്?" അവൻ അന്വേഷിച്ചു.

"അത്.... പാത്രം കഴുകുന്ന സ്ത്രീയാണ്" പാചകക്കാരി ഭയത്തോടെ അറിയിച്ചു.

അവൻ കിടക്കയിലേക്കു തന്നെ കിടന്ന് അണച്ചുകൊണ്ട് പറഞ്ഞു "അവളെ ഇവിടേക്ക് വിളിക്ക്...." അയാൾ നന്നെ ക്ഷീണിച്ചിരുന്നു... മരണം അടുത്തെത്തിയതുപോലെ.

അവൾ വന്നതും അവളുടെ ഉടയാടകളിലേക്കെല്ലാം നോക്കിയ ശേഷം നിരാശയോടെ അവൻ ചുവരിനുനേരെ മുഖം തിരിച്ചു. എന്നിട്ട് ക്ഷീണിച്ച സ്വരത്തിൽ ചോദിച്ചു: "ആ മോതിരം നിനക്കെവിടുന്നു കിട്ടി?"

തന്നോടുള്ള പ്രണയംകൊണ്ട് അത്യാസന്നനിലയിലായിപ്പോയ ആ യുവകോമളനെക്കണ്ട് തന്റെ ഹൃദയം തരളിതമായി. അവൾ മൃദു സ്വരത്തിൽ പറഞ്ഞു:

"അതെനിക്കു തന്നവന്റെ കൈയ്യിൽനിന്നും!" പിന്നെയവൾ മുഖം മൂടിയും, തലമുടി മറച്ചതൊപ്പിയും എല്ലാം എടുത്തുമാറ്റി... സ്വർണ നിറത്തിൽ രത്നങ്ങൾ അലങ്കരിച്ച മുടി അവളുടെ ചുമലിലിനു ചുറ്റി പാറിവീണു.

ആ സുന്ദരരൂപം തിരിച്ചറിഞ്ഞതും അവൻ ചാടിയെഴുന്നേറ്റ് അവളെ സുദീർഘമായി ചുംബിച്ചു.

വിവാഹം അതിഗംഭീരമായി നടന്നു. സൽക്കാരത്തിൽ പങ്കെടുക്കാനായി നാടിന്റെ നാനാഭാഗത്തുനിന്നും ആളുകൾ എത്തിച്ചേർന്നു. കൂട്ടത്തിൽ കാർപ്പറോഷസിന്റെ അച്ഛനും വിരുന്നുണ്ണാനെത്തി. പ്രിയപ്പെട്ട മകളുടെ വിയോഗത്തിൽ കരഞ്ഞുകരഞ്ഞ്, അദ്ദേഹത്തിന്റെ കാഴ്ചശക്തി നഷ്ടമായിരുന്നു.

വിരുന്നിന് ഒരുക്കിയ വിഭവങ്ങളിൽ ഉപ്പ് ലേശംപോലും ഇടരുതെന്ന് അവൾ കുശിനിക്കാരിയെ ശട്ടംകെട്ടി. രുചിയൂറുന്ന വിഭവങ്ങൾ മേശമേൽ നിരന്നു. പക്ഷേ വായിൽവെച്ചവർ അറച്ചു. പൊടിപോലും ഉപ്പില്ലാതെ എത്രരുചികരമായിട്ടെന്ത് ഗുണം? കാപ്പറോഷസിനും വരനും തൊട്ടടുത്ത് ഭക്ഷണം കഴിക്കാനിരുന്ന കാപ്പറോഷസിന്റെ അച്ഛന്റെ കണ്ണുകൾ ഈറനണിഞ്ഞു. അയാൾ തേങ്ങിക്കരയാൻ തുടങ്ങി.

“എന്തിനാ കരയുന്നത്?” കാപ്പറേഷസ് ഒന്നുമറിയാത്ത ഭാവത്തിൽ അച്ഛനോട് അന്വേഷിച്ചു.

“എന്റെ മോൾ.... പ്രിയപ്പെട്ട മോൾ... അവൾ ഉപ്പ് ഇറച്ചിയെ സ്നേഹിക്കുന്നത്ര എന്നു പറഞ്ഞപ്പോൾ ഞാൻ അതിന്റെ അർഥം മനസിലാക്കിയില്ല. എല്ലാവരിലും അധികം അവളെന്നെ സ്നേഹിച്ചിരുന്നു. ഇപ്പോഴാണ്, ഉപ്പില്ലാത്ത ഈ വിഭവങ്ങൾ കഴിച്ചപ്പോഴാണ് എനിക്കതു മനസിലായത്. കഷ്ടം... എന്റെ മോൾ... ” അയാൾ വിതുമ്പി.

അതു പറഞ്ഞുതീർന്നതും അയാളുടെ കാഴ്ച തിരിച്ചുകിട്ടി. മകളെ തിരിച്ചറിഞ്ഞ ആ അച്ഛൻ അതിയായി സന്തോഷിച്ചു. ഏറെക്കാലം കാപ്പറോഷസ് അച്ഛനും ഭർത്താവിനുമൊപ്പം സുഖമായി ജീവിച്ചു.

റെഡ് ഇറ്റൺ

ഒരിക്കൽ ഒരിടത്ത് ഒരു കർഷകന്റെ അടുത്തുനിന്നും കടം വാങ്ങിയ തുണ്ടുഭൂമിയിൽ ഒരു വിധവ താമസിച്ചിരുന്നു. അവർക്ക് രണ്ട് ആൺമക്കൾ ഉണ്ടായിരുന്നു. അവരവരുടെ അന്നംതേടി അവരെ പറഞ്ഞയക്കേണ്ട കാലമെത്തി. അങ്ങനെ ഒരുദിവസം അവർ ഒരു പാത്രമെടുത്ത് മൂത്തമകന്റെ കൈവശം കൊടുത്ത്, അതിൽ വെള്ളംകൊണ്ടുവരാൻ ആവശ്യപ്പെട്ടു. കേക്കുണ്ടാക്കാനാണ് വെള്ളം കൊണ്ടുവരുന്നത് എന്ന് അവർ പറഞ്ഞു. കുറച്ചു വെള്ളം കൊണ്ടുവന്നാൽ കുഞ്ഞുകേക്ക്. കുറേ വെള്ളം കൊണ്ടുവന്നാൽ വലിയകേക്ക്. കൊണ്ടുവരുന്ന വെള്ളത്തിനനുസരിച്ചാവും കേക്കിന്റെ വലിപ്പം. അവൻ പോകുമ്പോൾ കൊടുത്തുവിടാനുള്ള കേക്കാണ് അത് എന്നും അവർ പറഞ്ഞു.

അങ്ങനെ അവൻ കിണറ്റിൻകരയിലേക്ക് വെള്ളം എടുക്കാനായി പോയി. ഒരുപാടു വെള്ളം ശേഖരിച്ചെങ്കിലും, ഇടയ്ക്കുവെച്ച് പാത്രം വീണുപൊട്ടിപ്പോയതിനാൽ കുറച്ച് വെള്ളമെത്തിക്കാനേ അവനു കഴിഞ്ഞുള്ളൂ. അതുകൊണ്ടുതന്നെ യാത്രയ്ക്കായി അമ്മ അവനു തയാറാക്കിയ കേക്കും ചെറുതായിരുന്നു. ചെറുതാണെങ്കിലും അതിന്റെ പകുതി എടുക്കുകയാണെങ്കിൽ തന്റെ അനുഗ്രഹവും മുഴവൻ കേക്കും കൊണ്ടുപോവുകയാണെങ്കിൽ തന്റെ ശാപവും ആവും അവനു ലഭിക്കുക എന്ന് അമ്മ അറിയിച്ചു. ഒരു അഭയസ്ഥാനം കണ്ടെത്താൻ ഏറെദൂരം പോകേണ്ടിവരും-അവൻ ചിന്തിച്ചു. കഴിക്കാൻ ഈ കുഞ്ഞു കേക്കെങ്കിലും ഇല്ലെങ്കിൽ. അവൻ ആ കേക്കുമുഴുവനും എടുത്തു. കൂട്ടത്തിൽ അമ്മയുടെ ശാപവും ഏറ്റുവാങ്ങിക്കൊണ്ട് യാത്രയ്ക്കൊരുങ്ങി. പോകും മുമ്പ് ഒരു കത്തിയെടുത്ത് അവനത് തന്റെ സഹോദരനെ ഏൽപ്പിച്ചു.

താൻ മടങ്ങി എത്തുംവരെ ആ കത്തി സൂക്ഷിക്കണമെന്നും എന്നും പ്രഭാതത്തിൽ അതെടുത്ത് നോക്കണമെന്നും അവൻ പറഞ്ഞേൽപ്പിച്ചു. കത്തിയുടെ നിറം മങ്ങുകയാണെങ്കിൽ അത് തന്നെയേൽപ്പിച്ചയാൾ അപകടത്തിലാണെന്നു മനസിലാക്കണമെന്നും അവൻ പറഞ്ഞു.

അവന്റെ യാത്ര രണ്ടുദിവസം തുടർന്നു. മൂന്നാംദിവസം ആട്ടിൻപറ്റത്തോടൊപ്പം ഇരിക്കുന്ന ഒരു ആട്ടിടയനെ അവൻ കണ്ടു. അയാളുടെ അടുത്തെത്തി, ആ ആടുകൾ ആരുടേതാണെന്ന് അവൻ അന്വേഷിച്ചു.

"അയർലണ്ടിലെ റെഡ് ഇറ്റന്റേതാണിവ. അവൻ ബല്ലിഗനിൽ ജീവിക്കുന്നു. അവൻ മാൽക്കംരാജാവിന്റെ മകളെ കട്ടുകൊണ്ടുവന്നു. അവൻ അവരെ അടിക്കും തൊഴിക്കും. എല്ലാദിവസവും വെള്ളിച്ചാട്ടവാറുകൊണ്ട് അവൻ അവളെ അടിക്കും." ഇടയൻ പറഞ്ഞു.

ഇനി ചില വന്യരാക്ഷസന്മാരും കാണും സൂക്ഷിക്കണം എന്നും ആ ഇടയൻ അവനെ താക്കീതു ചെയ്തു. കാരണം അവർ അത്യന്തം അപകടകാരികളാണ്.

നടന്നു പോകുന്നതിനിടയ്ക്ക് ആ ഭീകരന്മാരെ അവൻ കാണാതിരുന്നില്ല. രണ്ടു തലയുള്ള ഭീകരന്മാർ. ആവുന്നത്ര വേഗത്തിൽ ഓടി അവൻ അവരിൽനിന്നും രക്ഷപ്പെട്ടു. ഒടുവിൽ കുന്നിൻചെരുവിലെ ഒരു കൊട്ടാരം അവൻ കണ്ടു. അതിന്റെ വാതിൽ മലർക്കെ തുറന്നിട്ടിരിക്കുന്നു. അവൻ അതിനകത്തേക്കു കയറി. അകത്ത് തീക്കരികിൽ ഒരു സ്ത്രീ ഇരിക്കുന്നു. നടന്നു ക്ഷീണിച്ചു. ഒരു രാത്രി അവിടെ തങ്ങിക്കോട്ടെ എന്നവർ ആ സ്ത്രീയോട് അനുവാദം ചോദിച്ചു. ആവാം എന്നവൻ പറഞ്ഞെങ്കിലും മനുഷ്യരെ കണ്ടുകൂടാത്ത റെഡ് ഇറ്റൺ എന്ന മൂന്നുതലയുള്ള ഭീകരന്റെ കൊട്ടാരമാണത് എന്നും അവർ ഓർമിപ്പിച്ചു. പുറത്ത് ഇരുതലഭീകരൻ.... ഓടിയെത്തിയത് മൂന്നുതലയുള്ള ഭീകരന്റെ ആസ്ഥാനത്ത്! ഒടുവിൽ തന്നെ എവിടെയെങ്കിലും ഒളിപ്പിച്ച് ഒരു രാത്രിതങ്ങാനനുവദിക്കണമെന്ന് അവൻ അവരോട് അപേക്ഷിച്ചു. നേരം വെളുത്താലുടനെ ആ ഭീകരന്റെ കണ്ണിൽപ്പെടാതെ രക്ഷപ്പെടാം എന്നവൻ കണക്കുകൂട്ടി.

പക്ഷേ അവന്റെ കണക്കുകൂട്ടൽ തെറ്റി. റെഡ് ഇറ്റൺ വന്നുകേറിയതും ബഹളംവച്ചു. "ഒരു മനുഷ്യന്റെ മണം വരുന്നു.... അവന്റെ ഹൃദയം പൊരിച്ച് ഇന്നുരാത്രി എനിക്കു കഴിക്കാൻ വിളമ്പണം."

ഭീകരൻ അവനെ തിരയാൻ തുടങ്ങി..... ഒടുവിൽ ആ പാവത്തെ ഒളിഞ്ഞിരിക്കുന്നിടത്തുനിന്നും ഭീകരൻ പൊക്കി എടുത്തു. പുറത്തെടുത്തതും, രാക്ഷസൻ അവനോട് മൂന്നുചോദ്യങ്ങൾ ചോദിച്ചു.

"അവസാനമില്ലാത്ത ഒരു വസ്തു, എന്താണ് അത്?" ആദ്യത്തെ ചോദ്യം അതായിരുന്നു.

പക്ഷേ യുവാവിന് ഉത്തരം അറിയില്ലായിരുന്നു.

"ഏറ്റവും ചെറുത്, ഏറ്റവും അപകടകാരി, എന്താണ് അത്?" രണ്ടാം ചോദ്യം.

പക്ഷെ യുവാവിന് ഉത്തരം അറിയില്ലായിരുന്നു.

"ജീവൻപേറുന്ന ശവം.... അതെന്താണ്?" മൂന്നാമത്തെ ചോദ്യം

പക്ഷേ യുവാവിന് ഉത്തരം അറിയില്ലായിരുന്നു.

മൂന്നുചോദ്യത്തിനും ഉത്തരം പറയാനാവാതിരുന്ന യുവാവിന്റെ തലയ്ക്ക് വാതിൽപ്പിറകിൽനിന്നും റെഡ് ഇറ്റൺ പ്രഹരിച്ച് അവനെ ഒരു കൽത്തൂണാക്കി മാറ്റി.

ഈ സംഭവം നടന്നതിന്റെ തൊട്ട്പിറ്റേ ദിവസം പ്രഭാതത്തിൽ കത്തി എടുത്ത് നോക്കിയ അനുജൻ അതിൽ തുരുമ്പെടുത്ത് നിറംമങ്ങിയതായി കണ്ടു. ജ്യേഷ്ഠൻ അപകടപ്പെട്ടിരിക്കുന്നുവെന്നവൻ ഊഹിച്ചു. തനിക്കും യാത്രപുറപ്പെടാൻ സമയമായി എന്നവൻ അമ്മയെ അറിയിച്ചു. ആദ്യം സമ്മതിച്ചില്ലെങ്കിലും ഒടുവിൽ അമ്മ അവന്റെ നിർബന്ധത്തിനു വഴങ്ങി.

അമ്മ അവനെയും വെള്ളമെടുക്കാൻ പറഞ്ഞയച്ചു. കൂടുതൽ ശ്രദ്ധാലുവായ അവൻ കുടത്തിന്റെ ദ്വാരങ്ങൾ അടച്ച്, നിറയെ വെള്ളംകൊണ്ടുവന്നു. അമ്മ ഒരുക്കിയ വലിയ കേക്കിന്റെ പകുതിമാത്രം അവരുടെ അനുഗ്രഹാശിസ്സുകളോടെ സ്വീകരിച്ച് അവൻ യാത്ര പുറപ്പെട്ടു. വഴിയിൽവച്ച് അവനും ജ്യേഷ്ഠനെപ്പോലെ ആട്ടിടയനെ കണ്ടു, അയാളുടെ താക്കീതും ഉപദേശവും കേട്ടു. ഇരുതലയന്മാരായ രാക്ഷസന്മാരെക്കണ്ട് അവൻ ഭയന്നോടിയില്ല പകരം ആയുധംകൊണ്ട് അവരെ കൊന്ന് കീഴ്പ്പെടുത്തി. പിന്നീട് സ്ത്രീ കാവലിരിക്കുന്ന റെഡ് ഇറ്റൺന്റെ കൊട്ടാരത്തിലും അവനെത്തി. തന്റെ സഹോദരനു സംഭവിച്ചതെല്ലാം അവൻ അവരിൽനിന്നും അറിഞ്ഞു. റെഡ് ഇറ്റൺ വരുന്നതറിഞ്ഞിട്ടും ഓടിയൊളിക്കാൻ അവൻ മെനക്കെട്ടില്ല. പകരം അവന്റെ ഭീഷണിയും ചോദ്യങ്ങളും മനക്കരുത്തോടെ അവൻ നേരിട്ടു.

"അവസാനമില്ലാത്ത വസ്തു ഏതാണ്?" എന്ന ആദ്യചോദ്യത്തിന്

"ഒരു പന്ത്" എന്നായിരുന്നു ഉത്തരം.

രാക്ഷസന്റെ ആദ്യത്തെ തല കുനിഞ്ഞു. പിന്നീട് രണ്ടാമത്തെ തല ചോദിച്ചു:

"ഏറ്റവും ചെറുതും ഏറ്റവും അപകടകാരിയും ആയത് ഏത്?"

"ഒരു പാലം" അവൻ മറുപടി പറഞ്ഞു.

രണ്ടാമത്തെ തലയും കുനിഞ്ഞു. പിന്നീട് മൂന്നാമത്തെ തല ചോദിച്ചു.

"മരിച്ചത് ജീവനെടുക്കുന്നത് എപ്പോഴാണ്?"

"കപ്പൽ ആളുകളെ ചുമന്ന് കടലിലിറങ്ങുമ്പോൾ." അവന്റെ മൂന്നാമത്തെ തലയും കുനിഞ്ഞു.

ശക്തിക്ഷയിക്കാൻ പോകുന്നുവെന്നറിഞ്ഞ റെഡ് ഇറ്റൺ രക്ഷപ്പെടാൻ ഒരു ശ്രമം നടത്തി. പക്ഷേ മഴുവെടുത്ത് അവന്റെ തലയ്ക്കടിച്ച് ആ യുവാവ് അവന്റെ കഥ കഴിച്ചു. പിന്നെയവൻ കാവൽക്കാരി സ്ത്രീയോട് തടവിലിട്ട രാജാവിന്റെ മകൾ എവിടെ എന്നന്വേഷിച്ച് കണ്ടെത്തി, അവരെ രക്ഷിച്ചു. പിന്നീട് കരിങ്കല്ലായി തീർന്ന തന്റെ സഹോദരനെ മാന്ത്രികദണ്ഡുപയോഗിച്ച് ജീവൻ തിരികെനൽകി രക്ഷിച്ചു.

തടവിലിട്ട അനേകങ്ങൾ രക്ഷപ്പെട്ടതോടെ അവിടെ ഉത്സവഅന്തരീക്ഷമായി. അവർ എല്ലാവരും ആ യുവാവിനെ അനുമോദിച്ചു. അവർ ഒരാഘോഷമായി രാജകൊട്ടാരത്തിലേക്കു നീങ്ങി. രാജകുമാരിയെ അനുജനും ഒരു പ്രഭുകുമാരിയെ ജേഷ്ഠനും വിവാഹം ചെയ്തു.

ഏറെക്കാലം അവരുടെ സന്തോഷകരമായ ജീവിതം നീണ്ടുനിന്നു.

മത്സ്യവും മോതിരവും

ബാരൺ എന്നു പേരുള്ള ഒരു മഹാമാന്ത്രികന് വരാൻപോകുന്ന ഏതു കാര്യവും മുൻകൂട്ടി പറയാനുള്ള കഴിവുണ്ടായിരുന്നു.

ബാരണ് അനന്തരാവകാശിയായി ഒരു മകൻ പിറന്നു. അവന് നാല് വയസായപ്പോൾ അവന്റെ ഭാവി അറിയാനായി മാന്ത്രികൻ ഒരുങ്ങി. ബാരൺ തന്റെ വിധിയുടെ പുസ്തകം തുറന്ന് ആ കുട്ടിയുടെ ഭാവി പരിശോധിച്ചു.

അത്ഭുതം. അനവധി സ്വത്തുവകകളുടെ അവകാശിയായ അവൻ താഴെക്കിടക്കാരിയായ ഒരു യുവതിയെ ആണത്രെ വിവാഹം കഴിക്കുക. ബാരൺ പിന്നീട് ആ പെൺകുട്ടി ജനിച്ചുവോ, എങ്കിൽ എവിടെ ജീവിക്കുന്നു എന്നെല്ലാം പരിശോധിച്ചു.

അവൾ അഞ്ച് മക്കളുടെ ഇളയവളായി ഒരു ദരിദ്രകുടുംബത്തിൽ അടുത്തിടെ ജനിച്ചിട്ടേ ഉള്ളൂ എന്നു മനസിലായി.

ഉടനെ കുതിരയെയുംകൊണ്ട് അവൻ ആ ദരിദ്രന്റെ കുടിലിലേക്കു തിരിച്ചു. വാതിൽക്കൽതന്നെ മ്ലാനവദനനായി ഇരിക്കുന്ന ഗൃഹനാഥനെ കണ്ട് ബാരൺ വിഷമിക്കുന്നതിന്റെ കാരണം തിരക്കി.

“ഞങ്ങൾക്ക് ഒരു കുട്ടികൂടി പിറന്നിരിക്കുന്നു. ഇപ്പോൾ തന്നെ മക്കൾക്ക് ഭക്ഷണം നൽകാൻ ഞങ്ങൾ ബുദ്ധിമുട്ടുകയാണ്. ഇനി ഈ കുഞ്ഞിനുകൂടി എവിടെനിന്നാണ് ഭക്ഷണത്തിനുള്ള വക കണ്ടെത്തുക എന്നോർത്താണ് എന്റെ വിഷമം. എന്തുവേണമെന്നെനിക്കറിയില്ല.” അയാൾ തന്റെ സങ്കടം പറഞ്ഞു.

“എങ്കിൽ നിങ്ങൾ വിഷമിക്കേണ്ട” ബാരൺ അയാളെ സമാധാനിപ്പിച്ചു.” എനിക്കു നിങ്ങളെ സഹായിക്കാനാവും. എന്റെ മോനു കൂട്ടായിട്ട് ഒരു കുഞ്ഞുകുട്ടിയെ തിരഞ്ഞ് ഇറങ്ങിയതാണ് ഞാൻ.... നിങ്ങളവളെ എനിക്കു തരികയാണെങ്കിൽ ഞാൻ പകരം നിങ്ങൾക്ക് പത്ത് പൗണ്ട് തരും.”

ആ ദരിദ്രനു സന്തോഷമായി. തനിക്ക് പണവും കിട്ടും... മകൾക്കു നല്ല ഒരു വീട്ടിൽ ജീവിതവും കിട്ടും. അങ്ങനെ കുഞ്ഞിനെ തന്റെ ഉടുപ്പിൽ പൊതിഞ്ഞ് കെട്ടി ബാരൺ കുതിരയെ ഓടിച്ച് വേഗത്തിൽ മടങ്ങി. പക്ഷേ ഒരു നദിക്കരയിലെത്തിയതും ആ കുഞ്ഞുപൊതിക്കെട്ട് അവൻ വെള്ളത്തിൽ മുക്കിതാഴ്ത്തി! കൊട്ടാരത്തിൽ തിരിച്ചെത്തി മാന്ത്രികൻ പറഞ്ഞു 'വിധി മാറ്റിക്കളഞ്ഞു.'

പക്ഷേ.... അയാൾക്കു തെറ്റിപ്പോയി. ദൈവഹിതം മായ്ക്കാനാവി ല്ലല്ലോ.... ആ കുഞ്ഞ് മുങ്ങി മരിച്ചില്ല. ആ നദി മന്ദഗതിയിൽ ഒഴുകി. നീളം കൂടിയ കട്ടിവസ്ത്രത്തിലാണ് അവൾ കുരുങ്ങിക്കിടന്നത്. കുറച്ചു സമയത്തിനകം വലവീശിയെറിഞ്ഞ ഒരു മുക്കുവന്റെ വലയ്ക്കകത്ത് അവൾ കുരുങ്ങി.

കുഞ്ഞുങ്ങളില്ലാതെ ദുഃഖിച്ചിരുന്ന ആ മുക്കുവദമ്പതികൾക്ക് അവളെ കിട്ടിയതും സന്തോഷമായി. അവർ ആഹ്ളാദത്തോടെ അവളെ വളർത്തി. ചുവന്ന കവിളുകളും മുന്തിരിക്കണ്ണുകളുമായി സുന്ദരിപ്പെൺ കൊടിയായി അവൾ വളർന്നു വലുതായി. അവൾക്കു പതിനഞ്ച് വയ സായി. ഒരുദിവസം ബാരണും കൂട്ടുകാരും നായാട്ടുകഴിഞ്ഞ് മടങ്ങും വഴി മുക്കുവന്റെ വീടിനടുത്ത് എത്തിയപ്പോൾ ദാഹിച്ചുവലഞ്ഞ് കുടി ക്കാൻ വെള്ളംതേടി ആ വീട്ടിലെത്തി. വെള്ളംകൊണ്ടുകൊടുത്ത സുന്ദരി മുക്കുവന്റെ മകളാവും എന്നേ അവർ കരുതിയുള്ളൂ.

അവളുടെ സൗന്ദര്യം കണ്ട കൂട്ടുകാരിലൊരാൾ അവളുടെ ഭാവി പറയാൻ ബാരണോട് ആവശ്യപ്പെട്ടു.

"ഹൊ... അതിത്ര പറയാനെന്ത്? ഏതെങ്കിലും നശിച്ചവൻ വന്നു കെട്ടും. ആ നിന്റെ ജാതകമിങ്ങെടുക്ക് പെണ്ണേ, ഞാൻ ഭാവി പറയാം. നീ ഏതു ദിവസമാണ് ജനിച്ചത്?" ബാരൺ അലസമായി ചോദിച്ചു.

"അതെനിക്കറിയില്ല സർ, എന്നെ പതിനഞ്ച് വർഷംമുമ്പ് നദിയിൽ നിന്നും കിട്ടിയതാണ്." അവൾ മറുപടി പറഞ്ഞു.

ബാരൺ വിളറിപ്പോയി.... താൻ കുഞ്ഞിനെ കൊന്ന് കളഞ്ഞ അതേ നദിക്കര.... വർഷം പതിനഞ്ച്.. വിധി തന്നെക്കാളും ശക്തമാണ്. അയാൾ തിരിച്ചറിഞ്ഞു. ചില മനക്കണക്കുകൾ കൂട്ടിയശേഷം അവൻ ആ മുക്കുവക്കുടിലിലേക്കു തന്നെ മടങ്ങിച്ചെന്ന് ഒരു കത്ത് അവൾക്കു നൽകി.

"ഞാൻ നിന്റെ ഭാഗ്യം കാണിച്ചുതരാം. എന്റെ സഹോദരന് ഒരു നല്ല പെൺകിടാവിനെ വേണം, ഈ കത്തുമായി അവനെപ്പോയി കാണൂ. നിന്റെ ജീവിതത്തിന് അവനൊരു വഴി കാട്ടിത്തരും." അവൻ പറഞ്ഞു.

മുക്കുവനും ഭാര്യയും പ്രായംകൊണ്ടവശരായിരുന്നു. അതുകൊണ്ട് കത്തുമായി താൻതന്നെ പോകാമെന്ന് പെൺകുട്ടി പറഞ്ഞു.

കൊട്ടാരത്തിലെത്തിയ ബാരൺ ഒരിക്കൽക്കൂടി 'ഞാൻ വിധിയെ തോൽപ്പിച്ചു' എന്നാവർത്തിച്ചു.

ആ കത്തിൽ

"സഹോദരാ,

ഈ കത്തുമായി വരുന്നവളെ ഉടൻ കൊന്നുകളയണം" എന്നുമാത്രമാണ് എഴുതിയിരുന്നത്.

പക്ഷേ ഒരിക്കൽക്കൂടി വിധി ജയിച്ചു. കത്തുമായി പോയ പെൺകുട്ടി രാത്രി തങ്ങാൻ ഒരു സത്രത്തിലെത്തി. ആ രാത്രി സത്രത്തിൽ കടന്ന കള്ളന്മാർ മോഷ്ടിക്കാനായി അവളുടെ ബാഗും പരിശോധിച്ചു. ആ കത്തു കണ്ടതും അവർക്കു കൗതുകുമായി. അതിലെഴുതിയതു വായിച്ച അവർ അതിങ്ങനെ തിരുത്തി എഴുതി.

"സഹോദരാ,

ഈ കത്തുമായി വരുന്നവളെ ഉടൻ എന്റെ മകന് വിവാഹം ചെയ്തു കൊടുക്കുക."

എഴുത്ത് കവറിലിട്ട് ഒട്ടിച്ച് പഴയതുപോലെ ആക്കി അവർ സ്ഥലം വിട്ടു. സഹോദരന്റെ കൊട്ടാരത്തിൽ കത്തുമായി എത്തിയ പെൺകുട്ടി യാവട്ടെ ഉടൻ ബാരൺന്റെ മകന്റെ വധുവായി! അമ്മാവനോടൊപ്പം താമസിച്ചിരുന്ന യുവാവിന് ഒരു സുന്ദരിയെ അച്ഛൻ തനിക്കു വധുവായി കണ്ടെത്തിയതിൽ വലിയ സന്തോഷം തോന്നി.

വിവരം ബാരൺന്റെ ചെവിയിലെത്തി. വിധി വീണ്ടും തന്നെ തോൽപ്പിച്ചതറിഞ്ഞ് കലിതുള്ളിയെങ്കിലും വീട്ടിലെത്തിയപ്പോൾ അയാൾ കപട സന്തോഷം നടിച്ചു. അങ്ങനെ ഒരുദിവസം അയാൾ നവവധുവിനെ തന്നോടൊപ്പം കുന്നിൻ നെറുകയിലേക്ക് നടക്കാൻ വിളിച്ചു. നടന്നു നടന്ന് സമുദ്രതീരത്തുള്ള കുന്നിൻനെറുകയിലെത്തിയ അവളെ അയാൾ കടലിലേക്ക് എറിയാൻ മുതിർന്നു. പക്ഷേ അവൾ തന്റെ ജീവനുവേണ്ടി യാചിച്ചു.

"ഒന്നും എന്റെ തെറ്റല്ല... ഞാൻ ഒന്നും ചെയ്തിട്ടില്ല. വിധിപ്രകാരം എല്ലാം സംഭവിച്ചു എന്നല്ലേ ഉള്ളൂ.... നിങ്ങൾ എന്നെ വെറുതെവിട്ടാൽ ഞാൻ നിങ്ങൾക്കൊരുപദ്രവവും വരുത്താതെ ഒഴിഞ്ഞുമാറി പൊയ്ക്കൊള്ളാം. നിങ്ങൾ ആഗ്രഹിക്കാതെ മേലിൽ ഞാൻ നിങ്ങളെയോ മകനെയോ കാണില്ല. കൺവെട്ടത്തുപോലും വരില്ല. അതാണ് നല്ലത്. കടലിലെറിഞ്ഞാലും പണ്ട് നദി എന്നെ കാത്തതുപോലെ കടലും എന്നെ കാക്കും.

അതു ശരിയാണല്ലോ എന്ന് ബാരണും തോന്നി. അങ്ങനെ അവളുടെ കയ്യിൽ കിടന്ന മോതിരമൂരി കടലിലെറിഞ്ഞശേഷം അയാൾ പറഞ്ഞു.

"ആ മോതിരം കാണുംവരെ നിന്റെ മുഖം ഞങ്ങൾക്കു മുമ്പിൽ കണ്ടുപോവരുത്." അതും പറഞ്ഞ് അയാൾ അവളെ പോകാൻ അനുവദിച്ചു.

ഏറെ അലഞ്ഞുതിരിഞ്ഞതിനുശേഷം അവൾ ഒരു പ്രഭുവിന്റെ വീട്ടിലെത്തി. അവിടെ വേലക്കാരിയായി കയറിപ്പറ്റി.

അങ്ങനെ ഇരിക്കെ ഒരുദിവസം മത്സ്യം വൃത്തിയാക്കിക്കൊണ്ടിരിക്കെ ജനലിലൂടെ നോക്കിയ അവൾ തന്റെ ഭർത്താവും ബാരണും ആ

വീട്ടിലേക്ക് അതിഥികളായി വരുന്ന കാഴ്ച കണ്ടു. വാക്കുപാലിക്കാനായി അവിടെനിന്നും ഓടിപ്പോയിക്കളയാം എന്ന് ആ പാവം ആദ്യം കരുതി. പിന്നെ അടുക്കളയിൽ നിൽക്കുന്ന തന്നെ അവർ കാണാൻ വഴിയില്ലല്ലോ എന്നു സ്വയം സമാധാനിച്ച് ജോലി തുടർന്നു.

ആ വലിയ മത്സ്യത്തിന്റെ വയറു കീറിയപ്പോഴാകട്ടെ.... അത്യത്ഭുതം! ബാരൺ കടലിലെറിഞ്ഞു കളഞ്ഞ മോതിരം അതിന്റെ വയറിനകത്തുകിടക്കുന്നു! ഉടൻ അവളതു വിരലിലിട്ടു. പിന്നെ മീൻ വൃത്തിയായി കഴുകി, പൊരിച്ച്, സോസും നെയ്യും ചേർത്ത് മനോഹരമായി ഒരുക്കി.

ഊൺമേശയിൽ അതു വിളമ്പിയപ്പോഴാകട്ടെ, അതിഥികൾ ആ മത്സ്യം പാചകം ചെയ്തവളെ ഒന്നുകണ്ട് അനുമോദിക്കണം എന്നാഗ്രഹം പ്രകടിപ്പിച്ചു. അത്രയ്ക്ക് രുചികരമായിരുന്നു അത്.

മോതിരവും കൈയ്യിലണിഞ്ഞ് ധൈര്യമായി അവൾ അതിഥികൾക്കു മുമ്പിലെത്തി. അവളെ കണ്ടതും ഭർത്താവ് സന്തോഷത്തോടെ ഓടി അരികിലേക്കു വന്നു. തന്റെ വാക്ക് ധിക്കരിച്ചവളെ കൊല്ലാനുള്ള കലിയോടെ ബാരണും ചാടി എഴുന്നേറ്റു. ഉടൻ, കയ്യിൽ കിടന്ന മോതിരം എല്ലാവരും കാണുംവിധത്തിൽ അവൾ കൈകൾകൊണ്ട് മുഖം പൊത്തി.

വിധി വീണ്ടും തന്നെ തോൽപ്പിച്ചതറിഞ്ഞ് ബാരൺ പരാജയം സമ്മതിച്ചു. അവളെയുംകൂട്ടി സ്വവസതിയിലേക്കു മടങ്ങി.

www.ingramcontent.com/pod-product-compliance
Lightning Source LLC
LaVergne TN
LVHW100836051026
849519LV00006B/2324